सावित्रीबाई फुले पुणे विद्यापीठाच्या जून २०२३ पासून सुरू झालेल्या एम. ए.
अर्थशास्त्र (सूक्ष्म आर्थिक विश्लेषण - १) (ECO 501 MJ) या विषयाच्या अभ्यासक्रमासाठी
व इतर विद्यापीठांच्या संबंधित अभ्यासक्रमासाठी उपयुक्त पुस्तक

अर्थशास्त्र

(सूक्ष्म आर्थिक विश्लेषण - १)

(ECO 501 MJ)

M. A. - I (Sem. - I)

प्रा. डॉ. राजेंद्र अ. रसाळ

प्रोफेसर व अर्थशास्त्र विभाग प्रमुख
सी.एस.एम. आर्टस् अॅण्ड कॉमर्स कॉलेज,
चाकण, जि. पुणे.

२०२३

SUCCESS PUBLICATIONS

प्रकाशक :
डॉ. राजेश पाटणे
सक्सेस पब्लिकेशन्स
राधाकृष्ण अपार्टमेंट, ५३५ शनिवार पेठ,
आप्पा बळवंत चौक, प्रभात टॉकिज समोर, पुणे ४११ ०३०
फोन नं : ०२०-२४४३४६६२
मोबा. - ९३२५३१५४६४

आवृत्ती
ऑगस्ट २०२३

संपादक
श्री. वाल्मिक गायकवाड

अक्षरजुळणी :
वर्षा लोखंडे

मुखपृष्ठ :
वर्षा लोखंडे

***ISBN NO. -* 978-81-19180-99-8**

प्रस्तावना

सावित्रीबाई फुले पुणे विद्यापीठाच्या एम.ए. अर्थशास्त्र विषयाच्या अभ्यासक्रमात या वर्षापासून सुधारणा करण्यात आली आहे. अर्थशास्त्र (सूक्ष्म आर्थिक विश्लेषण - १) (ECO 501 MJ) या पेपरच्या अभ्यासक्रमात करण्यात आलेल्या सुधारणांची जून २०२३ पासून अंमलबजावणी होत आहे. या सुधारित अभ्यासक्रमासाठी उपयुक्त असलेले पुस्तक आपल्या हाती देताना विशेष आनंद होत आहे. प्रस्तुत पुस्तकात सूक्ष्म आर्थिक विश्लेषणाबाबत महत्त्वपूर्ण घटकांचे विवचेन करण्यात आले आहे. त्यामुळे या पुस्तकाचे स्वागत विद्यार्थी व प्राध्यापक करतील हा विश्वास आहे.

'सूक्ष्म आर्थिक विश्लेषण' या पुस्तकात सूक्ष्म अर्थशास्त्राचे स्वरूप, व्याप्ती, मर्यादा, दुर्मिळता आणि निवडीचे मूलभूत प्रश्न, बाजार आणि किंमत यंत्रणा, मूल्यदर्शी उपयोगिता, उपभोक्त्याचे संतोषाधिक्य, लवचिकता संकल्पना, क्रमादर्शी उपयोगिता, उत्पन्न आणि किंमत विस्तार पथ, स्लटस्की आणि हिक्सचा दृष्टिकोन, प्रकटित पसंती सिद्धांत, खर्चाच्या संकल्पना, प्राप्तीच्या संकल्पना, उत्पादन फलन, सम उत्पादन वक्र, बदलत्या प्रमाणाचा नियम, प्रमाण-फल नियम, उत्पादकाचा वाढावा, कल्याणविषयक अर्थशास्त्राचा परिचय याविषयी विवेचन दिले आहे.

पुस्तक लेखनासाठी अनेक संदर्भ ग्रंथांची मदत झाली. पुस्तक लेखनाच्या बाबतीत महाविद्यालयाचे प्राचार्य, व्यवस्थापन सदस्य, सहकारी प्राध्यापक व प्राध्यापकेतर कर्मचारी, अभ्यासमंडळ सदस्य, विविध ग्रंथालयाचे ग्रंथपाल, विविध महाविद्यालयातील प्राध्यापक मित्र यांचे सहकार्य व प्रोत्साहन मिळाले. संदर्भ ग्रंथांच्या लेखकांसहीत इतर सर्वांविषयी मी कृतज्ञता व्यक्त करतो. तसेच पुस्तकाचे प्रकाशक डॉ. राजेश पाटणे व सौ. विद्या पाटणे आणि सक्सेस पब्लिकेशन मधील कर्मचारी वर्ग यांच्याविषयी देखील मी कृतज्ञता व्यक्त करतो.

प्रा. डॉ. राजेंद्र अ. रसाळ

Syllabus

M. A. – I (Sem. - I) Economics
Micro Economics Analysis – I (ECO - 501 MJ)

Unit	Contents	Lectures
1.	**Introduction :** **1.1** Meaning, Nature, Scope & Limitations of Micro Economics. **1.2** The Basic economic Problems of Scarcity and Choice **1.3** Market and Price Mechanism- Functions & Limitations	10
2.	**Consumer Theory** **2.1** Utility: Concept and Types **2.2** Cardinal Approach: Law of Diminishing Marginal Utility and Law of Equimarginal Utility. **2.3** Consumer Surplus: Concept and Measurement. **2.4** Concept of Elasticity: Price, Income and Cross Elasticity of Demand- Mathematical Applications/ Examples **2.5** Ordinal Approach: Indifference Curve Analysis- Concept, Characteristics, Consumer Equilibrium **2.6** Income and Price Expansion Paths, Income and Substitution Effects: Slutsky and Hicksian Approach **2.7** Theory of Revealed Preference	18
3.	**Production Theory** **3.1** Cost Concept – Total Cost, Average Cost & Marginal Cost, Short Run and Long Run Costs- Mathematical Applications/ Examples **3.2** Derivation of Supply Curve- Firm and Industry, Short and Long Run **3.3** Concept of Revenue: Total Revenue, Average Revenue, and Marginal Revenue- Mathematical Applications/Examples **3.4** Production Function- One Input, Two Inputs **3.5** Isoquants: Concept & Features **3.6** Concept of Producers's Surplus **3.7** The Law of Variable Proportion **3.8** The Law of Returns to Scale	20
4.	**Introduction to Welfare Economics** **4.1** Concept of Economic & Social Welfare **4.2** Social Welfare Function, Compensation Criteria **4.3** Pigou's Contribution to Welfare Economics **4.4** Pareto Optimality **4.5** Product Exhaustion Theorem (Euler's Theorm) **4.6** Thoughts of Amartya Sen on Welfare Economics & Social Choice	12

❖ अनुक्रमणिका ❖

३.	उत्पादन सिद्धांत : ३.१ खर्चाच्या संकल्पना – एकूण खर्च, सरासरी खर्च आणि सीमांत खर्च, अल्पकालीन आणि दीर्घकालीन खर्च – गणितीय उपयोजन किंवा अनुप्रयोग/उदाहरणे ३.२ व्यवसायसंस्था आणि उद्योगाचा पुरवठा वक्र काढणे – अल्पकालीन आणि दीर्घकालीन ३.३ प्राप्तीच्या संकल्पना : एकूण प्राप्ती, सरासरी प्राप्ती आणि सीमांत प्राप्ती – गणितीय उपयोजन किंवा अनुप्रयोग/उदाहरणे ३.४ उत्पादन फलन – एक आदान ३.५ सम उत्पादन वक्र : संकल्पना आणि वैशिष्ट्ये ३.६ उत्पादकाच्या वाढाव्याची (प्रतिरूप खंडाची) संकल्पना ३.७ बदलत्या प्रमाणाचा नियम ३.८ प्रमाण फल नियम	३.१ ते ३.३५
४.	कल्याणकारी अर्थशास्त्राचा परिचय : ४.१ आर्थिक आणि सामाजिक कल्याणाची संकल्पना ४.२ सामाजिक कल्याण फलन, भरपाई निकष ४.३ कल्याणविषयक अर्थशास्त्रात पिगुचे योगदान ४.४ पॅरेटो पर्याप्तता ४.५ नि:शेष विभाजनाचा सिद्धांत (युलरचे प्रमेय) ४.६ कल्याणविषयक अर्थशास्त्र आणि सामाजिक निवडीवर अमर्त्य सेन यांचे विचार	४.१ ते ४.१५

प्रकरण १

प्रास्ताविक
(Introduction)

१.१ सूक्ष्म अर्थशास्त्राचा अर्थ, स्वरूप, व्याप्ती आणि मर्यादा

१.२ दुर्मिळता आणि निवडीचे मूलभूत आर्थिक प्रश्न

१.३ बाजार आणि किंमत यंत्रणा– कार्ये आणि मर्यादा

१.० प्रास्ताविक (Introduction) :

सूक्ष्म अर्थशास्त्र ही अर्थशास्त्र अभ्यासाची एक पद्धती असून यात वैयक्तिक घटक किंवा वैयक्तिक घटकांचा लहान समूह यांचा अभ्यास केला जातो. यात एका वस्तूची किंमत, एका वस्तूचा पुरवठा, एका वस्तूची मागणी, एका व्यक्तीचे उत्पन्न अशा सूक्ष्म आर्थिक चलांचा अभ्यास केला जातो.

अर्थशास्त्रात अमर्याद गरजा आणि मर्यादित परंतू पर्यायी उपयोगाची साधनसामग्री यांच्याशी संबंधीत मानवी वर्तनाचा अभ्यास केला जातो. गरजा अमर्याद व साधनसामग्री मर्यादित असल्याने आर्थिक प्रश्न निर्माण होतात. अशा प्रश्नांची सोडवणूक अर्थव्यवस्थेला करावी लागते. कोणत्या वस्तू व सेवांचे उत्पादन करावे, उत्पादन कोणत्या पद्धतीने करावे आणि उत्पादन कोणासाठी करावे हे अर्थव्यवस्थेपुढील आर्थिक प्रश्न सोडविण्याच्या बाबतीत बाजार यंत्रणेची किंवा किंमत यंत्रणेची मदत होते. या व्यतिरिक्त आणखीही काही आर्थिक प्रश्नांची सोडवणूक अर्थव्यवस्थेस करावी लागते.

प्रस्तुत प्रकरणात सूक्ष्म अर्थशास्त्राचे स्वरूप, व्याप्ती, मर्यादा, मूलभूत आर्थिक प्रश्न व बाजार यंत्रणा या अभ्यास घटकांचे स्पष्टीकरण दिले आहे.

१.१ सूक्ष्म अर्थशास्त्राचा अर्थ, स्वरूप, व्याप्ती आणि मर्यादा : (Meaning, Nature, Scope & Limitations of Micro Economics)

सूक्ष्म अर्थशास्त्राचा अर्थ, स्वरूप, व्याप्ती आणि मर्यादा याविषयी माहिती पुढे दिली आहे.

१.१.१ सूक्ष्म अर्थशास्त्राचा अर्थ (Meaning of Micro Economics) :

सूक्ष्म अर्थशास्त्रास सूक्ष्मलक्षी अर्थशास्त्र, अंशलक्षी अर्थशास्त्र, व्यष्टी अर्थशास्त्र असेही म्हटले जाते. सूक्ष्म अर्थशास्त्राचा संबंध अर्थव्यवस्थेच्या लहान भागाच्या अभ्यासाशी असतो. यात एक व्यक्ती, एक कुटुंब, एक व्यवसायसंस्था, अशा वैयक्तिक घटकांच्या आर्थिक वर्तनाचा अभ्यास केला जातो. सूक्ष्म अर्थशास्त्र मूलत: वैयक्तिक निर्णय प्रक्रिया

आणि समस्या किंवा साधनसामग्रीच्या वाटणीशी संबंधित असते. सूक्ष्म आर्थिक सिद्धांतात किंमत व उत्पादन निश्चिती संबंधातील वैयक्तिक व्यवसायसंस्थेच्या वर्तनाचा व तसेच मागणी व पुरवठ्याच्या स्थितीत झालेल्या बदलास त्यांच्या मिळणाऱ्या प्रतिसादाचा अभ्यास केला जातो.

सूक्ष्म अर्थशास्त्र हे उत्पादनाची रचना, उत्पादनाचे संघटन व उत्पादनाचे वितरण या तीन बाबींशी संबंधित असते. यात उपभोक्त्यांच्या वर्तनाचा सिद्धांत, व्यवसायसंस्थेचा सिद्धांत, मूल्य सिद्धांत वगैरेंचा समावेश होतो. उपभोक्ता–कुटुंबे, साधनसामग्रीचे मालक, व्यवसायसंस्था अशा निर्णयाचे एकक असलेल्या वैयक्तिक घटकांचा यात अभ्यास केला जातो.

प्रा. बोल्डिंग यांच्या मते, ''सूक्ष्म अर्थशास्त्र हा विशिष्ट व्यवसायसंस्था, विशिष्ट कुटुंब, वैयक्तिक किंमती, वेतन, उत्पन्न, वैयक्तिक उद्योग, विशिष्ट वस्तू यांचा अभ्यास होय.''

(Micro economics is the study of particular firm, particular household, individual prices, wages, incomes, individuals industries, particular commodities - Prof. Boulding.)

बाजार ही सूक्ष्म अर्थशास्त्रातील मध्यवर्ती संकल्पना आहे आणि सीमांत विश्लेषण हे मूलभूत साधन आहे. सूक्ष्म आर्थिक सिद्धांतास किंमत सिद्धांत किंवा मूल्य सिद्धांत असेही म्हटले जाते.

१.१.२ सूक्ष्म अर्थशास्त्राचे स्वरूप (Nature of Micro Economics) :

सूक्ष्म अर्थशास्त्राचे स्वरूप पुढीलप्रमाणे स्पष्ट करता येईल.

१) वैयक्तिक घटकांचा अभ्यास :

वैयक्तिक घटक किंवा वैयक्तिक घटकाचा लहान समूह यांचा अभ्यास सूक्ष्म अर्थशास्त्रात केला जातो. एक व्यवसायसंस्था, एक कुटुंब, एक उपभोक्ता अशा वैयक्तिक घटकांचा व त्यांच्या वर्तनाचा अभ्यास यात केला जातो.

२) किंमत यंत्रणा हा आधार :

सूक्ष्म अर्थशास्त्राचा आधार किंमत यंत्रणा असून, ही किंमत यंत्रणा मागणी व पुरवठा प्रवाहाच्या मदतीने कार्य करते. मागणी व पुरवठा प्रवाह बाजारात समतोल किंमत निश्चित करण्यास मदत करतात.

३) उपयोगिता व नफा महत्तम हे उद्दिष्ट :

सूक्ष्म अर्थशास्त्राचे मागणीच्या बाजूला उपयोगिता महत्तम करणे हे प्रमुख उद्दिष्ट आहे, तर पुरवठ्याच्या बाजूला नफा महत्तम करणे हे उद्दिष्ट आहे.

४) सूक्ष्म आर्थिक चलांचा अभ्यास :

सूक्ष्म व समग्रलक्षी अर्थशास्त्रात विविध आर्थिक चलांचा (economic variables) अभ्यास केला जातो. सूक्ष्म अर्थशास्त्रात एका वस्तूची किंमत, एका वस्तूची मागणी, एका वस्तूचा पुरवठा अशा सूक्ष्म आर्थिक चलांचा अभ्यास केला जातो.

५) समुच्चयनाच्या किंवा एकत्रीकरणाच्या तत्त्वाशी संबधित :

सूक्ष्म अर्थशास्त्र समुच्चयनाच्या किंवा एकत्रीकरणाच्या तत्त्वाशी (Phenomena of aggregation) संबंधित आहे. सूक्ष्म आर्थिक दृष्टिकोणातील समूच्चयन (aggregation) संकल्पना ही समग्रलक्षी अर्थशास्त्रातील समूच्चयन संकल्पनेपेक्षा वेगळी आहे. सूक्ष्म अर्थशास्त्रात एकजिनसी लक्षणे असलेल्या घटकांचे समुच्चयन होते. उदा. सूक्ष्म अर्थशास्त्रातील उद्योग (industry) ही संकल्पना समुच्चय संकल्पना आहे. एकजिनशी वस्तूंचे उत्पादन करणाऱ्या व्यवसायसंस्थांच्या समूहास उद्योग म्हटले जाते. अशाच प्रकारे बाजाराची मागणी ही दिलेल्या उत्पादनाच्या बाजारातील एकूण उपभोक्त्यांच्या मागणीची बेरीज असते.

६) आंशिक समतोल विश्लेषण :

सूक्ष्म अर्थशास्त्र हे आंशिक समतोल विश्लेषणावर आधारित आहे. त्याच्या आधारे एक व्यवसायसंस्था किंवा एक उद्योग अशा वैयक्तिक घटकांच्या समतोलाच्या अटी स्पष्ट केल्या जातात.

७) गृहितांचा अधिक प्रमाणात वापर :

सूक्ष्म अर्थशास्त्र व्यक्तींच्या विवेकी वर्तनाशी संबंधित अशा वेगवेगळ्या गृहीतांवर आधारित आहे. सूक्ष्म अर्थशास्त्रात समग्रलक्षी अर्थशास्त्राच्या तुलनेत गृहीतांचा वापर अधिक प्रमाणात केला जातो.

८) स्थितिशील विश्लेषण :

सूक्ष्म अर्थशास्त्र हे स्थितिशील विश्लेषण आहे. इतर परिस्थिती कायम आहे असे मानून मागणी, पुरवठा वगैरे बाबतचे सिद्धांत यात मांडण्यात आले आहेत.

१.१.३ सूक्ष्म अर्थशास्त्राची व्याप्ती (Scope of Micro Economics) :

सूक्ष्म अर्थशास्त्राची व्याप्ती किंवा या अर्थशास्त्रात अभ्यासल्या जाणाऱ्या अभ्यासविषयांची माहिती पुढे दिली आहे.

१) मागणी विश्लेषण (Demand Analysis) :

सूक्ष्म अर्थशास्त्रात मागणी विश्लेषणाचा अभ्यास केला जातो. व्यवसायसंस्थेच्या दृष्टीने मागणी हा घटक फार महत्त्वाचा असतो. व्यवसायसंस्थेचा आकार व उत्पादनाचे प्रमाण मागणीवर अवलंबून असते. बाजारातील मागणीला अनुसरून उत्पादनविषयक निर्णय घेतले जातात. मागणी ही अनेक घटकांवर अवलंबून असते. मागणीचे निर्धारक घटक, मागणीची लवचिकता, मागणीचा पूर्वअंदाज, मागणीतील बदल अशा मागणीशी संबंधित घटकाचा अभ्यास सूक्ष्म अर्थशास्त्रात केला जातो.

२) उत्पादन फलन (Production Function) :

वस्तूचे उत्पादन करण्यासाठी अनेक आदानांचा (Input) वापर करावा लागतो. आदान आणि प्रदान किंवा उत्पादन (output) यामधील संबंधाचा अभ्यास उत्पादन फलनाद्वारे केला जातो. उत्पादन हे अनेक आदानांचे फलन असल्याने आदानात बदल झाल्यास उत्पादनातही बदल होतो. एका उत्पादन घटकाऐवजी दुसरा उत्पादन घटक वापरल्यास किंवा ज्या प्रमाणात उत्पादन घटक एकत्र आणले जातात, त्या प्रमाणात बदल केल्यास उत्पादनावर परिणाम होतो. याच्याशी संबंधित बदलत्या प्रमाणाचा नियम, उत्पादनमानाचे प्रतिफल अशा बाबींचा अभ्यास सूक्ष्म अर्थशास्त्रात केला जातो.

३) बाजार रचना (Market Structure) :

वस्तूंचे ग्राहक व विक्रेते यांना एकत्र आणण्याचे कार्य बाजाराद्वारे केले जाते. उत्पादनाचे अंतिम ध्येय उपभोग हे असते. बाजाराद्वारे उत्पादन उपभोक्त्यांपर्यंत पोहोचविले जाते. व्यवसायसंस्था वस्तूंचे उत्पादन करून त्यांची बाजारात विक्री करतात. व्यवसायसंस्थेच्या उत्पादनाचा बाजार कशा स्वरूपाचा आहे, यावर त्या व्यवसायसंस्थेच्या नफ्याचे प्रमाण, त्या व्यवसायसंस्थेस करावी लागणारी स्पर्धा व विक्रीसाठी करावे लागणारे प्रयत्न अवलंबून असतात. स्थान, स्पर्धेचे प्रमाण वगैरेंच्या आधारावर बाजाराचे वर्गीकरण केले जाते. स्पर्धेच्या आधारावर बाजाराचे मक्तेदारी, अल्पविक्रेताधिकार, मक्तेदारीयुक्त स्पर्धा, शुद्ध स्पर्धा, पूर्ण स्पर्धा अशा वेगवेगळ्या प्रकारांत वर्गीकरण केले जाते. व्यवसायसंस्थेस किंमत धोरण आखण्यास व वस्तूच्या पुरवठ्याविषयीचे निर्णय घेण्यास बाजारासंबंधीची माहिती उपयोगी ठरते. सूक्ष्म अर्थशास्त्रात बाजाराचे विविध प्रकार व वेगवेगळ्या बाजार परिस्थितीतील किंमत व उत्पादन निश्चिती याचा अभ्यास केला जातो.

४) उत्पादन घटकांची किंमत निश्चिती (Factor Pricing) :

भूमी, श्रम, भांडवल व उद्योजक किंवा संयोजक हे उत्पादनाचे चार प्रमुख घटक आहेत. या उत्पादन घटकांना मिळणाऱ्या मोबदल्याच्या निश्चितीचा अभ्यास सूक्ष्म अर्थशास्त्रात केला जातो. विभाजनाचा सीमांत उत्पादकता सिद्धांत आणि खंड, वेतन, व्याज व नफा या विषयीचे सिद्धांत यांचा अभ्यास यात केला जातो. घटकांची किंमत निश्चिती ही अनेक दृष्टीने महत्त्वाची असते. राष्ट्रीय उत्पन्नाची विविध उत्पादन घटकात होणारी वाटणी ही घटकांना मिळणाऱ्या मोबदल्यावर अवलंबून असते. उत्पादनाच्या या घटकांची वेगवेगळी अशी वैशिष्ट्ये आहेत. उदा. श्रम हा घटक इतर घटकांपेक्षा वेगळा आहे. श्रमाचा साठा करता येत नाही. तसेच श्रम व श्रमिक हे एकमेकांपासून वेगळे करता येत नाहीत.

५) खर्च व प्राप्ती विश्लेषण (Cost and Revenue Analysis) :

व्यवसायसंस्थेच्या दृष्टीने खर्च व प्राप्ती या दोन्हीही बाबी महत्त्वाच्या असतात. खर्चापेक्षा प्राप्ती जेवढी जास्त तेवढा व्यवसायसंस्थेस मिळणारा नफा जास्त असतो. कमीत कमी खर्चात उत्पादन करण्याचा व्यवसायसंस्थेचा प्रयत्न असतो. स्थिर खर्च, बदलता खर्च, संधी खर्च, एकूण खर्च, सरासरी खर्च, सीमांत खर्च अल्पकालीन खर्च, दीर्घकालीन खर्च अशा खर्चाविषयक संकल्पनांचा अभ्यास सूक्ष्म अर्थशास्त्रात केला जातो. तसेच सीमांत प्राप्ती, सरासरी प्राप्ती, एकूण प्राप्ती याचाही अभ्यास यात केला जातो. वेगवेगळ्या खर्चविषयक संकल्पनातील संबंधाचाही विचार यात केला जातो.

सूक्ष्म अर्थशास्त्रात अनेक आर्थिक सिद्धांताचा अभ्यास केला जातो.

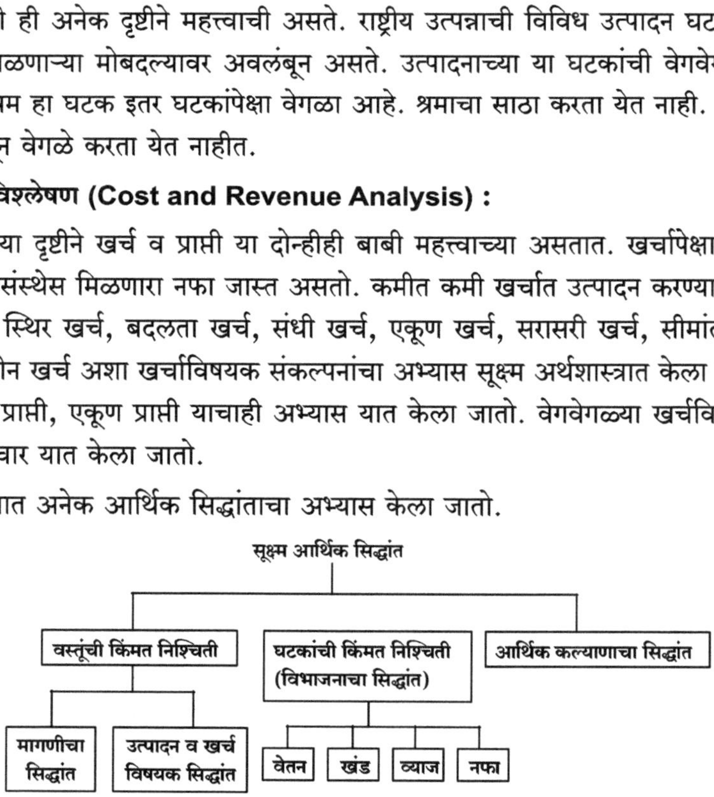

आकृती १.१ : सूक्ष्म आर्थिक सिद्धांत

सूक्ष्म अर्थशास्त्रात अभ्यासल्या जाणाऱ्या सिद्धांताची थोडक्यात माहिती पुढीलप्रमाणे :

१) सूक्ष्म अर्थशास्त्रात वस्तूंच्या किंमत निश्चितीचा अभ्यास केला जातो. याचे उपभोक्त्यांच्या वर्तनाचा सिद्धांत आणि उत्पादन व खर्चविषयक सिद्धांत हे दोन भाग आहेत.

२) वेतन, खंड, व्याज आणि नफा हे चार भाग असलेल्या घटकांच्या किंमत निश्चितीचा सिद्धांत सूक्ष्म अर्थशास्त्रात अभ्यासला जातो.

३) वस्तू व घटकांच्या किंमत निश्चितीबरोबरच आर्थिक कल्याणाच्या अर्थशास्त्राचा अभ्यास सूक्ष्म अर्थशास्त्रात केला जातो.

१.१.४ सूक्ष्म अर्थशास्त्राच्या मर्यादा (Limitations of Micro Economics) :

सूक्ष्म अर्थशास्त्र अनेक दृष्टीने महत्त्वाचे आहे. मात्र, सूक्ष्म अर्थशास्त्र किंवा सूक्ष्म आर्थिक विश्लेषणाच्या बाबतीत काही मर्यादा आहेत. या मर्यादा पुढीलप्रमाणे :

१) अवास्तव गृहीतांवर आधारित :

सूक्ष्म अर्थशास्त्र हे पूर्ण रोजगाराच्या गृहीतावर आधारित आहे. पूर्ण रोजगाराचे गृहीत अवास्तव आहे. अवास्तव गृहीतावर आधारलेले विश्लेषण वास्तवापासून दूर असल्याने या विश्लेषणाला मर्यादा पडते.

२) संपूर्ण अर्थव्यवस्थेच्या कार्यपद्धतीचे विवेचन नाही :

सूक्ष्म अर्थशास्त्र विशिष्ट आर्थिक घटकांचा स्वतंत्रपणे अभ्यास करते. यातून आर्थिक व्यवस्थेच्या एका भागाचे स्पष्टीकरण मिळते. मात्र, संपूर्ण अर्थव्यवस्थेच्या कार्यपद्धतीचे स्पष्टीकरण सूक्ष्म अर्थशास्त्रातून मिळत नाही.

३) व्यावहारिक उपयुक्तता मर्यादित :

सूक्ष्म आर्थिक सिद्धांतात निरंकुशतेचे धोरण व शुद्ध भांडवलशाही या गोष्टी गृहीत धरल्या जातात. परंतु प्रत्यक्ष व्यवहारात आज शुद्ध भांडवलशाही आढळत नसल्याने सूक्ष्म अर्थशास्त्राची व्यावहारिक उपयुक्तता कमी होते.

४) सीमांतवादाची संकल्पना :

सूक्ष्म आर्थिक सिद्धांत सीमांतवादाच्या (marginalism) तत्त्वावर आधारित आहेत. या सिद्धांतात सीमांत उपयोगिता, सीमांत खर्च, सीमांत उत्पादन, सीमांत प्राप्ती अशा संकल्पना मांडलेल्या आहेत. या संकल्पना एकूण बदलातील थोडासा बदल स्पष्ट करतात. सीमांत उपयोगिता व किंमत समान करून उपभोक्ता आपले समाधान महत्तम करतो. उत्पादक सीमांत खर्च व सीमांत प्राप्ती समान करून अधिक नफा मिळवितो. अशा प्रकारे समतोलाच्या अटी या सिद्धांतात स्पष्ट केलेल्या आहेत. मात्र, व्यवहारात असा सीमांत दृष्टिकोण स्पष्टपणे समजणे अवघड असते.

५) कक्षेबाहेरील आर्थिक समस्या :

काही आर्थिक समस्या अशा आहेत की, ज्यांचे विश्लेषण सूक्ष्म अर्थशास्त्राच्या आधारे करता येत नाही. चलनविषयक धोरण, राजकोषीय धोरण, सार्वजनिक आयव्यय अशा काही बाबी सूक्ष्म अर्थशास्त्राच्या कक्षेबाहेर आहेत.

६) फसगत करणारे सामान्यीकरण :

व्यक्तीगत घटकाच्या बाबतीतील निष्कर्ष जसेच्या तसे समूहाला लागू करता येत नाहीत. मात्र, ते समूहाला लागू केल्यास त्यातून विरोधाभास निर्माण होतात. त्यामुळे सूक्ष्म पातळीवर काढलेले निष्कर्ष समूहाला लागू

करताना काळजी घ्यावी लागते. बचतीचा विरोधाभास, वेतन कपातीचा विरोधाभास ही अशा विरोधाभासाची काही उदाहरणे आहेत. वैयक्तिक पातळीवर किंवा एका व्यक्तीच्या बाबतीत बचत करणे हा गुण ठरतो. परंतु संपूर्ण अर्थव्यवस्थेचा विचार केल्यास तो अवगुण ठरतो. कारण लोकांनी अधिक बचत केल्यास उपभोगात घट होऊन मागणी कमी होते. त्यातून उत्पादन व रोजगार यात घट होऊन अर्थव्यवस्थेत मंदी येण्याची शक्यता असते. त्यातून लोकांचे उत्पन्न घटून बचत कमी होते. याचाच अर्थ एका व्यक्तीने अधिकाधिक बचत केल्यास तिची बचत वाढते. मात्र, समाजातील अधिकाधिक लोकांनी बचत करण्याचा प्रयत्न केल्यास प्रत्यक्षात मात्र कमी बचत केली जाते. हा बचतीचा विरोधाभास होय.

अशा प्रकारच्या मर्यादा सूक्ष्म अर्थशास्त्राच्या बाबतीत आढळून येतात. मात्र, असे असले तरी सूक्ष्म अर्थशास्त्र हे अनेक दृष्टीने महत्त्वाचे आहे. तसेच अनेक सूक्ष्म आर्थिक अभ्यास समग्रलक्षी आर्थिक प्रश्नांवर प्रकाश टाकतात.

१.२ दुर्मिळता आणि निवडीचे मूलभूत आर्थिक प्रश्न : (The Basic Economic Problems of Scarcity and Choice)

मानवाच्या गरजा अमर्याद आहेत. परंतु त्या गरजा पूर्ण करण्यासाठी असलेली भूमी, नैसर्गिक साधनसामग्री, कच्चा माल, भांडवली साधने वगैरे उत्पादन साधनसामग्री दुर्मिळ व मर्यादित आहे. ज्या उत्पादन साधनसामग्रीच्या साहाय्याने वस्तू व सेवांचे उत्पादन केले जाते ती साधनसामग्री मर्यादित असल्याने मानवी गरजा पूर्ण करणाऱ्या वस्तू व सेवा मर्यादित आहेत. मर्यादित साधनसामग्रीचा प्रश्न हा व्यक्तीपुरताच मर्यादित नाही, तर एकूण समाजाच्या दृष्टीनेही तो महत्त्वाचा आहे. दुर्मिळ साधनसामग्रीचा महत्तम समाधान मिळविण्याच्या दृष्टीने कसा वापर करायचा असा प्रश्न निर्माण होतो. यालाच सर्वसामान्यपणे आर्थिक प्रश्न म्हणतात. भांडवलशाही अर्थव्यवस्था असो, की समाजवादी अर्थव्यवस्था असो त्या प्रत्येक अर्थव्यवस्थेला गरजांच्या तुलनेत साधनसामग्री दुर्मिळ व मर्यादित असण्याच्या प्रश्नाला तोंड द्यावे लागते.

अशा प्रकारे मानवी गरजांच्या तुलनेत साधनसामग्री मर्यादित असल्याने आर्थिक प्रश्न निर्माण होतात. भारतीय अर्थव्यवस्थेच्या संदर्भात मानवी गरजांच्या तुलनेत साधनसामग्रीची दुर्मिळता मोठ्या प्रमाणात आढळून येते. देशातील फार मोठ्या लोकसंख्येची राहणीमानाची पातळी खालावलेली आहे. मात्र, अमेरिकेसारख्या विकसित देशांनाही दुर्मिळतेच्या प्रश्नांना तोंड द्यावे लागते. साधनसामग्रीच्या तुलनेत मानवी गरजा जास्त असतील, तर दुर्मिळतेचा आर्थिक प्रश्न आढळून येतो. साधनसामग्री मर्यादित असल्याने उपलब्ध साधनसामग्रीचा कार्यक्षम व पर्याप्त वापर होणे गरजेचे असते. असे झाले तर लोकांना शक्य तितके महत्तम समाधान मिळवून देता येते.

साधनसामग्री मर्यादित असल्याने व गरजा अमर्याद असल्याने सर्व गरजा पूर्ण करता येत नाहीत. त्यामुळे कोणत्या गरजा पूर्ण करावयाच्या याची निवड करावी लागते. संपूर्ण अर्थव्यवस्थेच्या बाबतीत निवडीचा प्रश्न म्हणजे कोणत्या वस्तू व सेवांचे किती प्रमाणात उत्पादन करावे हे ठरविण्याशी संबंधित असतो. प्रसिद्ध अर्थशास्त्रज्ञ लॉर्ड रॉबिन्स यांनी अर्थशास्त्राची व्याख्या मूलभूत आर्थिक प्रश्नांच्या संदर्भात दिलेली आहे. त्यांच्या मते, **''अर्थशास्त्र हे अमर्याद गरजा आणि मर्यादित परंतु पर्यायी उपयोगाची साधनसामग्री याच्याशी संबंधित मानवी वर्तनाचा अभ्यास करणारे शास्त्र आहे.''**

(Economics is a science which studies human behaviour as a relationship between ends and scarce resources which have alternative uses - Lord Robbins)

दुर्मिळ साधनसामग्रीचा वापर व वाटणी अशा प्रकारे झाली पाहिजे की, त्यामुळे समाधान महत्तम करणे शक्य होईल. मर्यादित साधनसामग्रीच्या साहाय्याने गरजेच्या मानाने कमी प्रमाणात वस्तू उत्पादित होत असल्याने समाजातील लोकांमध्ये त्या उत्पादनाची वाटणी कशी करावी हे ठरवावे लागते.

अर्थव्यवस्थेपुढील मूलभूत आर्थिक प्रश्न :

साधनसामग्रीच्या दुर्मिळतेतून विविध मूलभूत आर्थिक प्रश्न निर्माण होतात. मानवी गरजा पूर्ण करण्यासाठी आवश्यक असलेली साधनसामग्री मर्यादित असते तेव्हा अशा साधनसामग्रीच्या दुर्मिळतेतून निर्माण होणाऱ्या प्रश्नास आर्थिक प्रश्न असे म्हणतात. या प्रश्नांची प्रत्येक अर्थव्यवस्थेला सोडवणूक करावी लागते. या मूलभूत आर्थिक प्रश्नांनाच अर्थव्यवस्थेपुढील मध्यवर्ती प्रश्न असेही म्हणतात. या मूलभूत आर्थिक प्रश्नांचे स्पष्टीकरण पुढीलप्रमाणे देता येईल.

१) कोणत्या वस्तूंचे उत्पादन करावे :

कोणत्या वस्तूंचे व किती प्रमाणात उत्पादन करावे हा अर्थव्यवस्थेपुढील महत्त्वाचा मूलभूत आर्थिक प्रश्न आहे. साधनसामग्री मर्यादित असल्याने त्या साधनसामग्रीच्या साहाय्याने कोणत्या वस्तूचे व किती प्रमाणात उत्पादन करावे हे ठरवावे लागते. युद्धोपयोगी साहित्याचे उत्पादन करावे की लोकांच्या उपभोगाच्या वस्तूंचे उत्पादन करावे, याची निवड करण्याबरोबरच समाजाला शेकडो वस्तूंमधून आवश्यक वस्तूंची निवड करून त्या वस्तूंच्या उत्पादनाकडे साधनसामग्री वळवावी लागते.

जीवनावश्यक वस्तूंचे उत्पादन करावे की चैनीच्या वस्तूंचे उत्पादन करावे हे ठरविण्याचा प्रश्न भारतीय अर्थव्यवस्थेच्या बाबतीत महत्त्वाचा आहे. तसेच उपभोग्य वस्तू व भांडवली वस्तू किती प्रमाणात उत्पादित कराव्यात या बाबतीतही निवड करावी लागते. आर्थिक वृद्धीच्या दृष्टीने साधनसामग्रीची उपभोग्य वस्तू व भांडवली वस्तू यांमधील वाटणी महत्त्वाची असते कारण आर्थिक वृद्धीसाठी मोठ्या प्रमाणात भांडवली वस्तूंची उपलब्धता महत्त्वाची असते. उपभोग्य व भांडवली वस्तूंचे उत्पादन किती प्रमाणात करावे हे ठरविण्याबरोबरच कोणत्या भांडवली वस्तूचे उत्पादन करावे हे ठरवावे लागते.

समाजाला रेडिओ, सायकल, मोटार, मालट्रक, गहू, ज्वारी, तांदूळ, लोखंड व पोलाद, सिमेंट, साबण अशा लाखो वस्तूंमधून कोणत्या वस्तूंचे उत्पादन करावे हे ठरवावे लागते. त्याचबरोबर प्रत्येक वस्तूचे किती प्रमाणात उत्पादन करावे हेही ठरवावे लागते. बहुतेक सर्वच वस्तूंचे उत्पादन करावे लागत असल्याने या वस्तूंचे किती प्रमाणात उत्पादन करावे हे ठरविण्याचाच प्रश्न विचारात घेऊन त्याची सोडवणूक करावी लागते.

२) उत्पादन कसे करावे :

कोणत्या वस्तूचे किती प्रमाणात उत्पादन करावे हे ठरविण्याबरोबरच उत्पादन कसे करावे हेही ठरवावे लागते. वस्तूंचे उत्पादन करण्यासाठी कोणत्या पद्धती व तंत्राचा वापर करावा हे ठरवावे लागते. भांडवल व श्रम या उत्पादन घटकाच्या वेगवेगळ्या संयोगाचा वापर करून तयार होणाऱ्या विविध तंत्रापैकी योग्य तंत्राची निवड करावी लागते. श्रम प्रधान व भांडवल प्रधान तंत्रापैकी योग्य तंत्राची निवड उपलब्ध घटकांना अनुसरून करावी लागते. उदा. कापडाचे उत्पादन हातमाग किंवा शक्तीमाग किंवा आधुनिक कापड गिरण्यात वापरण्यात येणाऱ्या

स्वयंचलित मागाच्या साहाय्याने करता येते. हातमागाच्या सहाय्याने उत्पादन करताना श्रम प्रधान तंत्राचा वापर केला जातो, तर स्वयंचलित मागाच्या साहाय्याने उत्पादन करताना भांडवल प्रधान तंत्राचा अवलंब केला जातो.

वस्तूंच्या उत्पादनासाठी कोणत्या तंत्राचा वापर करावा हे उत्पादन घटकांची उपलब्धता व त्यांच्या तुलनात्मक किमती यांच्या आधारे ठरविले जाते. उत्पादन घटक दुर्मिळ व मर्यादित असल्याने वस्तूंचे उत्पादन अधिक कार्यक्षम पद्धतीने करणे आवश्यक असते.

३) उत्पादन कोणासाठी करावे :

उत्पादन कोणासाठी करावे याचा अर्थ उत्पादित झालेल्या वस्तूंची समाजातील विविध लोकांमध्ये कशा प्रकारे वाटणी करावी हा आहे. सर्व लोकांच्या सर्व गरजा पूर्ण करणे साधनसामग्रीच्या दुर्मिळतेमुळे शक्य नसते. कोणाला व किती प्रमाणात राष्ट्रीय उत्पादनातील वाटा मिळावा हे ठरवावे लागते. बाजार अर्थव्यवस्थेत व्यक्तीच्या पैशातील उत्पन्नावर ती व्यक्ती किती प्रमाणात वस्तू व सेवा विकत घेऊ शकते हे अवलंबून असते. साहजिकच उत्पन्नाच्या वाटणीत विषमता असेल, तर राष्ट्रीय उत्पादनाच्या वाटणीतही विषमता आढळते. लोकांना त्यांनी केलेले काम व त्यांच्याकडील मालमत्ता यापासून उत्पन्न मिळते. राष्ट्रीय उत्पन्नाची कशा प्रकारे वाटणी केली जाते हा अर्थशास्त्र व राज्यशास्त्राच्या क्षेत्रातील ज्वलंत विषय आहे.

४) साधनसामग्रीचा पूर्णपणे वापर केला जातो का :

साधनसामग्री दुर्मिळ व मर्यादित असल्याने तिचा पूर्णपणे वापर केला जाणे आवश्यक असते. समाजातील लोकांच्या अधिकाधिक गरजा पूर्ण करण्यासाठी उपलब्ध साधनसामग्रीचा पूर्णपणे वापर करून अधिकाधिक वस्तू व सेवांचे उत्पादन केले पाहिजे. साधनसामग्री जेव्हा पूर्णपणे वापरली जात नाही तेव्हा साधनसामग्रीचा अपव्यय होतो. उपलब्ध उत्पादन क्षमतेचा कमी वापर होतो व त्यामुळे कमी प्रमाणात वस्तू व सेवांचे उत्पादन होते. लॉर्ड केन्स यांनी राष्ट्रीय उत्पन्न प्रभावी मागणीवर अवलंबून असल्याचे स्पष्ट केले आहे. साधनसामग्रीचा उत्पादन कार्यातील वापर आणि राष्ट्रीय उत्पन्नाची पातळी संबंधीचे स्पष्टीकरण हे समग्रलक्षी अर्थशास्त्राशी संबंधित आहे.

५) अर्थव्यवस्थेची वस्तू व सेवांचे उत्पादन करण्याची क्षमता वाढते आहे का :

अर्थव्यवस्थेपुढील मूलभूत आर्थिक प्रश्नापैकी एक महत्त्वाचा प्रश्न म्हणजे अर्थव्यवस्थेची वस्तू व सेवांचे उत्पादन करण्याची क्षमता वाढत आहे की नाही हा आहे. समाजातील लोकांच्या गरजा अमर्याद आहेत. त्या गरजा अधिकाधिक पूर्ण होण्यासाठी अधिकाधिक वस्तू व सेवांचे उत्पादन होणे गरजेचे असते. त्यासाठी अर्थव्यवस्थेची वस्तू व सेवांचे उत्पादन करण्याची क्षमता वाढणे आवश्यक असते. अर्थव्यवस्थेत आर्थिक वृद्धी घडून आल्यास उत्पादन क्षमता व उत्पादन यात वाढ होते. मात्र, आर्थिक वृद्धी घडून येण्यासाठी प्रयत्न करावे लागतात. भांडवलनिर्मितीच्या दरात वाढ करावी लागते. त्यासाठी उपभोगात कपात करून बचतीत वाढ करणे अल्पविकसित देशाच्या दृष्टीने महत्त्वाचे असते.

६) साधनसामग्रीचा कार्यक्षमतेने वापर केला जातो का :

साधनसामग्रीचा पूर्णपणे वापर केला जाणे जसे महत्त्वाचे आहे, तसेच उत्पादन साधनसामग्री अधिकाधिक कार्यक्षमपणे वापरली जाणेही महत्त्वाचे आहे. साधनसामग्रीच्या कार्यक्षम वापराविषयी विचार करताना उत्पादन व वाटणी या दोन बाबींचा विचार करणे आवश्यक आहे. वस्तूंचे उत्पादन कार्यक्षमपणे होणे गरजेचे असते. तसेच उत्पादित वस्तूची वाटणीही कार्यक्षमतेने झाली पाहिजे. तरच साधनसामग्रीचा कार्यक्षम वापर होऊ शकेल.

जेव्हा एखाद्या वस्तूंच्या उत्पादनात वाढ करताना ती इतर वस्तूंच्या उत्पादनात घट करण्याशिवाय शक्य नसेल तेव्हा उत्पादन कार्यक्षमपणे होते आहे असे म्हणता येते. याउलट इतर कोणत्याही वस्तूंच्या उत्पादनात घट न करता एखाद्या वस्तूचे उत्पादन वाढविणे शक्य असेल तर उत्पादनपद्धती तुलनात्मकदृष्ट्या अकार्यक्षम आहे असे म्हणता येते. वाटणीच्या बाबतीतही याच पद्धतीने स्पष्टीकरण देता येईल. उत्पादित वस्तूंची पूनर्वाटणी करून इतर व्यक्तींना मिळणारे समाधान कमी न होता एखाद्या व्यक्तीच्या समाधानात वाढ करता येत असेल तर सध्याची वाटणी अकार्यक्षम आहे असे म्हणता येते. विविध अर्थव्यवस्थांमध्ये उत्पादन व वाटणी याबाबत अकार्यक्षमता आढळते. ही अकार्यक्षमता कमी केल्यास उत्पादन वाढ व वाटणीत सुधारणा घडून येऊ शकते.

अशा प्रकारे वेगवेगळे आर्थिक प्रश्न अर्थव्यवस्थेपुढे असतात. अर्थव्यवस्थेपुढील या मूलभूत आर्थिक प्रश्नांची सोडवणूक करण्यासाठी प्रयत्न करावे लागतात.

१.३ बाजार आणि किंमत यंत्रणा – कार्ये आणि मर्यादा : (Market and Price Mechanism - Functions & Limitations)

बाजार यंत्रणेस किंमत यंत्रणा असेही म्हटले जाते कारण यात किंमती अतिशय महत्त्वाची भूमिका बजावतात. किंमती आणि बाजाराच्या व्यवस्थेमार्फत व्यक्ती, व्यवहार आणि व्यवसाय यांच्यात समन्वय साधण्यासाठीची यंत्रणा म्हणजे बाजार यंत्रणा होय. मुक्त भांडवलशाही अर्थव्यवस्थेत बाजारयंत्रणा महत्त्वपूर्ण भूमिका पार पाडते. बाजार व्यवस्थेत उत्पादन, उपभोग, वाटणी आणि किंमत निश्चिती या बाबतीत एक व्यक्ती किंवा एक संघटना यांचा प्रभाव पडत नाही. स्थूलमानाने बाजार म्हणजे अशी यंत्रणा की ज्या मार्फत ग्राहक व विक्रेते किंमत निश्चित करतात आणि वस्तू व सेवांचा विनिमय करतात. बाजार यंत्रणा किंवा किंमत यंत्रणा यांचा अर्थ स्पष्ट करताना बाजार किंवा किंमती यांचा विचार महत्त्वाचा आहे.

बाजार यंत्रणा म्हणजे अशी यंत्रणा की ज्यामार्फत ग्राहक व विक्रेते एकत्र येऊन बाजारात त्यांच्या मागणी पुरवठ्याद्वारे किंमत निश्चित होते व या किंमती उत्पादन, वाटणी व उपभोग यास मार्गदर्शन करतात. बाजार यंत्रणेमार्फत किंमत कशी निश्चित होते हे आकृती १.२ च्या आधारे स्पष्ट करता येईल.

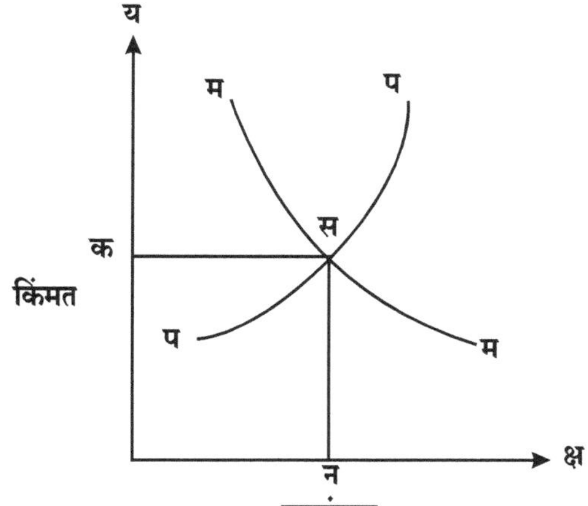

आकृती १.२ : मागणी व पुरवठा याद्वारे किंमत निश्चिती

बाजारात मागणी व पुरवठा याद्वारे किंमत निश्चित होते. जेव्हा मागणी व पुरवठा वक्र एकमेकांना छेदतात तेव्हा समतोल प्रस्थापित होऊन किंमत निश्चित होते. आकृतीत 'स' बिंदूत 'मम' हा मागणी वक्र व 'पप' हा पुरवठा वक्र एकमेकांना छेदून 'अक' ही किंमत निश्चित होते. या स्थितीत 'अन' एवढ्या नगसंख्येचे उत्पादन करण्यासाठी उत्पादन साधनसामग्रीची वाटणी केली जाईल. बाजार यंत्रणा किंमत व साधनसामग्रीची वाटणी ठरविते.

बाजार व्यवस्थेचे कार्य स्पर्धेच्या परिस्थितीत चालते किंबहुना स्पर्धा ही महत्त्वाची अट आहे. कोणत्या वस्तू व सेवांचे उत्पादन करावे, उत्पादन कोणत्या पद्धतीने करावे व उत्पादन कोणासाठी करावे हे तीन आर्थिक प्रश्न सोडविण्याच्या बाबतीत बाजार यंत्रणा मदत करते.

बाजार यंत्रणेची कार्ये (Functions of Market Mechanism) :

बाजार यंत्रणा करीत असलेली महत्त्वाची कार्ये पुढीलप्रमाणे आहेत.

१) साधनसामग्रीची वाटणी :

साधनसामग्रीची विविध वस्तू व सेवांच्या उत्पादनासाठी वाटणी करण्याचे कार्य बाजार यंत्रणा करते. बाजारात मागणी व पुरवठा प्रवाहाद्वारे वस्तूची किंमत निश्चित होते. वस्तूच्या किमती मार्गदर्शकाची भूमिका बजावतात. व्यवसायसंस्था (किंवा उत्पादक) नफ्याच्या प्रेरणेने प्रेरित होऊन उत्पादन कार्यात सहभागी झालेल्या असतात. त्यांना कोणत्या वस्तूचे उत्पादन करावे याचा निर्णय घ्यावा लागतो. ज्या वस्तूला बाजारात मागणी जास्त असते त्या वस्तूच्या किमती जास्त असतात. अशा वस्तूच्या उत्पादनात नफ्याचे प्रमाण जास्त असते. साहजिकच ज्या वस्तूंच्या किमती जास्त आहेत, अशा वस्तूंच्या उत्पादनाकडे साधनसामग्री वळविली जाते.

वस्तूच्या मागणी व पुरवठ्यात झालेल्या बदलानुसार समतोल किमतीत बदल घडून येतो. किमतीत बदल झाल्यास साधनसामग्रीच्या वाटणीत बदल केला जातो. त्यातून साधनसामग्रीची पुनर्वाटणी घडून येते. ज्या वस्तूंच्या किंमती कमी होतात त्या वस्तूंच्या उत्पादनातून साधनसामग्री काढून घेऊन ज्या वस्तूंच्या किमती वाढत आहेत, त्या वस्तूंच्या उत्पादनाकडे ती वळविली जाते. साधनसामग्रीच्या पुनर्वाटणीच्या बाबतीतील बाजार यंत्रणेची कार्यपद्धती आकृती १.३ च्या आधारे स्पष्ट करता येईल.

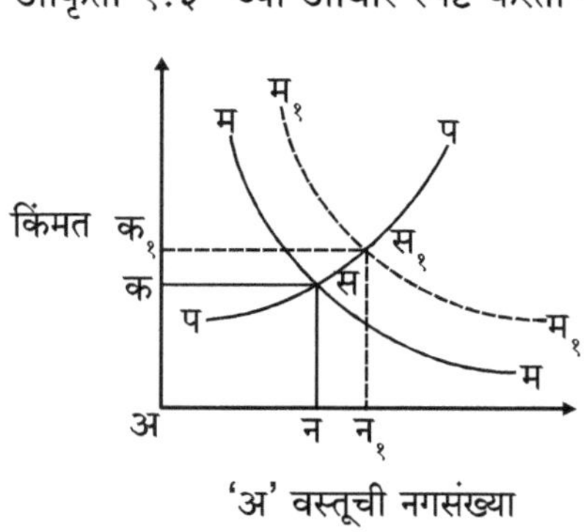

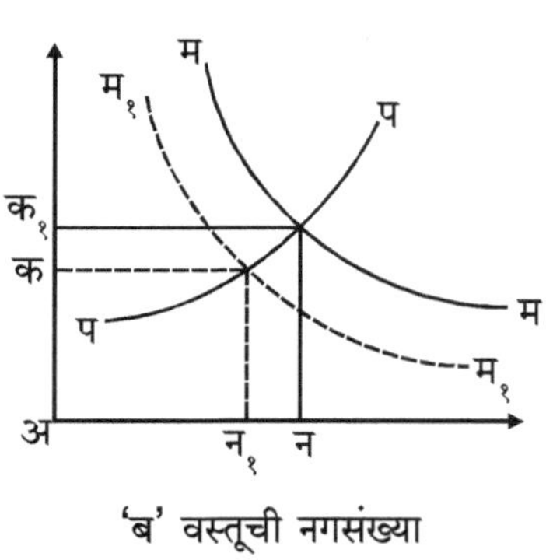

आकृती १.३ : साधनसामग्रीच्या पुनर्वाटणीच्या बाबतीतील बाजार यंत्रणेची कार्यपद्धती

आकृती १.३ (अ) व (ब) च्या आधारे मागणीतील बदलामुळे किमतीवर झालेला परिणाम आणि किमतीतील बदलामुळे होणारी साधनसामग्रीची पुनर्वाटणी स्पष्ट करता येते. आकृती 'अ' मध्ये 'अ' वस्तूच्या मागणीत वाढ

झाल्यामुळे मागणी व पुरवठ्याचा समतोल बदलून तो 'स$_{१}$' या बिंदूत प्रस्थापित होतो, त्यामुळे 'अ' वस्तूची किंमत 'अक' वरून 'अक$_{१}$' पर्यंत वाढलेली दिसते. त्यामुळे 'अ' वस्तूचे अधिक नगसंख्येने उत्पादन करण्यासाठी साधनसामग्री त्या वस्तूच्या उत्पादनाकडे वळविली जाते. 'अ' वस्तूचे मागणी वाढण्यापूर्वी 'अन' एवढे उत्पादन केले जात होते. आता 'अ' वस्तूचे अधिक उत्पादन करण्यासाठी या वस्तूच्या उत्पादनाकडे श्रम, कच्चा माल वगैरे साधनसामग्री वळविली जाते. जर उपलब्ध साधनसामग्री पूर्णपणे वापरली जात असेल, तर 'अ' वस्तूच्या उत्पादनासाठी साधनसामग्री उपलब्ध करण्यासाठी इतर काही वस्तूंच्या उत्पादन कार्यातून ती काढून घेणे आवश्यक असते.

आकृती 'ब' मध्ये वस्तूची मागणी कमी झाल्यामुळे मागणी-पुरवठ्याचा पूर्वीचा समतोल बदलून तो 'म' या नवीन बिंदूत प्रस्थापित झालेला आहे. 'ब' वस्तूची मागणी कमी झाल्यामुळे या वस्तूचे उत्पादन 'अन' वरून 'अन$_{१}$' पर्यंत कमी होते. 'ब' वस्तूच्या उत्पादन कार्यातून साधनसामग्री काढून घेऊन ती 'अ' वस्तूच्या उत्पादनासाठी उपलब्ध केली जाते. अशा प्रकारे बाजार यंत्रणेमार्फत साधनसामग्रीची पुनर्वाटणी घडून येते.

२) राष्ट्रीय उत्पादनाची वाटणी :

एकूण वस्तू व सेवांची वाटणी ही राष्ट्रीय उत्पन्नाच्या विभागणीवर अवलंबून असते. जर राष्ट्रीय उत्पन्नाची वाटणी असमान असेल, तर राष्ट्रीय उत्पादनाची वाटणीही असमान असते. वाटणीच्या प्रक्रियेत दोन पायऱ्यांचा समावेश होतो. पहिली पायरी म्हणजे पैशातील उत्पन्नाची वाटणी ही होय, तर वस्तू व सेवांची वेगवेगळ्या व्यक्ती किंवा ग्राहकांमधील विभागणी ठरविणे ही दुसरी पायरी होय.

व्यक्तींना काम करून किंवा भूमी, भांडवल, घरे यांसारख्या मालमत्तेच्या सेवा पुरवून उत्पन्न मिळते. याचाच अर्थ कामापासून मिळणारे उत्पन्न व मालमत्तेपासूनचे उत्पन्न या दोन स्रोतांपासून उत्पन्न मिळते. श्रमिकांकडून उत्पादनात जी भर टाकली जाते, त्यानुसार त्याला उत्पादकाकडून उत्पन्न मिळते. श्रमिकाला मिळणारे उत्पन्न त्याच्या सीमांत उत्पादकतेइतके असते. तसेच भूमी व भांडवल यांच्या मालकाला त्यांच्या साधनसामग्रीच्या सीमांत उत्पादनाच्या मूल्याइतका मोबदला मिळतो. वेतन, खंड, व्याज व नफा या उत्पादन घटकांच्या किमती आहेत. ज्याप्रमाणे बाजारात वस्तूची किंमत बाजारातील मागणी पुरवठ्यावरून ठरते, तसेच उत्पादन घटकांच्या मागणी पुरवठ्यावरून त्यांची बाजारातील किंमत निश्चित होते. अशा प्रकारे बाजारयंत्रणा विविध व्यक्तींचे उत्पन्न आणि त्यांचा उत्पादनातील वाटा निश्चित करते. व्यक्तीला उत्पन्न किती मिळेल हे त्या व्यक्तीचे काम, घटकांच्या किमती आणि भूमी व भांडवल या स्वरूपात ती किती मालमत्ता धारण करते यावर अवलंबून असते. ज्या व्यक्तीकडे मोठ्या प्रमाणात मालमत्ता असते त्यांना अधिक उत्पन्न मिळते. भांडवलशाही अर्थव्यवस्थेत मालमत्तेच्या मालकीच्या बाबतीत विषमता असल्याने उत्पन्नात विषमता असते.

व्यक्ती किंवा ग्राहक यांच्यातील वस्तू व सेवांची विभागणी ही वाटणीच्या प्रक्रियेतील दुसरी पायरी होय. ज्या व्यक्तीचे उत्पन्न कमी असते त्यांना राष्ट्रीय उत्पादनातील कमी वाटा मिळतो. गरीब लोकांना अधिक पैसे खर्च करता येत नसल्याने ते महाग वस्तू विकत घेऊ शकत नाहीत. त्यांना जीवनावश्यक वस्तूही पुरेशा प्रमाणात उपलब्ध होत नाहीत. उत्पादन घटकांच्या किमतीबरोबरच वस्तूंच्या किमतीही राष्ट्रीय उत्पादनातील प्रत्येक व्यक्तीचा वाटा निश्चत करतात. वस्तूच्या किमती जास्त असतील, तर व्यक्तीला कमी प्रमाणात वस्तू मिळतात.

कोणत्या वस्तूचे उत्पादन केले जावे हे, तसेच राष्ट्रीय उत्पादनातील प्रत्येक व्यक्तीचा वाटा ठरविण्याचे कार्य बाजार यंत्रणा करते. त्याचबरोबर कोणत्या पद्धतीने उत्पादन करावे हे सुद्धा बाजार यंत्रणेमार्फत निश्चित केले जाते.

३) उत्पादनाची पद्धती :

भांडवलशाही अर्थव्यवस्थेत वस्तूचे उत्पादन करणारे उत्पादक अधिकाधिक नफा कसा मिळविता येईल याचा विचार करतात. उत्पादनाचा खर्च व प्राप्ती यामधील फरक म्हणजे नफा होय. त्यामुळे या दोन्हीतील फरक जेवढा जास्त असेल व खर्चापेक्षा प्राप्ती जास्त असेल तेवढा नफा अधिक असतो. उत्पादक कमीत कमी खर्चात उत्पादन करण्याचा प्रयत्न करतात. त्यामुळे विशिष्ट वस्तूचे उत्पादन करण्यासाठी उत्पादक अशा तंत्राचा किंवा पद्धतीचा वापर करतात किंवा साधनसामग्रीचा असा संयोग वापरतात की, ज्याद्वारे कमीत कमी खर्चात उत्पादन करता येईल. जर श्रम हा घटक इतर घटकांच्या तुलनेने स्वस्त असेल, तर उत्पादकाकडून श्रम प्रधान उत्पादन पद्धतीचा वापर केला जाईल. याउलट जर भांडवल स्वस्त असेल, तर भांडवल प्रधान उत्पादन पद्धतीची निवड केली जाईल. उत्पादन खर्च कमीत कमी असावा यासाठी उत्पादक विविध उत्पादन घटकाचा वापर अशा प्रमाणात करतात की,

$$\frac{\text{‘अ’ घटकाची सीमांत उत्पादकता}}{\text{‘अ’ घटकाची किंमत}} = \frac{\text{ब’ घटकाची सीमांत उत्पादकता}}{\text{‘ब’ घटकाची किंमत}}$$

आणि अशाच प्रकारे इतरही घटकाची सीमांत उत्पादकता व त्यांची किंमत यांचे गुणोत्तर समान असेल.

उत्पादनाची महत्तम कार्यक्षमता म्हणजेच कमीत कमी खर्चात उत्पादन केले जाणे हे समाजाच्या दृष्टीनेही महत्त्वाचे असते कारण त्यामुळे दुर्मिळ साधनसामग्रीचा अधिक चांगल्या प्रकारे वापर केला जातो.

अशा प्रकारे बाजार यंत्रणा कोणत्या वस्तूचे उत्पादन करावे, उत्पादन कोणत्या पद्धतीने करावे व उत्पन्नाची विभागणी ठरविण्याचे कार्य करते. याचाच अर्थ महत्त्वाचे असे प्रश्न बाजारयंत्रणेद्वारे सोडविले जातात. बाजारयंत्रणेद्वारे सोडविल्या जात असलेल्या प्रश्नांची चर्चा येथे स्वतंत्रपणे केलेली असली तरी हे सर्व प्रश्न एकाच वेळी सोडविले जातात. आर्थिक व्यवस्था ही प्रत्येकाचे ग्राहक व विक्रेते असलेल्या एकमेकांशी संबंधित अशा बाजाराचा संच आहे. विविध बाजारात ग्राहक आणि विक्रेते म्हणून भूमिका बजावणाऱ्या उपभोक्ते, श्रमिक, संयोजक वगैरेच्या लक्षावधी निर्णयाद्वारे प्रश्न एकाचवेळी सोडविले जातात. आकृती १.४ च्या आधारे हे अधिक चांगल्या प्रकारे स्पष्ट करता येईल.

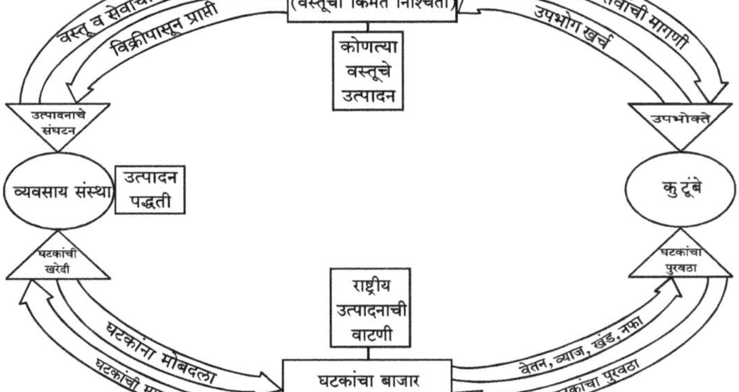

आकृती १.४ : बाजारयंत्रणेद्वारे मुक्त भांडवलशाही अर्थव्यवस्थेचे कार्य

आकृती १.४ मध्ये दिलेल्या माहितीवरून हे स्पष्ट होते की, मुक्त भांडवलशाही अर्थव्यवस्थेचे कार्य बाजारयंत्रणेमार्फत चालते. वस्तू बाजारात वस्तूंची किंमत निश्चित होते. वस्तूंच्या किमती कोणत्या वस्तूचे उत्पादन करावे हे ठरविण्यास मार्गदर्शन करतात. व्यवसायसंस्था घटक बाजारात निश्चित झालेल्या घटकांच्या किमतीच्या आधारे उत्पादन कोणत्या पद्धतीने करावे हे ठरवितात. घटक बाजारात घटकांची किंमत निश्चित होते. राष्ट्रीय उत्पादनाची वाटणीही ठरते. वस्तू बाजारातील मागणी व पुरवठा प्रवाह विविध वस्तूच्या उत्पादनासाठी होणारी साधनसामग्रीची वाटणी निश्चित करतात.

बाजार यंत्रणेच्या मर्यादा (Limitations of Market Mechanism) :

बाजार यंत्रणा मुक्त भांडवलशाही अर्थव्यवस्थेत महत्त्वपूर्ण कार्ये करीत असली तरी आधुनिक काळात बाजार यंत्रणा परिणामकारकपणे व कार्यक्षमतेने कार्य करीत नाही. बाजार यंत्रणा अनेक बाबतीत अपयशी ठरते. बाजार यंत्रणेच्या कार्यपद्धतीत अनेक उणिवाही आहेत. बाजार यंत्रणेच्या मर्यादांची माहिती पुढीलप्रमाणे देता येईल.

१) किमान सामाजिक खर्चात महत्तम सामाजिक समाधान अशक्य :

मुक्त बाजार पद्धती किमान सामाजिक खर्चात महत्तम सामाजिक समाधानाची हमी देत नाही. ज्या ग्राहकांना वस्तूच्या उपभोगापासून अधिक समाधान मिळेल त्यांना उत्पादित वस्तू मिळाल्या तर महत्तम सामाजिक समाधान शक्य होईल. मात्र, बाजारयंत्रणेद्वारे ज्या व्यक्ती वस्तू विकत घेण्यासाठी पैसे खर्च करण्यास तयार आहेत, त्यांनाच वस्तू वितरित केल्या जातात. व्यक्तीच्या गरजांचा विचार केला जात नाही. वस्तूंची क्षमता तत्त्वाच्या आधारे होणारी वाटणी समाजातील लोकांच्या महत्तम समाधानाची खात्री देत नाही.

२) उपभोक्त्याचे सार्वभौमत्व मर्यादित :

मुक्त बाजार व्यवस्थेत उपभोक्ता हा राजा असतो. कोणत्या वस्तूचे व किती प्रमाणात उत्पादन करावे हे उपभोक्त्याची इच्छा ठरविते. स्पर्धेचे अस्तित्व व ग्राहकांचे सार्वभौमत्व यामुळे वस्तूची किंमत किमान पातळीपर्यंत खाली येते. मात्र, प्रत्यक्ष व्यवहारात अशी स्थिती आढळत नाही. मोठे व्यावसायिक, महाकाय कंपन्या आणि मक्तेदार यांची मोठ्या प्रमाणात वाढ झाल्याने स्पर्धेत घट होऊन उपभोक्त्यांचे सार्वभौमत्त्व मर्यादित झालेले आहे.

३) आर्थिक अस्थैर्य व बेकारी :

बाजार यंत्रणेच्या बाबतीतील एक गंभीर स्वरूपाची उणीव म्हणजे बाजार यंत्रणा रोजगाराच्या उच्च व स्थिर पातळीची खात्री देत नाही. तसेच बाजार यंत्रणा किंमत पातळीच्या स्थैर्याचीही हमी देत नाही. बाजार यंत्रणेच्या मुक्त कार्यपद्धतीमुळे आर्थिक व्यवहारात चढउतार निर्माण होतात. तसेच रोजगार व किमती यातही चढउतार होतात. व्यापार चक्रात तेजी व मंदी अनुभवास येते. तेजी व मंदी या दोन्हींचाही अर्थव्यवस्थेतील घटकांना त्रास होतो. स्थिर उत्पन्न गटातील लोकांना चलनवाढीचा अधिक त्रास सहन करावा लागतो. तसेच बचत व गुंतवणूक यांच्यातील समन्वयाच्या अभावामुळे अर्थव्यवस्थेत मोठ्या प्रमाणात अस्थिरता निर्माण होते.

४) विकसनशील देशात वेगाने वृद्धी घडून येण्याची खात्री देत नाही :

भारतासारख्या विकसनशील देशात दारिद्र्य व बेकारी दूर करून लोकांच्या राहणीमानात सुधारणा करण्यासाठी आर्थिक वृद्धी घडून येणे आवश्यक आहे. बाजार यंत्रणा विकसनशील देशात वेगाने व सात्यपूर्ण रीतीने आर्थिक वृद्धी घडून येण्याची हमी देत नाही. या अर्थव्यवस्थांना दारिद्र्याच्या दुष्टचक्रातून बाहेर काढण्यास बाजार यंत्रणा असमर्थ ठरते. आर्थिक वृद्धी घडून येण्यासाठी पायाभूत सुविधांची गरज असते. मात्र, अशा देशात पायाभूत

सुविधांची कमतरता आढळते. खासगी उत्पादनसंस्था वाहतूक, दळणवळण, रस्ते, रेल्वे, ऊर्जा साधने यांच्या विकासासाठी प्रयत्न करीत नाहीत. त्यामुळे अशा देशात वृद्धी घडून येण्यात अडचण येऊ शकते.

५) स्पर्धेचा ऱ्हास आणि त्याचे दुष्परिणाम :

स्पर्धेमुळे लोकांना महत्तम समाधान मिळण्याची हमी मिळते. मात्र, प्रत्यक्ष व्यवहारात स्पर्धा कमी झालेली आढळते. प्रत्यक्ष व्यवहारात मक्तेदारी आणि अल्पविक्रेताधिकार आढळून येतो. काही थोड्या व्यवसायसंस्थांचे उद्योगात वर्चस्व निर्माण होते. गळेकापू स्पर्धा आणि तंत्रज्ञानविषयक प्रगती या दोन घटकांमुळे स्पर्धेचा ऱ्हास होत आहे. आधुनिक तंत्रज्ञानात मोठी भांडवली साधने, मोठा बाजार, मोठ्या प्रमाणात कच्चा माल याची आवश्यकता असते. त्यामुळे मोठ्या व्यवसायसंस्था अस्तित्वात येतात व त्यातून स्पर्धा मर्यादित होते.

६) संपत्ती व उत्पन्नाचे केंद्रीकरण :

मोठ्या उद्योजकांकडे मक्तेदारी शक्तीचे केंद्रीकरण होत असल्याने ते मोठ्या प्रमाणात संपत्ती व मालमत्ता गोळा करतात. त्यामुळे संपत्ती व मालमत्तेच्या वाटपात विषमता निर्माण होते. मुक्त बाजार अर्थव्यवस्थेत काही थोड्या लोकांच्या हाती संपत्ती व मालमत्तेचे केंद्रीकरण होऊन त्यातून आर्थिक विषमता निर्माण होते. ज्यांच्याकडे अधिक पैसा आहे अशा लोकांना आवश्यक असलेल्या वस्तूंचे उत्पादन केले जाते. उत्पन्नाच्या असमान वाटणीचा वस्तूंच्या उत्पादनावर परिणाम झालेला दिसतो. त्यामुळेच मुक्त बाजार अर्थव्यवस्थेत चैनीच्या वस्तूंच्या उत्पादनाला जीवनावश्यक वस्तूंच्या तुलनेत महत्त्व दिले जाते. ज्यांच्याकडे मोठ्या प्रमाणात उत्पन्नाचे केंद्रीकरण झालेले आहे ते चैनीच्या वस्तूची मागणी करतात. त्यामुळे चैनीच्या वस्तूचे उत्पादन मोठ्या प्रमाणात केले जाते, तर जीवनावश्यक वस्तूंचा तुटवडा भासतो. उत्पादनाच्या रचनेवर त्याचा विपरीत परिणाम झालेला दिसतो.

अशा प्रकारच्या मर्यादा बाजार यंत्रणेच्या बाबतीत आढळून येतात. बाजार यंत्रणेच्या बाबतीत आढळून येत असलेल्या अशा विविध प्रकारच्या मर्यादामुळे बाजार यंत्रणेच्या कार्यात हस्तक्षेप करण्याची आवश्यकता निर्माण होते.

●●●

प्रश्न

प्र. १. खालील प्रश्नांची वीस शब्दात उत्तरे लिहा.

१) सूक्ष्म अर्थशास्त्र म्हणजे काय ?

२) सूक्ष्म अर्थशास्त्राची व्याख्या लिहा.

३) सूक्ष्म अर्थशास्त्रात कोणत्या अभ्यास घटकाचा समावेश होतो ?

४) मुलभूत आर्थिक प्रश्न कोणते ?

५) बाजार किंवा किंमत यंत्रणा म्हणजे काय ?

प्र. २. खालील प्रश्नांची सविस्तर उत्तरे लिहा.

१) सूक्ष्म अर्थशास्त्र म्हणजे काय ? सूक्ष्म अर्थशास्त्राचे स्वरूप स्पष्ट करा.

२) सूक्ष्म अर्थशास्त्र म्हणजे काय ? सूक्ष्म अर्थशास्त्राची व्याप्ती स्पष्ट करा.

३) सूक्ष्म अर्थशास्त्र म्हणजे काय ? सूक्ष्म अर्थशास्त्राच्या मर्यादा स्पष्ट करा.

४) मूलभूत आर्थिक प्रश्न सविस्तर स्पष्ट करा.

५) बाजार आणि किंमत यंत्रणा म्हणजे काय ? बाजार यंत्रणेची कार्ये स्पष्ट करा.

६) बाजार आणि किंमत यंत्रणा म्हणजे काय ? बाजार यंत्रणेच्या मर्यादा स्पष्ट करा.

प्रकरण २

उपभोक्ता सिद्धांत

(Consumer Theory)

२.१ उपयोगिता : संकल्पना आणि प्रकार

२.२ मूल्यदर्शी उपयोगिता : घटत्या सीमांत उपयोगितेचा नियम आणि सम–सीमांत उपयोगितेचा नियम

२.३ उपभोक्त्याचे संतोषाधिक्य : संकल्पना आणि मापन

२.४ लवचिकता संकल्पना : किंमत, उत्पन्न आणि अन्योन्न किंवा छेदक लवचिकता – गणितीय उपयोजन किंवा अनुप्रयोग/उदाहरणे

२.५ क्रमादर्शी उपयोगिता : समवृत्ती वक्र दृष्टिकोन – संकल्पना, वैशिष्ट्ये, उपभोक्त्याचा समतोल

२.६ उत्पन्न आणि किंमत विस्तार पथ, उत्पन्न आणि पर्याततता परिणाम : स्लटस्की आणि हिक्सचा दृष्टिकोन

२.७ प्रकटित पसंती सिद्धांत

२.० प्रास्ताविक (Introduction) :

मूल्यदर्शी उपयोगिता दृष्टिकोन हा मागणीचा जुना सिद्धांत असून तो उपभोक्त्याच्या वस्तूसाठीच्या मागणीचे स्पष्टीकरण देतो आणि वस्तूची किंमत व मागणी नगसंख्या यामधील व्यस्त संबंध मांडतो. मागणीच्या नियमाचा मूल्यदर्शी उपयोगिता दृष्टिकोन फार जुना असला तरी त्याला अंतिम आकार मार्शल यांनी दिला आहे. जे. आर. हिक्स आणि आर. जी. डी. ॲलन यांनी 'A Reconstruction of the Theory of Value' या लेखात उपयोगितेच्या मूल्यदर्शी किंवा अंकदर्शक मोजमापावर आधारलेल्या मार्शल यांच्या मूल्यदर्शी उपयोगिता विश्लेषणावर टीका केली. त्यांनी उपभोक्त्याचे वर्तन स्पष्ट करण्यासाठी क्रमदर्शी उपयोगितेच्या कल्पनेवर आधारित समवृत्ती वक्र दृष्टिकोन मांडला.

प्रस्तुत प्रकरणात उपयोगितेचा अर्थ व प्रकार, मुल्यादर्शी दृष्टिकोन, घटत्या सीमांत उपयोगितेचा नियम, सम–सीमांत उपयोगितेचा नियम, उपभोक्त्याचा समतोल, क्रमदर्शी दृष्टिकोन, समवृत्ती वक्र दृष्टिकोन, समवृत्ती वक्राचा अर्थ आणि वैशिष्ट्ये, प्रकटित पसंती सिद्धांत वगैरे विषयी विवेचन दिले आहे.

२.१ उपयोगिता : संकल्पना आणि प्रकार : (Utility : Concept and Types)

उपयोगिता म्हणजे मानवाच्या काही गरजा किंवा इच्छा भागविण्याची शक्ती होय. इच्छा ही कपड्यासाठीची किंवा अन्नासाठीची किंवा निवाऱ्यासाठीची असू शकते. जर अशी इच्छा एखाद्या वस्तूकडून पूर्ण होत असेल तर त्या

वस्तूत उपयोगिता आहे असे म्हटले जाते. वस्तू आनंद देऊ शकते किंवा वेदना दूर करू शकते. ती तहान किंवा भूक भागवू शकते. काही औषधी द्रव्ये, अल्कोहोल हे व्यक्तीच्या दृष्टीने घातक असले तरी अर्थशास्त्रज्ञ यात उपयोगिता असल्याचे मानतात कारण त्याची गरज असणाऱ्यांची इच्छा या वस्तूकडून पूर्ण होते.

उपयोगिता ही सापेक्ष संकल्पना असून ती उपभोक्ता व वस्तू यामध्ये अस्तित्वात असलेला संबंध स्पष्ट करते. वस्तूची उपयोगिता ही उपभोक्त्याची इच्छा आणि वस्तूचा वस्तुनिष्ठ दर्जा यावर अवलंबून असते. सिगारेटच्या पाकिटापासून मिळणारी उपयोगिता सिगारेट न ओढणाऱ्या दृष्टीने शून्य असली तरी सिगारेट ओढणाऱ्या व्यक्तींच्या दृष्टीने ती खूप जास्त असण्याची शक्यता असते. त्यामुळेच विशिष्ट वस्तूच्या 'क्ष' युनिटची (Units) उपयोगिता हे उपभोक्त्यास त्या वस्तूच्या युनिटच्या संख्येच्या उपभोगापासून मिळणाऱ्या समाधानाचे मोजमाप होय.

एखादी वस्तू फायदेशीर आहे की नाही हे येथे महत्त्वाचे नाही तर विशिष्ट वस्तूकडून व्यक्तीची एखादी गरज किंवा इच्छा भागविली जाते की नाही हे महत्त्वाचे आहे. त्यामुळे व्यक्तीची गरज भागविण्याची वस्तूमध्ये असलेली शक्ती म्हणजे उपयोगिता होय.

मूल्यदर्शी व क्रमदर्शी उपयोगिता :

उपयोगिता म्हणजे गरज भागविण्याची शक्ती होय. उपयोगितेचे मोजमाप करणे कठीण आहे कारण त्यासाठी मोजपट्टी उपलब्ध नाही.

व्यक्ती एखाद्या वस्तूसाठी दुसऱ्या वस्तूपेक्षा अधिक किंमत देण्यास तयार असते कारण दुसऱ्या वस्तूच्या तुलनेत त्या वस्तूपासून अधिक उपयोगिता मिळते. मूल्यदर्शी व क्रमदर्शी या संज्ञा गणिताच्या शब्दसमूहातून घेण्यात आल्या आहेत. १,२,३ वगैरे मूल्यदर्शी संख्या आहेत. २ ही संख्या १ या संख्येच्या दुप्पट आहे. याउलट प्रथम, द्वितीय व तृतीय इत्यादी क्रमदर्शी संख्या आहेत. या संख्या क्रमाने दिल्या आहेत. मात्र, यात द्वितीय ही प्रथम पेक्षा दुप्पट नसण्याची किंवा असण्याची शक्यता असते.

मार्शल यांच्या मते, उपयोगितेचे मूल्यदर्शी (अंकदर्शक) मोजमाप शक्य असते. त्यांनी उपयोगितेचे एकक यूटिल्स (Utils) हे दिले आहे. मूल्यदर्शी उपयोगितेची संकल्पना विचारात घेणे म्हणजेच उपयोगितेची परिमाणे तुलनीय ठरतात. 'युटिल्स' (Utils) हे उपयोगितेच्या मोजमापाचे एकक काल्पनिक आहे.

हिक्स यांनी आपल्या विश्लेषणात क्रमदर्शी उपयोगितेची संकल्पना वापरली आहे. त्यांच्या मते, उपभोक्ता एखाद्या वस्तूपासून किती उपयोगिता मिळाली हे सांगू शकत नाही. उपभोक्ता 'अ' वस्तूचे युनिट 'ब' पेक्षा पसंत करतो कारण त्याला 'अ' पासून अधिक उपयोगिता मिळते. तसेच एखादी व्यक्ती दुधाच्या कपापेक्षा चहाचा कप पसंत करीत असेल तर याचा अर्थ तिला दुधापेक्षा चहापासून अधिक उपयोगिता मिळते. उपभोक्त्याच्या पसंतीत उपयोगितेचे क्रमदर्शी मोजमाप आवश्यक ठरते. यासाठी पहिला, दुसरा, तिसरा अशा क्रमदर्शी संख्यांचा वापर केला जातो.

उपयोगीतेचे प्रकार :

उपयोगीतेचे प्रकार पुढीलप्रमाणे आहेत.

१) आकार उपयोगिता (Form utility) :

आकार उपयोगिता उत्पादन किंवा वस्तूची डिझाइन किंवा सेवा याद्वारे निर्माण केली जाते. ग्राहकांच्या गरजा व इच्छा विचारात घेऊन वस्तूंची निर्मिती करून आकार उपयोगिता निर्माण करता येते. उच्च दर्जाचा कच्चा माल,

योग्य डिझाईन आणि निवडीसाठी अनेक पर्याय याद्वारे आकार उपयोगिता निर्माण करता येऊ शकते. उदा. कार उत्पादन करणाऱ्या कंपन्या आपल्या कारच्या डिझाईनमध्ये सातत्याने बदल करीत असतात. तसेच ग्राहकांना निवडीसाठी अनेक पर्याय देतात.

२) स्थान उपयोगिता (Place utility) :

संभाव्य ग्राहकांना वस्तू किंवा सेवा अधिक सहज उपलब्ध करून देण्याच्या प्रक्रियेद्वारे स्थान उपयोगिता प्राप्त करता येऊ शकते. जर वस्तू खरेदी करणे सहजसोपे असेल तर ती अधिक आकर्षक बनते. वितरणाची माध्यमे आणि जेथे वस्तू किंवा सेवांची विक्री होते ती ठिकाणे या बाबी स्थान उपयोगितेच्या दृष्टीने महत्वाच्या ठरतात.

३) समय उपयोगिता (Time utility) :

ग्राहकांना जेव्हा वस्तू किंवा सेवेची गरज असते तेव्हा त्यांची सहज उपलब्धता करून समय उपयोगिता निर्माण करता येते. दुर्मिळतेच्या काळात समय उपयोगीता नेहमी वरच्या पातळीवर असते. त्यामुळे कंपनीच्या पुरवठा साखळी व्यवस्थापनाचा समय उपयोगितेवर लक्षात घेण्याजोगा प्रभाव पडतो. कंपन्या त्यांच्या पुरवठा साखळी व्यवस्थापनात सुधारणा करीत असतात व त्यातून त्याच दिवशी वितरण, २४/७ उपलब्धता अशा सेवांच्या बाबतीत पुढाकार घेतलेला दिसतो. नवीन कारसाठी ग्राहकांना फार मोठा काळ वाट पहावी लागते. जर कमी दिवसात कार मिळत असेल तर ते संभाव्य ग्राहकासाठी आकर्षक ठरते.

४) धारण उपयोगिता (Possession utility) :

धारण उपयोगिता ही विशिष्ट वस्तूच्या मालकीतून आणि वापरातून मिळू शकणारे लाभ स्पष्ट करते. सर्वसाधारणपणे असे म्हणता येते की व्यक्तीच्या दृष्टीने वस्तू अधिक उपयुक्त असेल तर धारण उपयोगीताही उच्च असेल. काही बाबतीत धारण उपयोगिता ही संज्ञा सोयीस्करपणे ताबा देण्याच्या संदर्भातही (म्हणजेच रक्कम देण्यासाठी क्रेडीट कार्ड सारखी सोपी पद्धती) वापरली जाते.

२.२ मूल्यादर्शी उपयोगिता : घटत्या सीमांत उपयोगितेचा नियम आणि सम–सीमांत उपयोगितेचा नियम : (Cardinal Approach: Law of Diminishing Marginal Utility and Law of Equi-Marginal Utility)

मार्शल यांच्या मते, उपयोगितेचे मूल्यदर्शी (अंकदर्शक) मोजमाप शक्य असते. त्यांनी उपयोगितेचे एकक यूटिल्स (Utils) हे दिले आहे. मूल्यदर्शी उपयोगितेची संकल्पना विचारात घेणे म्हणजेच उपयोगितेची परिमाणे तुलनीय ठरतात.

मूल्यदर्शी उपयोगिता विश्लेषण पूढील गृहितांवर आधारित आहे.

१) उपयोगितेचे मूल्यदर्शी मोजमाप करता येते.

२) पैशाच्या संदर्भात उपयोगितेचे मोजमाप करता येते.

३) पैशाची सीमांत उपयोगिता स्थिर असते.

४) वेगवेगळ्या वस्तूंच्या स्वतंत्र उपयोगितांची बेरीज करून खरेदी केलेल्या सर्व वस्तूंची एकूण उपयोगिता समजते.

५) उपभोक्ता तर्कसंगत असून तो विविध वस्तूच्या वेगवेगळ्या नगसंख्येच्या उपयोगितेचे मोजमाप, तुलना, निवड करू शकतो.

६) उपभोक्त्यास वस्तूच्या उपलब्धतेसंबंधी व त्यांच्या तांत्रिक दर्जासंबंधी संपूर्ण ज्ञान आहे.

७) प्रतीवस्तूचा (Substitutes) अभाव आहे.

२.२.१. घटत्या सीमांत उपयोगितेचा नियम (Law of Diminishing Marginal Utility) :

घटत्या सीमांत उपयोगितेचा नियम मार्शल यांच्या नावाने ओळखला जातो. मात्र, त्यांच्या आधी १८५४ मध्ये हरमन हेमरिच गोसेन (Hermann Heinrich Gossen) यांनी हा नियम स्पष्ट केला होता. घटत्या सीमांत उपयोगितेचा नियम असे स्पष्ट करतो की, जेव्हा व्यक्ती वस्तूच्या अधिक नगाचा उपभोग घेते तेव्हा वस्तूची सीमांत उपयोगिता घटत जाते. दुसऱ्या शब्दात सांगावयाचे झाल्यास, उपभोक्ता जेव्हा अधिक वस्तूचा उपभोग घेतो तेव्हा वस्तूच्या जादा नगापासून मिळणारी जादा उपयोगिता किंवा समाधान घटत जाते. वस्तूच्या उपभोगात वाढ केली असता एकूण उपयोगितेत घट होत नाही तर सीमांत उपयोगितेत घट होते हे येथे लक्षात घेणे महत्त्वाचे आहे.

मार्शल यांनी घटत्या सीमांत उपयोगितेचा नियम पुढीलप्रमाणे मांडला आहे.

"व्यक्तीकडील वस्तूच्या साठ्यातील वाढीमुळे मिळणारा जादा लाभ हा तिच्याकडील साठ्यातील प्रत्येक वाढीबरोबर घटत जातो."

नियमाचे स्पष्टीकरण :

घटत्या सीमांत उपयोगितेच्या नियमाचे स्पष्टीकरण तक्ता २.१ च्या आधारे देता येईल.

तक्ता २.१ : घटती सीमांत उपयोगिता

प्रतीदिन उपभोग घेतलेल्या सफरचंदाची नगसंख्या	एकूण उपयोगिता (यूटील)	सीमांत उपयोगिता (यूटील)
०	०	०
१	१०	१०
२	१८	८
३	२४	६
४	२८	४
५	२९	१
६	२७	–२
७	२३	–४

तक्ता २.१ मध्ये सफरचंदाचा उपभोग घेणारा काल्पनिक उपभोक्ता विचारात घेतला आहे. जेव्हा उपभोक्ता सफरचंदाच्या पहिल्या नगाचा उपभोग घेतो तेव्हा त्याला मिळालेली एकूण उपयोगिता १० युटील (utils) एवढी आहे. सफरचंदाचा पहिलाच नग असल्याने सीमांत उपयोगिताही १० आहे. सफरचंदाच्या दुसऱ्या नगाचा उपभोग घेतला असता एकूण उपयोगितेत १८ पर्यंत वाढ होते. मात्र, सीमांत उपयोगितेत ८ पर्यंत घट होते. सफरचंदाच्या उपभोगात

वाढ होत असताना सीमांत उपयोगिता घटत गेलेली आहे व एकूण उपयोगितेत वाढ झालेली आहे. सफरचंदाच्या सहाव्या नगापासून मिळालेली उपयोगिता ऋण असून ती –२ एवढी आहे.

अशा प्रकारे वस्तूच्या उपभोग घेतलेल्या नगसंख्येत वाढ करीत गेल्यास त्यापासून मिळणारी सीमांत उपयोगिता घटत जाते.

घटत्या सीमांत उपयोगितेचा नियम आकृतीच्या आधारे स्पष्ट करता येईल. तक्ता २.१ मध्ये दिलेल्या माहितीच्या आधारे आकृती २.१ मध्ये सीमांत उपयोगिता वक्र आणि एकूण उपयोगिता वक्र काढलेला आहे.

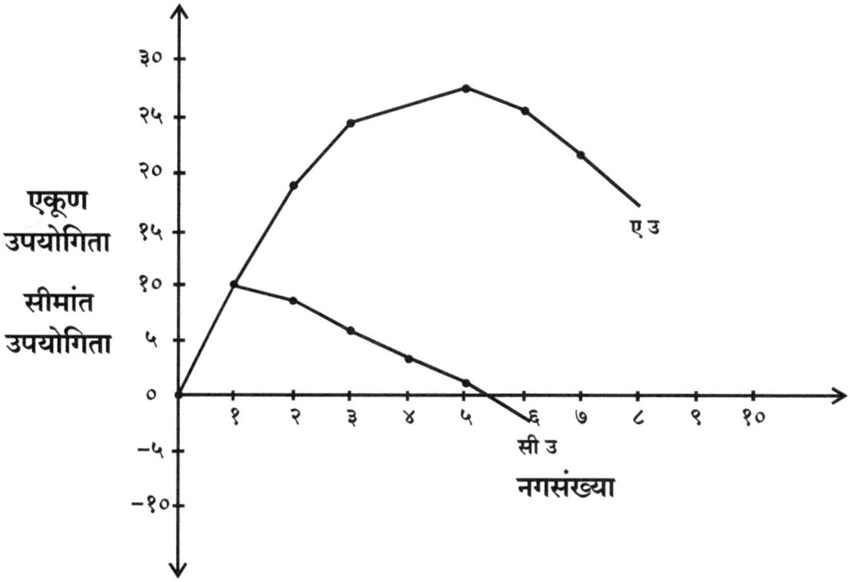

आकृती २.१ : सीमांत व एकूण उपयोगिता वक्र

आकृती २.१ मध्ये 'सीउ' हा सीमांत उपयोगिता वक्र आहे तर 'एउ' हा एकूण उपयोगिता वक्र आहे. ५ नगसंख्येचा उपभोग घेईपर्यंत एकूण उपयोगिता वक्र वर चढत गेलेला आहे. याचे कारण ५ नगसंख्येचा उपभोग घेईपर्यंत सीमांत उपयोगिता धन आहे. मात्र, त्यानंतर सीमांत उपयोगिता ऋण झालेली आहे. त्यामुळे एकूण उपयोगिता वक्र खाली उतरत गेलेला दिसतो.

'सीउ' हा वक्र घटत्या उपयोगितेचा वक्र असून तो वस्तूच्या (सफरचंद) अधिकाधिक नगांचा उपभोग घेतला असता सीमांत उपयोगिता घटत असल्याचे दर्शवितो.

मर्यादा (Limitations) :

घटत्या सीमांत उपयोगितेच्या नियमाच्या बाबतीत काही मर्यादा आहेत. हा नियम पुढे दिलेल्या काही अटी पूर्ण होत असतील तर प्रत्ययास येतो.

१) वस्तूंचे नग एकजिनसी :

उपभोग घेतला जाणाऱ्या वस्तूचे सर्व नग वजन, दर्जा वगैरे सर्व बाबतीत एकजिनसी असणे गरजेचे आहे. तसे नसेल तर हा नियम अनुभवास येणार नाही. उदा. सफरचंदाचा उपभोग घेतलेला पहिला नग दुसऱ्या नगाच्या तुलनेत कमी गोड असेल तर दुसऱ्या नगाच्या उपभोगापासून पहिल्या नगाच्या तुलनेत अधिक समाधान मिळेल.

२) अभिरुचीत बदल नाही :

उपभोक्त्याची अभिरुची, सवय, चालीरीती, उत्पन्न वगैरेत बदल होता कामा नये. उपभोक्त्याच्या अभिरुचीत बदल झाल्यास उपयोगिता घटण्याऐवजी वाढण्याची शक्यता नाकारता येत नाही.

३) वस्तूच्या उपभोगात सातत्य :

वस्तूचा उपभोग घेतला जात असताना त्यामध्ये सातत्य पाहिजे. एका नगाचा उपभोग घेतल्यानंतर पुढच्या प्रत्येक नगाचा उपभोग ठरावीक काळानेच घेतला गेला पाहिजे. यात बदल होता कामा नये.

४) वस्तूच्या नगसंख्येचा आकार योग्य :

वस्तूच्या नगसंख्येचा आकार योग्य पाहिजे. तहान लागलेल्या व्यक्तीला एक एक चमचा पाणी दिले तर पहिल्या चमचाभर पाण्यापासून मिळणाऱ्या समाधानापेक्षा पुढच्या चमचाभर पाण्यापासून अधिक समाधान मिळू शकते.

५) वस्तू व तिच्या पर्यायी वस्तू यांच्या किमती स्थिर :

उपभोग घेतल्या जाणाऱ्या वस्तूची व तिला पर्यायी असलेल्या वस्तूची किंमत स्थिर राहायला पाहिजे. जर वस्तूची किंमत कमी झाली तर त्या वस्तूचा उपभोग घेण्याची तीव्रता वाढून उपयोगिता वाढण्याची शक्यता असते.

६) वस्तू अविभाज्य नसाव्यात :

वस्तू अविभाज्य नसाव्यात. त्या अविभाज्य असतील तर या नियमाचा प्रत्यय येणे अवघड असते. उदा. व्यक्तीने विकत घेतलेली मोटार अनेक वर्षे वापरली जाते. अशा वस्तूच्या बाबतीत उपयोगिता मोजणे शक्य होत नाही.

७) पैशाची सीमांत उपयोगिता स्थिर असावी :

पैशाची सीमांत उपयोगिता स्थिर असते यावर हा नियम आधारित आहे; परंतु पैशाची सीमांत उपयोगिता स्थिर रहात नाही. पैशाची सीमांत उपयोगिता शुन्य होत नाही. मात्र, व्यक्तीने अधिकाअधिक पैसा मिळविला तर पैशाची सीमांत उपयोगिता निश्चितपणे कमी होते.

नियमाचे महत्त्व (Importance of Law) :

अर्थशास्त्रात घटत्या सिमांत उपयोगितेच्या नियमाचे महत्त्व मोठे आहे. या नियमाचे महत्त्व पुढीलप्रमाणे :

१) घटत्या सीमांत उपयोगितेचा नियम हा उपभोगाचा मूलभूत नियम आहे. मागणीचा नियम व सम–सीमांत उपयोगितेचा नियम हे या नियमावर आधारित आहेत.

२) उत्पादक घटत्या सीमांत उपयोगितेचा नियम विचारात घेऊन आपल्या वस्तूत बदल करतो. वस्तूत बदल केला नाही तर वस्तूची उपयोगिता घटत जाते. पेन, साबण वगैरे वस्तूच्या बाबतीत विविधता असावी असे आपल्याला वाटते. त्यामुळेच उत्पादकाकडून वस्तूचा रंग, आकार, वेष्टन वगैरेत बदल केला जातो.

३) घटत्या सीमांत उपयोगितेचा नियम वस्तूचा पुरवठा वाढल्यास वस्तूची किंमत कमी होते हे मूल्य सिद्धांतातील तत्त्व स्पष्ट करण्यास उपयोगी पडतो. याचे कारण वस्तूच्या साठ्यात वाढ झाल्यास तिची सीमांत उपयोगिता घटत जाते.

४) स्मिथ यांचा 'हिरा–पाणी विरोधाभास' (Diamond-water Paradox) या नियमाच्या आधारे स्पष्ट करता येतो. सापेक्षतेने हिरा दुर्मीळ असल्याने हिऱ्याची सीमांत उपयोगिता जास्त असते व त्यामुळे हिऱ्याची किंमत जास्त असते. पाणी तुलनेने मुबलक असल्याने पाण्याची सीमांत उपयोगिता कमी असते व त्यामुळे किंमत कमी असते.

५) प्रगतीशील कर आकारणीचे तत्त्वसुद्धा घटत्या सीमांत उपयोगितेच्या नियमावर आधारित आहे. व्यक्तीच्या उत्पन्नात वाढ झाली असता कराचा दर वाढतो कारण उत्पन्नात झालेल्या वाढीबरोबर पैशाच्या सीमांत उपयोगितेत घट होते.

२.२.२. सम–सीमांत उपयोगितेचा नियम (Law of Equi-Marginal Utility) :

उपयोगिता हा मागणीचा आधार आहे. वस्तूत उपयोगिता असल्याने उपभोक्त्याची किंमत देण्याची तयारी असते. उपयोगिता हा उपभोक्त्याच्या दृष्टीने लाभ आहे तर किंमत हा त्याचा खर्च आहे. उपभोक्त्यांची आपल्या मर्यादित उत्पन्नातून महत्तम उपयोगिता मिळविण्याची इच्छा असते असे मानले जाते. उपभोक्ते तर्कसंगतपणे व्यवहार करून हे साध्य करण्याचा प्रयत्न करतात. तर्कसंगत मानवाच्या (economic man) बाबतीतील मूलभूत धारणा (belief) हा महत्तम समाधानाच्या नियमाचा आधार आहे. महत्तम समाधानाच्या नियमास पर्यायतेचा नियम किंवा सम–सीमांत उपयोगितेचा नियम म्हटले जाते. व्यक्ती महत्तम समाधानाची अवस्था कशाप्रकारे साध्य करते हे स्पष्ट करण्यासाठी अर्थशास्त्रज्ञांनी या नियमाचा वापर केला आहे. हा नियम उपयोगिता तंत्राच्या आधारे उपभोक्त्याचा समतोल स्पष्ट करतो.

सम–सीमांत उपयोगितेचे तत्त्व असे स्पष्ट करते की, उपभोक्ता आपल्या मर्यादित उत्पन्नाची विविध वस्तूंमध्ये अशा प्रकारे विभागणी करतो की प्रत्येक वस्तूपासूनची सीमांत उपयोगिता समान राहते. मार्शल यांनी हा नियम पुढीलप्रमाणे मांडला आहे.

"**जर व्यक्तीकडे अनेक उपयोगासाठी वापरता येणारी वस्तू असेल तर ती व्यक्ती त्या वस्तूची विविध उपयोगांसाठी अशा प्रकारे विभागणी करील की सर्वच उपयोगात तिला मिळणारी सीमांत उपयोगिता समान असेल.**"

(If a person has a thing which he can put to several uses, he will distribute it among these uses in such a way that it has the same marginal utility in all.)

नियमाचे स्पष्टीकरण :

प्रत्येक उपभोक्त्याच्या गरजा अमर्याद आहेत. मात्र, या गरजा पूर्ण करण्यासाठी त्याच्याकडे असलेले उत्पन्न मर्यादित आहे. उपभोक्ता महत्तम समाधान मिळविण्यासाठी आपल्याकडील उत्पन्न विविध वस्तूंवर खर्च करतो. त्यासाठी तो त्याला खरेदी करावयाच्या वस्तूंच्या सीमांत उपयोगितांची तुलना करतो. तसेच प्रत्येक वस्तूच्या सीमांत उपयोगितेची तिच्या किमतीबरोबर तुलना करतो.

प्रत्येक वस्तूची किंमत वेगवेगळी असल्याने उपभोक्ता आपल्याकडील उत्पन्न, अन्न, वस्त्र, वगैरे वस्तूंवर अशाप्रकारे खर्च करील की, प्रत्येक वस्तू किंवा सेवा यावर खर्च केलेला शेवटचा रुपया समान सीमांत उपयोगिता मिळवून

देईल. जर 'अ' वस्तूवर खर्च केलेल्या शेवटच्या रुपयापासून 'ब' पेक्षा कमी सीमांत उपयोगिता मिळत असेल तर तो 'अ' मधून रक्कम काढून घेऊन ती 'ब' वस्तूवर खर्च करील. जोपर्यंत प्रत्येक वस्तूची सीमांत उपयोगिता तिच्या किमतीच्या प्रमाणात होत नाही आणि सर्व वस्तूच्या किमतीचे गुणोत्तर त्यांच्या सीमांत उपयोगितांच्या गुणोत्तराबरोबर होत नाही, तोपर्यंत उपभोक्ता कमी सीमांत उपयोगिता असलेल्या वस्तूऐवजी जास्त सीमांत उपयोगिता असलेली वस्तू घेईल. हा प्रमाणशिरतेचा नियम (Proportionality Law) म्हणून ओळखला जात असून तो दोन वस्तूंच्या बाबतीतील उपभोक्त्याच्या समतोलाची अट पुढीलप्रमाणे मांडतो.

$$\frac{\text{सीउ}_{\text{अ}}}{\text{क}_{\text{अ}}} = \frac{\text{सीउ}_{\text{ब}}}{\text{क}_{\text{ब}}}$$

यात सीउ = सीमांत उपयोगिता

क = किंमत

याची पुनर्मांडणी पुढीलप्रमाणे करता येईल.

$$\frac{\text{सीउ}_{\text{अ}}}{\text{सीउ}_{\text{ब}}} = \frac{\text{क}_{\text{अ}}}{\text{क}_{\text{ब}}}$$

सम–सीमांत उपयोगितेचा नियम तक्ता २.२ च्या आधारे स्पष्ट करता येईल.

तक्ता २:२ : प्रमाणशिरतेचा नियम

नगसंख्या	'अ' ची सीमांत उपयोगिता (यूटील)	'ब' ची सीमांत उपयोगिता (यूटील)
१	५०	४०
२	४०	३०
३	३०	२०
४	२०	१०
५	१०	५

समजा, उपभोक्त्यास २४ रुपये 'अ' आणि 'ब' या दोन वस्तूंवर खर्च करावयाचे असून त्यांची किंमत अनुक्रमे ४ रुपये व २ रुपये आहे. तसेच उपभोक्त्याचे उत्पन्न स्थिर असून त्याची या दोन वस्तू वगळता इतर वस्तूंना पसंती नाही.

उपभोक्त्याच्या समतोलाची पहिली अट जेव्हा तो 'अ' चे ४ नग आणि 'ब' चे ४ नग खरेदी करतो तेव्हा पूर्ण होते.

$$\frac{\text{सीउ}_{\text{अ}}}{\text{क}_{\text{अ}}} = \frac{२०}{४} = \frac{\text{सीउ}_{\text{ब}}}{\text{क}_{\text{ब}}} = \frac{१०}{२} = ५$$

हा संयोग उपभोक्त्यास महत्तम समाधान मिळवून देतो.

उपभोक्त्याच्या समतोलाची दुसरी अट पुढीलप्रमाणे पूर्ण होते.

$$\frac{\text{सीउ}_{\text{अ}}}{\text{सीउ}_{\text{ब}}} = \frac{\text{क}_{\text{अ}}}{\text{क}_{\text{ब}}} = \frac{२०}{१०} = \frac{४}{२} = २$$

उपभोक्त्याने त्याचे संपूर्ण उत्पन्न दोन वस्तू विकत घेण्यासाठी खर्च केले पाहिजे ही उपभोक्त्याच्या समतोलाची तिसरी अट आहे. ती पुढीलप्रमाणे मांडली आहे.

$प = क_{अ} \times अ + क_{ब} \times ब$

यात,

'प' म्हणजे उत्पन्न आणि 'अ' आणि 'ब' म्हणजे 'अ' आणि 'ब' वस्तूच्या नगसंख्या आहेत.

जेव्हा उपभोक्ता 'अ' आणि 'ब' या दोन्ही वस्तूचे प्रत्येकी ४ नग खरेदी करतो तेव्हा दुसरी अट पूर्ण होते आणि संपूर्ण २४ रुपये उत्पन्न खर्च केले जाते. अशा प्रकारे

२४ रुपये = (४ × ४) + (२ × ४)

प्रमाणशिरतेच्या तत्त्वाच्या संदर्भात उपभोक्त्याचा समतोल आकृती २.२ मध्ये दर्शविला आहे.

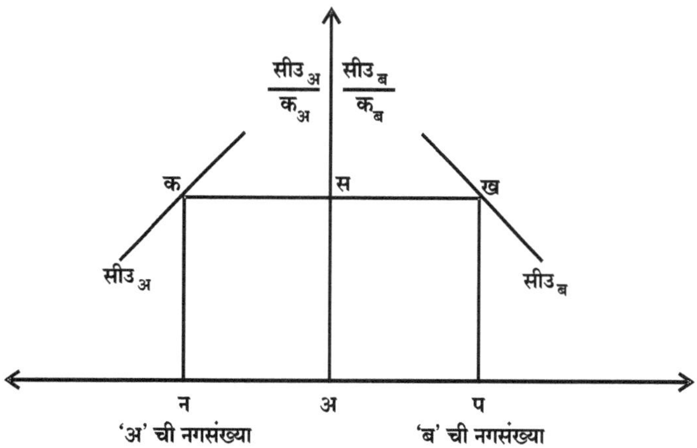

आकृती २.२ : उपभोक्त्याचा समतोल

आकृती २.२ मध्ये उभ्या अक्षावर $\frac{सीउ_{अ}}{क_{अ}}$ आणि $\frac{सीउ_{ब}}{क_{ब}}$ आणि आडव्या अक्षावर 'अ' आणि 'ब' वस्तूंची नगसंख्या मोजलेली आहे. 'कख' ही आडवी रेषा दोन्हीही अटी पूर्ण करते. जेव्हा उपभोक्ता 'अ' वस्तूची 'अन' एवढी नगसंख्या आणि 'ब' वस्तूची 'अप' एवढी नगसंख्या खरेदी करतो तेव्हा $\frac{सीउ_{अ}}{क_{अ}} = \frac{सीउ_{ब}}{क_{ब}}$ हे 'अस' बरोबर आहेत. या स्थितीत उपभोक्त्यास दोन वस्तूच्या खरेदीत बदल करण्याची इच्छा रहात नाही.

$\frac{सीउ_{अ}}{सीउ_{ब}} = \frac{क_{अ}}{क_{ब}}$ ही उपभोक्त्याच्या समतोलाची सम-सीमांत अट जेव्हा उपभोक्ता दोनपेक्षा जास्त वस्तूंवर आपले पैसारूप उत्पन्न खर्च करतो तेव्हाही पूर्ण होऊन उपभोक्त्याचा समतोल साध्य होतो. अशा प्रकारे,

$$\frac{\text{सीउ}_{\text{अ}}}{\text{क}_{\text{अ}}} = \frac{\text{सीउ}_{\text{ब}}}{\text{क}_{\text{ब}}} = \text{-------} \frac{\text{सीउ}_{\text{न}}}{\text{क}_{\text{न}}} = \text{सीउ}_{\text{प}}$$

यात सीउ$_{\text{प}}$ = पैशाची सीमांत उपयोगिता

मर्यादा (Limitations) :

सम-सीमांत उपयोगितेचा नियम अनेक अवास्तव गृहीतांवर आधारित असल्यामुळे त्याच्या व्यवहारिक उपयुक्ततेला मर्यादा पडलेल्या आहेत. या नियमाच्या मर्यादा पुढीलप्रमाणे:

१) उपभोक्त्यास अपूर्ण ज्ञान :

उपभोक्त्यास त्याला उपलब्ध असलेल्या निवड करावयाच्या सर्व पर्यायांचे पूर्ण ज्ञान असते असे गृहीत धरले आहे. मात्र, वास्तवात अनेक उपभोक्ते आपले उत्पन्न इतर ज्या चांगल्या पर्यायांवर खर्च करू शकतात त्याविषयी अनभिज्ञ असतात.

२) उपभोक्त्याचे वर्तन तर्कसंगत नसते :

उपभोक्ता आपल्या आवडीच्या वस्तूंवर दिलेले उत्पन्न खर्च करताना तर्कसंगत वर्तन करतो हे एक महत्त्वाचे गृहीत आहे. बऱ्याचदा उपभोक्त्याकडून फॅशन, जाहिरात वगैरेंच्या प्रभावाखाली वस्तूंची खरेदी केली जाते. अशा परिस्थितीत उपभोक्त्यांकडून तर्कसंगत वर्तनाची अपेक्षा करता येत नाही.

३) अविभाज्य वस्तू :

उपयोगिता, उत्पन्न, वस्तू वगैरेंच्या संख्या विभाज्य आहेत असे गृहीत धरलेले आहे. मात्र, हे अवास्तव गृहित आहे. उपयोगिता, पैसा यांचे सोयीनुसार भाग पाडता येतात; परंतु सर्व वस्तूच्या बाबतीत ते शक्य होत नाही. कपाट, टीव्ही, रेडिओ यांचे लहान तुकडे करता येत नाहीत.

४) उपयोगितेचे मोजमाप करता येत नाही :

सम-सीमांत उपयोगितेचा नियम उपयोगितेचे मूल्यदर्शी मोजमाप करता येते या गृहीतावर आधारित आहे व हे गृहीत अवास्तव आहे.

सम-सीमांत उपयोगितेच्या नियमाचे उपयोजन किंवा व्यवहारिक महत्त्व :

अर्थशास्त्रात सम-सीमांत उपयोगितेच्या नियमास व्यवहारिक महत्त्व आहे. या नियमाचे किंवा तत्त्वाचे ज्या विविध क्षेत्रात उपयोजन केले जाते त्याची माहिती पुढीलप्रमाणे :

१) उपभोक्त्याच्या खर्चाचा आधार :

प्रत्येक उपभोक्त्याचा उपभोग आकृतीबंध हा या नियमावर आधारित आहे. प्रत्येक उपभोक्ता आपले पैसारूप उत्पन्न विशिष्ट वस्तू व सेवांवर अशा प्रकारे खर्च करतो की प्रत्येक व्यवहारात त्याला मिळणारी सीमांत उपयोगिता समान असेल.

२) बचत आणि उपभोगाचा आधार :

सुज्ञ उपभोक्ता आपल्या मर्यादित उत्पन्नाची वर्तमान व भावी वापरासाठी वाटणी करताना प्रत्येकापासून समान सीमांत उपयोगिता मिळविण्याचा प्रयत्न करतो. जर त्याला असे वाटले की आता रुपये खर्च केल्यामुळे मिळणारी उपयोगिता ही भावी काळासाठी बचत न केल्यामुळे होणाऱ्या उपयोगितेच्या बाबतीतील तोट्याएवढी असेल तर भावी काळातील उपभोगासाठी बचत करण्याऐवजी तो ती रक्कम खर्च करील.

३) उत्पादन क्षेत्र :

तत्पर व्यवसायिक नफ्याचे महत्तमीकरण करण्यासाठी या तत्त्वाचे उपयोजन करतो. तो आपल्या खर्चातून अधिक प्राप्ती मिळण्यासाठी सर्व घटकांची सीमांत उपयोगिता समान होईपर्यंत एका घटकाऐवजी दुसऱ्या घटकाचा वापर करतो.

४) विनिमय क्षेत्र :

विनिमयाच्या क्षेत्रातही हा नियम महत्त्वाचा असून विनिमय म्हणजे पर्यायतेचेच तत्त्व होय. पैशाच्या साहाय्याने होणाऱ्या व्यवहाराच्या बाबतीत जर वस्तूची सीमांत उपयोगिता ही त्यावर खर्च झालेल्या पैशाबरोबर झाली तर व्यक्ती दिलेल्या पैशाच्या एककाच्या आधारे वस्तूची खरेदी किंवा विक्री करील.

५) किंमत निश्चिती :

पर्यायतेचे तत्त्व किंमत निश्चितीच्या बाबतीतही लागू पडते. जी वस्तू दूर्मीळ असते तिची किंमत जास्त असते. जर अशा दूर्मीळ वस्तूच्या ऐवजी मुबलक उपलब्ध असलेल्या वस्तूचा वापर केल्यास त्या वस्तूची दुर्मीळता कमी होऊन तिची किंमत कमी होते.

६) सार्वजनिक आयव्यय :

सार्वजनिक आयव्ययाच्या क्षेत्रातही हा नियम लागू करता येतो. प्रत्येक करदात्याचा सीमांत त्याग समान असेल अशा प्रकारे लोकांवर कर आकारले जातात.

२.३ उपभोक्त्याचे संतोषाधिक्य : संकल्पना आणि मापन : (Consumer Surplus: Concept and Measurement)

उपभोक्त्याचे संतोषाधिक्य ही संकल्पना सर्वप्रथम १८४४ मध्ये ड्यूपिट यांनी सामाजिक वस्तूच्या (उदा. राष्ट्रीय महामार्ग) लाभाचे मोजमाप करण्यासाठी मांडली. त्यानंतर डॉ. मार्शल यांनी वेगळ्या स्वरूपात ही संकल्पना मांडून लोकप्रिय केली. उपभोक्त्यांचे संतोषाधिक्य ही संकल्पना मार्शल यांच्या नावाशी निगडीत आहे. उपभोक्त्याचे संतोषाधिक्य म्हणजे विशिष्ट वस्तूसाठी एखादी व्यक्ती किती पैसे देण्यास तयार आहे आणि ती किती पैसे देते या दोन्हीतील फरक होय. उपभोक्त्याचे संतोषाधिक्य ही संकल्पना मागणी सिद्धांत आणि कल्याणविषयक अर्थशास्त्रात महत्त्वाची आहे.

२.३.१. उपभोक्त्याचे संतोषाधिक्य : अर्थ व व्याख्या (Consumer Surplus : Meaning and Definition)

उपभोक्त्याचे संतोषाधिक्य ही संकल्पना डॉ.मार्शल यांनी मांडली. उपभोक्त्याचे संतोषाधिक्य म्हणजे विशिष्ट वस्तूसाठी एखादी व्यक्ती किती पैसे देण्यास तयार आहे व ती किती पैसे देते या दोन्हीतील फरक होय.

अनेकदा असे दिसून येते की लोक वस्तूसाठी प्रत्यक्षात जी किंमत देतात त्यापेक्षा जास्त किंमत देण्याची त्यांची तयारी असते. अशा स्थितीत वस्तू खरेदीतून जे अतिरिक्त किंवा जादा समाधान उपभोक्त्यांना मिळते त्यास उपभोक्त्याचे संतोषाधिक्य असे म्हणतात.

मार्शल यांच्या मते, 'एखाद्या वस्तूला मुकण्याऐवजी त्या वस्तूस जी किंमत देण्यात व्यक्ती तयार असते ती किंमत प्रत्यक्षात त्या वस्तूकरिता दिल्या जाणाऱ्या किंमतीपेक्षा जेवढी जास्त असते ते आधिक्य म्हणजे जादा समाधानाचे मापन होय. त्याला उपभोक्त्याचे संतोषाधिक्य म्हणता येईल.'

उपभोक्त्याचे संतोषाधिक्य ही संकल्पना घटत्या सीमांत उपयोगितेच्या नियमावर आधारित आहे. वस्तूची अधिक नगसंख्या खरेदी करीत गेल्यास सीमांत उपयोगिता घटत जाते. व्यक्ती वस्तूसाठी जी किंमत देण्यास तयार असते ती त्या वस्तूपासुन मिळणारी उपयोगिता दर्शविते. ज्या वस्तुसाठी व्यक्ती अधिक किंमत देण्यास तयार असतो त्या वस्तूपासून अधिक उपयोगिता मिळते. उपभोक्ता वस्तूच्या ज्या नगसंख्येस सीमांत उपयोगिता व किंमत समान होते ती नगसंख्या विकत घेतो. मात्र, त्याने खरेदी केलेल्यापैकी आधीच्या नगापासून त्याला प्रत्यक्षात दिलेल्या किंमतीपेक्षा अधिक समाधान मिळते. याचे कारण सर्व नगांसाठी किंमत समान असते. मात्र, आधीच्या नगापासून अधिक उपयोगिता मिळते.

२.३.२. उपभोक्त्याच्या संतोषाधिक्याचे मार्शलचे मापन (Marshall's Measurement of Consumer Surplus) :

मार्शल यांनी संतोषाधिक्याचे चलनी मापन देण्याचा म्हणजेच अतिरिक्त उपयोगिता किती रूपयांऐवढी आहे हे मांडण्याचा प्रयत्न केला. उपभोक्त्याच्या संतोषाधिक्याचे चलनी मापन देण्यासाठी विशिष्ट वस्तूच्या नगसंख्येपासून मिळणारी पैशाच्या रूपातील एकूण उपयोगिता आणि उपभोग घेतलेल्या वस्तूच्या नगसंख्येच्या एकूण बाजार मूल्याची गणना करण्याची गरज असते. खरेदी केलेल्या एकूण नगसंख्येस किंमतीने गुणले असता एकूण बाजार मूल्य समजते. उपभोक्त्यास वस्तूपासून मिळणाऱ्या एकूण उपयोगितेचे मापन हे मार्शलचे महत्त्वपूर्ण योगदान आहे.

उपभोक्त्याचे संतोषाधिक्य ही संकल्पना तक्ता २.३ च्या आधारे स्पष्ट करता येईल.

तक्ता २.३ : उपभोक्त्याच्या संतोषाधिक्याचे मापन

वस्तूची नगसंख्या	सीमांत उपयोगिता (रुपये)	किंमत (रुपये)	निव्वळ सीमांत लाभ (रुपये)
१	५०	३५	१५
२	४५	३५	१०
३	४०	३५	५
४	३५	३५	०
५	३०	३५	–५
उपभोक्त्याचे संतोषाधिक्य (४ नगापासून) ३०			

तक्ता २.३ मध्ये दिलेल्या माहितीवरून असे दिसते की उपभोक्ता ज्या ठिकाणी वस्तूची उपयोगिता व किंमत समान होईल त्या नगसंख्येची खरेदी करील. याचाच अर्थ येथे उपभोक्ता ४ नगांची खरेदी करील. वस्तूच्या पहिल्या नगासाठी उपभोक्ता ५० रूपये देण्यास तयार आहे. म्हणजेच त्या नगापासून ५० रूपयांएवढी सीमांत उपयोगिता मिळते. घटत्या सीमांत उपयोगीतेच्या नियमास अनुसरून त्यापूढील नगापासून मिळणारी सीमांत उपयोगिता घटत जाते. येथे दुसऱ्या, तिसऱ्या व चौथ्या नगापासून अनुक्रमे ४५ रूपये, ४० रूपये व ३५ रूपये एवढी सीमांत उपयोगिता मिळते. बाजारातील चालू किंमत ३५ रूपये असेल तर तो ४ नगांची खरेदी करील कारण या नगसंख्येला त्याची सीमांत उपयोगिता किंमतीबरोबर आहे.

वस्तूच्या नगापासून मिळणारी सीमांत उपयोगिता व किंमत यामधील फरक म्हणजे निव्वळ सीमांत लाभ होय. उपभोक्त्यास वस्तूच्या पहिल्या नगापासून निव्वळ सीमांत लाभ १५ रूपये (५० रू. –३५ रू.) तर दुसऱ्या नगापासून निव्वळ सीमांत लाभ १० रूपये (४५ रू.–३५रु.) एवढा मिळेल. तिसऱ्या नगापासून ५ रूपये (४० रू. –३५रू.)

एवढा निव्वळ सीमांत लाभ मिळेल. चौथ्या नगापासून मिळणारी सीमांत उपयोगिता किंमतीबरोबर असल्याने निव्वळ सीमांत लाभ शून्य असेल. वस्तूच्या ४ नगांपासून ३० रूपयांएवढे उपभोक्त्याचे संतोषाधिक्य किंवा एकूण निव्वळ लाभ मिळेल.

उपभोक्त्याचे संतोषाधिक्य ही संकल्पना आकृतीच्या आधारे स्पष्ट करता येईल.

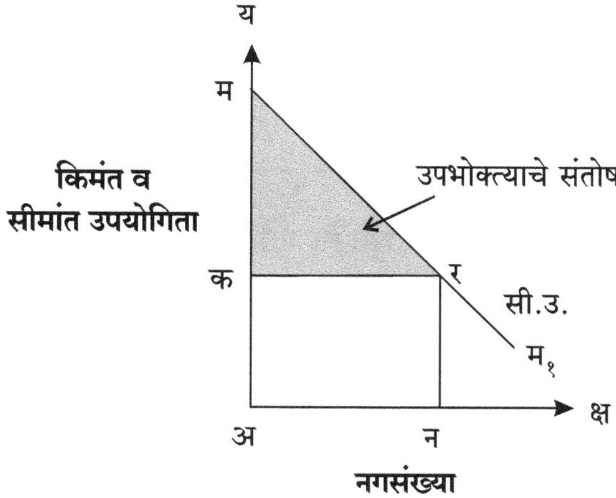

आकृती २.३ : उपभोक्त्याचे संतोषाधिक्य.

आकृती २.३ मध्ये 'मम१' हा मागणी किंवा सीमांत उपयोगिता वक्र असून तो डावीकडून उजवीकडे उतरत जाणारा आहे जर 'अक' ही बाजारातील किंमत असेल तर उपभोक्ता 'अन' नगसंख्या विकत घेऊन समतोलात असेल. 'अन' या नगसंख्येला किंमत व सीमांत उपयोगिता समान आहे. 'अन' नगसंख्येपासून मिळणारी एकूण उपयोगिता 'अमरन' आणि उपभोक्त्याने प्रत्यक्षात दिलेली एकूण किंमत 'अकरन' एवढी आहे. यावरून उपभोक्त्यास जादा उपयोगिता मिळत असल्याचे दिसते. ती अमरन-अकरन= मकर एवढी आहे. हे उपभोक्त्याचे संतोषाधिक्य होय. सीमांत उपयोगिता वक्र दिलेला असताना जर वस्तूची किंमत जास्त असेल तर उपभोक्त्याचे संतोषाधिक्य कमी राहते आणि वस्तूची किंमत कमी असेल तर उपभोक्त्याचे संतोषाधिक्य जास्त राहते.

२.३.३. समवृत्ती वक्र विश्लेषणाच्या आधारे उपभोक्त्याच्या संतोषाधिक्याचे मापन (Measurement of Consumer Surplus through Indifferent Curve Analysis) :

क्रमदर्शी उपयोगिता विश्लेषणाच्या समर्थकांनी उपभोक्त्यांचे संतोषाधिक्य मोजण्याच्या मार्शलच्या पद्धतीवर टीका केली. प्रा. जे. आर. हिक्स यांनी समवृत्ती वक्र तंत्राच्या आधारे उपभोक्त्याच्या संतोषाधिक्याचे मापन केले आहे. समवृत्ती वक्र तंत्र मूल्यदर्शी मापन करता येते आणि पैशाची सीमांत उपयोगिता स्थिर राहते असे मार्शल प्रमाणे गृहीत धरीत नाही. मूल्यदर्शी उपयोगितेच्या संदर्भात उपभोक्त्याच्या संतोषाधिक्याचे मोजमाप कठीण असल्याने या संकल्पनेवर टीका करण्यात आली. त्यामुळेच क्रमदर्शी उपयोगितेच्या आधारे हिक्स यांनी उपभोक्त्याच्या संतोषाधिक्यांचे मापन केल्याने या संकल्पनेची योग्यता वाढण्यास मदत झाली.

हिक्सच्या समवृत्ती वक्र तंत्राच्या साहाय्याने उपभोक्त्याच्या संतोषाधिक्याचे मापन कसे केले जाते हे आकृती २.४ मध्ये स्पष्ट केले आहे.

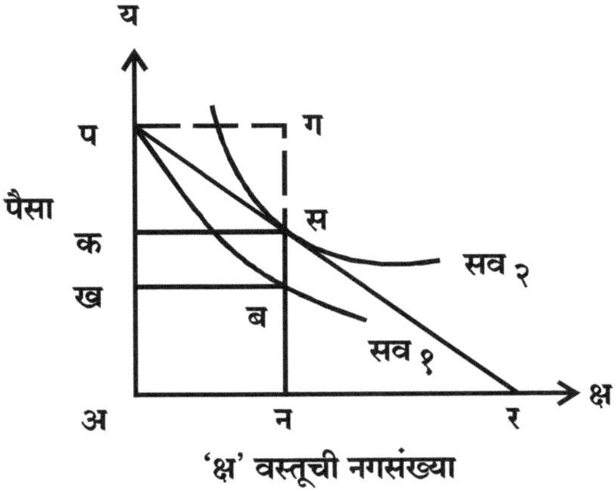

आकृती २.४ : समवृत्ती वक्राच्या आधारे उपभोक्त्याच्या संतोषाधिक्याचे मापन

आकृती २.४ मध्ये 'क्ष' अक्षावर 'क्ष' वस्तूची नगसंख्या आणि 'य' अक्षावर पैसा दर्शविला आहे. पैसा 'क्ष' वस्तूशिवाय इतर वस्तूचे प्रतिनिधित्व करतो. उपभोक्त्याची पसंती श्रेणी दिलेली असताना 'क्ष' वस्तू आणि पैसा याच्या बाबतीतील समवृत्ती वक्र दर्शविले आहेत. उपभोक्त्याची पसंती श्रेणी उत्पन्न आणि वस्तूच्या बाजार किंमतीपासून स्वतंत्र असून ती त्याच्या अभिरूचीवर अवलंबून असते. समवृत्ती वक्राच्या मदतीने उपभोक्त्याचे संतोषाधिक्य ही संकल्पना समजून घेण्याच्या बाबतीत त्याची मदत होते.

समजा, उपभोक्त्याकडे 'अप' एवढा पैसा असून हा पैसा उपभोक्ता 'क्ष' वस्तूवर आणि उरलेला इतर वस्तूवर खर्च करू शकतो. 'सव$_१$' हा समवृत्ती वक्र 'प' बिंदूत स्पर्श करून असे दर्शवितो की या समवृत्ती वक्रावरील पैसा व 'क्ष'वस्तूचे सर्व संयोग 'अप' या पैशाच्या रकमेप्रमाणेच सारखेच समाधान मिळवून देतात. 'सव$_१$' या समवृत्ती वक्रावरील 'ब' संयोग 'क्ष' वस्तूची 'अन' नगसंख्या आणि 'अख' पैसा उपभोक्त्यास 'अप' पैशाप्रमाणेच समान समाधान मिळवून देतो. याचे कारण 'प'आणि 'ब' हे दोन्ही संयोग 'अव$_१$' या एकाच समवृत्ती वक्रावर असल्याने ते उपभोक्त्यास समान समाधान मिळवून देतात. याचाच अर्थ उपभोक्ता 'क्ष' वस्तूच्या 'अन' नगसंख्येसाठी 'पख' एवढी पैशाची रक्कम देण्यास तयार आहे. यावरून असे स्पष्ट होते की, उपभोक्त्याच्या पसंती श्रेणी दिलेल्या असताना त्यास 'क्ष' वस्तूची 'अन' नगसंख्या आणि पैशाची 'खप' रक्कम यापासून समान समाधान मिळते.

आता, समजा 'क्ष' वस्तूची किंमत अशी आहे की त्यामुळे आपणास 'पर' ही किंमत रेषा मिळते. जेव्हा दिलेली किंमत रेषा समवृत्ती वक्रास स्पर्श करते तेव्हा उपभोक्ता समतोलावस्थेत असतो. आकृतीत 'पर' ही किंमत रेषा समवृत्ती वक्रास 'स' बिंदूत स्पर्श करीत असून उपभोक्त्यास 'क्ष' वस्तूची 'अन' नगसंख्या आणि 'अक' एवढी पैशाची रक्कम उपलब्ध आहे. मात्र, याआधी स्पष्ट केल्याप्रमाणे उपभोक्ता 'अन' या नगसंख्येसाठी 'अप' एवढी पैशाची रक्कम देण्यास तयार आहे. मात्र उपभोक्ता प्रत्यक्षात 'अक' किंवा 'सन' म्हणजेच उपभोक्ता 'क्ष' वस्तूच्या 'अन' नगसंख्येसाठी देण्यास तयार असलेल्या 'अप' या रकमेपेक्षा कमी रक्कम देतो.'कख' किंवा 'सब' एवढे उपभोक्त्याचे संतोषाधिक्य असून ते उपभोक्ता 'अन' वस्तूची नगसंख्या खरेदी करून मिळवितो. अशा प्रकारे, हिक्स यांनी उपयोगीतेचे मूल्यदर्शी मोजमाप शक्य असल्याचे गृहीत न धरता समवृत्ती वक्र तंत्राच्या आधारे उपभोक्त्याचे संतोषाधिक्य ही संकल्पना स्पष्ट केली आहे.

२.३.४. उपयोग किंवा महत्त्व (Uses or Importance) :

उपभोक्त्याचे संतोषाधिक्य या संकल्पनेचे उपयोग किंवा महत्त्व पुढीलप्रमाणे :

१) सरकार अनेक वस्तूवर अर्थसहाय्य (Subsidy) देते. अशा अर्थसहाय्यापासून मिळणाऱ्या लाभाचे मूल्यमापन करण्यांसाठी उपभोक्त्याचे संतोषाधिक्य ही संकल्पना उपयोगी पडते.

२) सरकारच्या आर्थिक धोरणापासूनच्या लाभाचे आणि तोट्याचे मूल्यमापन करण्यासाठी उपभोक्त्याचे संतोषाधिक्य या संकल्पनेचा वापर करता येतो. करापासूनचे तोटे व लाभाचे विश्लेषण या संकल्पनेचा आधारे करता येऊ शकते.

३) हिरा-पाणी विरोधाभासाचे स्पष्टीकरण उपभोक्त्याचे संतोषाधिक्य या संकल्पनेच्या आधारे देता येते. पाण्याच्या उपभोगापासून मिळणारी एकूण उपयोगिता किंवा समाधान हिऱ्यापासून मिळणाऱ्या उपयोगितेपेक्षा जास्त असते, मात्र, पाण्याचा पुरवठा प्रचंड प्रमाणात असल्याचे त्यांची सीमांत उपयोगिता कमी असते. त्यामुळे उपभोक्त्याचे संतोषाधिक्य अधिक असते. याउलट हिऱ्यापासून मिळणारी एकूण उपयोगिता पाण्याच्या तूलनेत कमी असली तरी हिऱ्याच्या दुर्मिळतेमुळे त्याची सीमांत उपयोगिता व त्यामुळे किंमत पाण्याच्या किंमतीपेक्षा अधिक असते.

४) उपभोक्त्याचे संतोषाधिक्य या संकल्पनेचा उपयोग खर्च-लाभ विश्लेषणात केला जातो. सरकारने ज्यात गुंतवणूक केलेली आहे, अशा सार्वजनिक प्रकल्पावरील खर्च आणि त्यापासून मिळणारा लाभ याचे विश्लेषण करण्याच्या बाबतीत या संकल्पनेचा वापर केला जातो.

२.३.५. उपभोक्त्याचे संतोषाधिक्य या संकल्पनेवरील टीका (Criticism on Concept of Consumer Surplus) :

मार्शल यांच्या उपभोक्त्याचे संतोषाधिक्य या संकल्पनेवर पूढीलप्रमाणे टीका करण्यात आली आहे.

१) अनेक अर्थशास्त्रज्ञांच्या मते, उपभोक्त्याचे संतोषाधिक्य ही संकल्पना काल्पनिक, अवास्तव व निरूपयोगी आहे. त्यांच्या मते, उपभोक्ता त्याच्या एकूण उत्पन्नापेक्षा जास्त रक्कम वस्तूवर खर्च करू शकत नाही. त्यामुळे एकूण खरेदीपासून त्याला संतोषाधिक्य मिळू शकत नाही. मात्र, व्यक्तीला आपल्या खरेदीतून जादा समाधान मिळाल्याचे जाणवू शकते हे या संकल्पनेतून सूचित करावयाचे आहे.

२) उपभोक्त्यास वस्तूच्या वेगवेगळ्या नगापासून वेगगवेगळे समाधान मिळते या अवास्तव गृहितावर ही संकल्पना आधारित असल्याची टीका करण्यात आली आहे.

३) उपभोक्त्याचे संतोषाधिक्य ही संकल्पना उपयोगितेचे संख्यात्मक मोजमाप करता येते आणि पैशाची सीमांत उपयोगिता स्थिर असते या अयोग्य गृहितावर आधारलेली असल्याबद्दल टीकाकारांनी टीका केली आहे.

४) उपभोक्त्याचे संतोषाधिक्य ही संकल्पना वस्तू-वस्तू मधील संबंधाकडे (पर्यायी, पुरक) दुर्लक्ष करते अशी टीका करण्यात आली आहे. टीकाकारांच्या मते वस्तूला पर्याय उपलब्ध असतील तर उपभोक्ता त्या वस्तूसाठी जास्त किंमत देण्यास तयार होणार नाही. याउलट वस्तूला पर्याय नसतील तर तो जास्त किंमत देण्यास तयार होईल. या अडचणीतून मार्ग काढण्यासाठी मार्शल यांनी उपभोक्त्याचे संतोषाधिक्य मोजताना सर्व पर्यायी वस्तूंचा एकत्रित विचार करून ती एकच वस्तू असल्याचे मत मांडले आहे.

अशा प्रकारची टीका उपभोक्त्याचे संतोषाधिक्य या संकल्पनेवर करण्यात आली असली तरी ही संकल्पना अनेक दृष्टीने उपयोगाची आहे. आर्थिक सिद्धांतातच नाही तर सरकारी धोरणांची आखणी करण्याच्या बाबतीतही संकल्पना अतिशय महत्त्वाची आहे.

२.४ लवचिकता संकल्पना : किंमत, उत्पन्न आणि अन्योन्न किंवा छेदक लवचिकता – गणितीय उपयोजन किंवा अनुप्रयोग/उदाहरणे : (Concept of Elasticity: Price, Income and Cross Elasticity of Demand -Mathematical Applications/Examples)

मागणीच्या नियमाने किंमत व मागणी यामधील संबंध स्पष्ट होतो. गिफेन वस्तू वगळता इतर वस्तूंच्या बाबतीत असे आढळते की, किंमत वाढली असता मागणी कमी होते व किंमत कमी झाली असता मागणी वाढते. किमती व्यतिरिक्त इतर घटकांचाही मागणीवर परिणाम होतो. यात उत्पन्न, इतर वस्तूंच्या किमती वगैरेंचा समावेश होतो. हे सर्व मागणीचे निर्धारक घटक आहेत. अशा घटकात झालेल्या बदलामुळे मागणीवर परिणाम होऊन मागणीत बदल होतो. किंमत वाढली असता मागणी कमी होते व किंमत घटली असता मागणी वाढते. मागणी व किंमत यामधील व्यस्त संबंध मागणी नियमातून स्पष्ट होतो. यातून किंमतीत बदल झाला असता मागणीत कोणत्या दिशेने बदल होईल हे समजते. मात्र, किती प्रमाणात बदल होईल हे समजत नाही. किंमतीत वाढ झाली असता मागणी कमी होईल हे समजत असले तरी किंमतीत किती वाढ झाली असता मागणी किती घटेल हे समजत नाही. उद्योग–व्यवसायाच्या दृष्टीने किंमत बदलास मागणी किती प्रतिसाद देईल याची माहिती घेणे आवश्यक असते. किंमत बदलाला मागणी जास्त प्रतिसाद देत असेल, तर अशा परिस्थितीत किंमत कमी करून मागणीत वाढ घडवून आणणे शक्य होते.

किंमत, उत्पन्न आणि अन्योन्न किंवा छेदक लवचिकता याविषयी माहिती पुढे दिली आहे.

२.४.१. मागणीची किंमत लवचिकता (Price Elasticity of Demand) :

मागणीच्या किंमत लवचिकतेचा अर्थ, प्रकार आणि गणनेच्या पद्धती पुढीलप्रमाणे :

२.४.१.१ मागणीच्या किंमत लवचिकतेचा अर्थ (Meaning of Price Elasticity of Demand) :

विशिष्ट वस्तूच्या किमतीत होणाऱ्या बदलाचा त्या वस्तूच्या मागणीवर प्रभाव पडतो. किंमत लवचिकतेच्या आधारे किंमत बदलास मागणीतील बदलाच्या स्वरूपात मिळणारा प्रतिसाद मोजला जातो.

मागणीच्या किंमत लवचिकतेच्या आधारे किंमत व मागणी यामधील कार्यात्मक संबंध स्पष्ट होतो. किमतीतील बदलाला मिळणारा मागणीचा प्रतिसाद म्हणजे मागणीची किंमत लवचिकता होय.

व्याख्या (Definitions) :

अर्थशास्त्रज्ञांनी मागणीची किंमत लवचिकता या संकल्पनेच्या व्याख्या दिलेल्या आहेत. काही व्याख्या पुढीलप्रमाणे:

१) मार्शल :

"दिलेल्या किमतीतील घटीमुळे मागणीत जास्त किंवा कमी वाढ होते किंवा दिलेल्या किमतीतील वाढीमुळे मागणीत जास्त अथवा कमी घट होते. यानुसार बाजारातील मागणीची किंमत लवचिकता ही जास्त किंवा कमी असते."

(The elasticity of demand in a market is great or small according as the amount demanded increases much or little for a given fall in price or diminishes much or little for given rise in price - Marshall)

२) **बेनहॅम :**

"मागणीची किंमत लवचिकता ही संकल्पना किमतीतील अल्प प्रमाणातील बदलाच्या मागणी नगसंख्येवर होणाऱ्या परिणामाशी संबंधित आहे."

(The concept relates to the effect of a small change in price upon the amount demanded -Benham)

३) **लेफ्टविच :**

"मागणीची किंमत लवचिकता म्हणजे वस्तूच्या किमतीतील बदलाला मागणी नगसंख्येचा मिळणारा प्रतिसाद होय."

(The elasticity of demand is a measure of responsiveness of quantity demanded as a change in commodity price - Leftwich)

४) **मिसेस जोन रॉबिन्सन :**

"कोणत्याही उत्पादनाच्या कोणत्याही किमतीस असलेली मागणीची किंमत लवचिकता म्हणजे किमतीतील अल्प बदलाला प्रतिसाद म्हणून झालेला खरेदी केलेल्या नगसंख्येतील प्रमाणशीर बदल भागिले किमतीतील प्रमाणशीर बदल होय."

(The elasticity of demand at any price of any output, is the proportional change of amount purchased in response to a small change in price divided by the proportional change of price - Mrs. Joan Robinson)

किमतीत बदल झाला असता मागणीत किती बदल होईल हे मागणीच्या किमत लवचिकतेच्या संकल्पनेतून समजते. किंमत कमी झाली असता मागणी वाढते हे मागणीच्या नियमाद्वारे स्पष्ट होते. मात्र, सर्वच वस्तूंच्या बाबतीत किंमत बदलाला मागणीचा मिळणारा प्रतिसाद सारखा नसतो. मिठासारख्या जीवनावश्यक वस्तूंची किंमत वाढली असता मागणीत फारशी घट होणार नाही. मात्र, टी.व्ही., फ्रीज अशा चैनीच्या वस्तूंची किंमत मोठ्या प्रमाणावर वाढल्यास त्या वस्तूंची मागणी बऱ्याच प्रमाणता कमी होईल. याचाच अर्थ किंमत बदलास मिळणारा मागणीचा प्रतिसाद हा वेगवेगळ्या वस्तूंच्या बाबतीत वेगवेगळा असतो.

पुढील सूत्रांच्या साहाय्याने मागणीची किंमत लवचिकता शोधून काढता येते.

१) **मागणीची किंमत लवचिकता** $(\text{ल}_{\text{क}}) = \dfrac{\text{मागणीतील शेकडा बदल}}{\text{किमतीतील शेकडा बदल}}$

उदा. साखरेची किंमत २४ रुपये किलोवरून ३० रुपये किलो झाली असता मागणी १० किलो वरून ५ किलो झाली तर मागणीची लवचिकता किती ?

येथे किमतीतील शेकडा बदल $\frac{६}{२४} \times १०० = २५$ आहे

तर

मागणीतील शेकडा बदल $\frac{५}{१०} \times १०० = ५०$ एवढा आहे

$ल_{क} = \frac{५०}{२५} = २$ एवढी येते.

२) मागणीची किंमत लवचिकता पुढील सुत्राच्या आधारेही मोजता येते.

$$ल_{क} = \frac{\textbf{मागणीतील प्रमाणशीर बदल}}{\textbf{किमतीतील प्रमाणशीर बदल}}$$

$$ल_{क} = \frac{\frac{\Delta न}{न}}{\frac{\Delta क}{क}}$$

$$= \frac{\Delta न}{न} \times \frac{क}{\Delta क} = \frac{\Delta न}{\Delta क} \times \frac{क}{न}$$

येथे $ल_{क}$ म्हणजे मागणीची किंमत लवचिकता

न म्हणजे नगसंख्या

क म्हणजे किंमत आणि

Δ म्हणजे बदल.

वस्तूच्या किमतीतील बदल आणि किमतीतील बदलामुळे झालेला मागणीतील बदल दिलेला असताना मागणीची लवचिकता शोधता येते. त्यासाठी मागणीची लवचिकता मोजण्यासाठीच्या सूत्राचा आधार घेतला जातो.

मागणीची लवचिकता मोजण्यासाठी पुढील सूत्र वापरले जाते.

$$\text{मागणीची किंमत लवचिकता} = \frac{\text{मागणीतील प्रमाणशीर बदल}}{\text{किमतीतील प्रमाणशीर बदल}}$$

$$= \frac{\frac{\Delta न}{न}}{\frac{\Delta क}{क}}$$

यात न = नगसंख्या

क = किंमत

Δ = बदल

उदा. गव्हाची किंमत २० रुपयांवरून २४ रुपये झाली असता गव्हाच्या मागणीत १५ किलोवरून १२ किलोपर्यंत घट झाली तर मागणीची लवचिकता किती ?

वरील उदाहरणात मूळ मागणी नगसंख्या (न) १५ किलो आणि मागणी नगसंख्येतील बदल (Δ न) १५-१२ = ३ आहे. तसेच मूळ किंमत (क) २० रुपये आणि किमतीतील बदल (Δ क) २४-२० = ४ रुपये आहे. आता वरील सूत्राच्या आधारे मागणीची लवचिकता शोधता येईल.

$$\text{मागणीची लवचिकता} = \frac{\frac{\Delta \text{न}}{\text{न}}}{\frac{\Delta \text{क}}{\text{क}}} = \frac{\frac{३}{१५}}{\frac{४}{२०}} = \frac{\frac{१}{५}}{\frac{१}{५}}$$

$$= \frac{१}{५} \times \frac{५}{१} = १$$

येथे मागणीची लवचिकता एक (१) येते.

किंमत निश्चिती तत्त्वाच्या क्षेत्रात मागणीच्या लवचिकतेचे विश्लेषण उपयोगी पडते. मक्तेदारी, मक्तेदारीयुक्त स्पर्धा अशा वेगवेगळ्या बाजारातील वस्तूच्या मागणीच्या विश्लेषणासाठी ही संकल्पना महत्त्वाची आहे. ज्या वस्तूची मागणी फार अलवचिक आहे, अशा वस्तूची बाजारातील किंमत ही ज्या वस्तूची मागणी लवचिक आहे अशा वस्तूंच्या किमतीच्या तुलनेत अधिक असते. उत्पादन घटकांचे मोबदले ठरविण्याच्या संदर्भातील विभाजन सिद्धांतात मागणीच्या किंमत लवचिकतेचा उपयोग होतो. अर्थशास्त्रज्ञांच्या मते, ज्या उत्पादन घटकांची मागणी अलवचिक असते, अशा घटकांना मिळणारा मोबदला हा ज्याची मागणी लवचिक असते, अशा घटकांना मिळणाऱ्या मोबदल्यापेक्षा अधिक असतो.

वस्तूंचे वर्गीकरण आणि त्यांच्या वाहतुकीच्या विविध साधनांद्वारे होणाऱ्या वाहतुकीचे दर ठरविण्याच्या बाबतीत मागणीची लवचिकता ही संकल्पना उपयोगी पडते. ज्या वस्तूची मागणी फार अलवचिक असते, त्या वस्तूच्या वाहतुकीचा दर हा ज्या वस्तूची मागणी लवचिक असते, त्या वस्तूच्या वाहतुकीच्या दरापेक्षा अधिक असतो. आयात व निर्यातीसाठीच्या मागणीची लवचिकता ही दोन देशांतील व्यापारशर्ती ठरविण्याच्या बाबतीत महत्त्वाची असते. जेव्हा आयात आणि निर्यातीसाठीची मागणी अलवचिक असते, तेव्हा त्या देशाला अधिक किमतीस वस्तूंची आयात करावी लागते व कमी किमतीला आंतरराष्ट्रीय बाजारात वस्तूंची विक्री करावी लागते.

सरकारला आर्थिक धोरण व नियोजनाची आखणी करताना विविध वस्तूंच्या मागणीच्या लवचिकतेचे विश्लेषण उपयोगी पडते. विविध वस्तूंच्या मागणीच्या लवचिकतेचा सार्वजनिक प्राप्ती, कराचा भार, सार्वजनिक उपयोगीतेच्या किमती, विनिमय दर वगैरेंवर परिणाम होतो. अशा विविध बाबतीत मागणीची लवचिकता ही संकल्पना महत्त्वाची आहे.

२.४.१.२ मागणीच्या किंमत लवचिकतेचे प्रकार (Types of Price Elasticity of Demand) :

सूत्राच्या आधारे मागणीची लवचिकता शोधली असता त्यातून संख्यात्मक स्वरूपात लवचिकतेचे प्रमाण समजते. लवचिकतेच्या या प्रमाणानुसार मागणीच्या किंमत लवचिकतेचे पुढील पाच प्रकार पाडता येतात.

१) पूर्ण लवचिक मागणी (Perfectly Elastic Demand) :

मागणीची किंमत लवचिकता जेव्हा अनंत असते, तेव्हा त्या मागणीस पूर्ण लवचिक मागणी असे म्हणतात. किमतीत काहीही बदल न होता मागणीत बदल होत असेल, तर मागणीची किंमत लवचिकता अनंत येते.

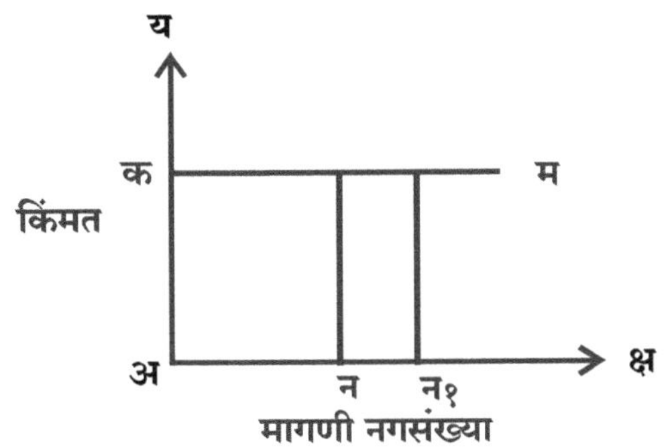

आकृती २.५ : पूर्ण लवचिक मागणी

आकृती २.५ मध्ये किमतीत काहीही बदल न होता ती 'अक' एवढीच असताना मागणी नगसंख्येत 'अन' वरून 'अन$_१$' पर्यंत वाढ झालेली आहे. 'कम' हा 'क्ष' अक्षाला समांतर असलेला मागणी वक्र पूर्ण लवचिक मागणी दर्शवितो.

उदा. वस्तूच्या किमतीत काहीही बदल न होता मागणीत १० टक्क्यांनी वाढ झाली तर

$$\text{मागणीची किंमत लवचिकता} = \frac{\text{मा. शे. ब.}}{\text{कि. शे. ब.}} = \frac{१०}{०} = \alpha \text{ (अनंत) येते}$$

२) पूर्ण अलवचिक मागणी (Absolutely Inelastic Demand) :

किंमत बदलास मागणी अजिबात प्रतिसाद देत नसेल, तर त्या मागणीस पूर्ण अलवचिक मागणी म्हटले जाते. किमतीत कितीही वाढ झाली किंवा कितीही घट झाली तरी मागणीत काहीही बदल होत नसेल, तर त्या मागणीस पूर्ण अलवचिक मागणी असे म्हणतात. अशा मागणीचा वक्र 'य' अक्षास समांतर राहतो.

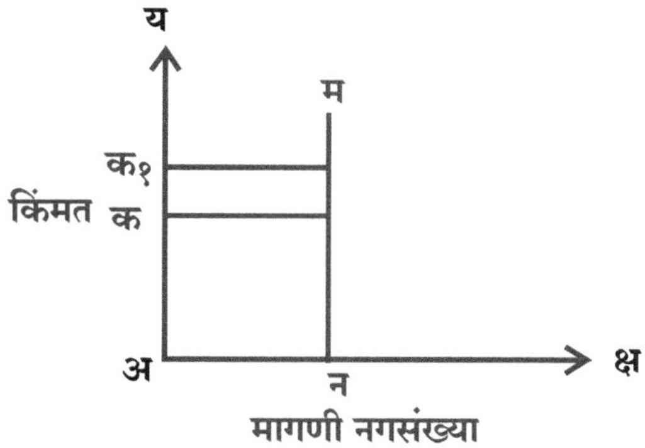

आकृती २.६ : पूर्ण अलवचिक मागणी

आकृती २.६ मध्ये किमतीत 'अक' वरून 'अक$_१$' पर्यंत वाढ झाली असता मागणी नगसंख्येत काहीही बदल न होता ती 'अन' एवढीच आहे. तेथे किंमत बदलास मागणी अजिबात प्रतिसाद देत नसल्याने ही पूर्ण अलवचिक मागणी आहे.

उदा. वस्तूच्या किमतीत १० टक्क्यांनी वाढ झाली असता मागणीत काहीही बदल झाला नाही तर

$$\text{मागणीची किंमत लवचिकता} = \frac{\text{मा. शे. ब.}}{\text{कि. शे. ब.}} = \frac{०}{१०} = ० \text{ येते.}$$

३) मागणीची एकक लवचिकता (Unit Elasticity of Demand) :

किमतीत जेवढ्या प्रमाणात बदल होत असेल तेवढ्याच प्रमाणात मागणीत विरुद्ध दिशेने बदल होत असेल, तर मागणीची किंमत लवचिकता एक येते. याचाच अर्थ किंमत जेवढ्या प्रमाणात वाढते तेवढ्या प्रमाणात मागणी घटते आणि किंमत जेवढ्या प्रमाणात घटते तेवढ्याच प्रमाणात मागणी वाढते तेव्हा मागणीची लवचिकता एक असते.

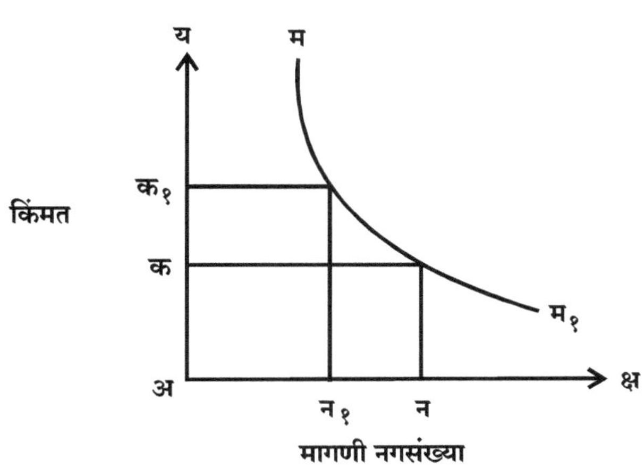

आकृती २.७ : मागणीची एकक लवचिकता

आकृती २.७ मध्ये किमतीत 'अक' वरून 'अक$_१$' पर्यंत वाढ झाली असता मागणी नगसंख्येत 'अन' वरुन 'अन$_१$' पर्यंत घट झाली आहे. तेथे किमतीतील बदल व मागणीतील बदल समान असल्याने मागणीची किंमत लवचिकता एक आहे.

उदा. वस्तूच्या किमतीत १० टक्क्यांनी वाढ झाली असता वस्तूच्या मागणीत १० टक्क्यांनी घट झाली तर

$$\text{मागणीची किंमत लवचिकता} = \frac{\text{मा. शे. ब.}}{\text{कि. शे. ब.}} = \frac{१०}{१०} = १ \text{ येते.}$$

४) फार लवचिक मागणी (लवचिक मागणी) (Relatively Elastic Demand) :

जेव्हा मागणीची किंमत लवचिकता एक व अनंत यांच्या दरम्यान असते, तेव्हा त्या मागणीस फार लवचिक मागणी म्हणतात. किमतीत होणाऱ्या बदलापेक्षा मागणीत जास्त बदल होत असेल, तर ती मागणी लवचिक होय. किमतीत अल्प वाढ झाली असता मागणीत मोठ्या प्रमाणावर घट होत असेल किंवा किमतीत अल्प घट झाली असता मागणीत मोठ्या प्रमाणात वाढ होत असेल, तर ती मागणी फार लवचिक आहे असे म्हणतात.

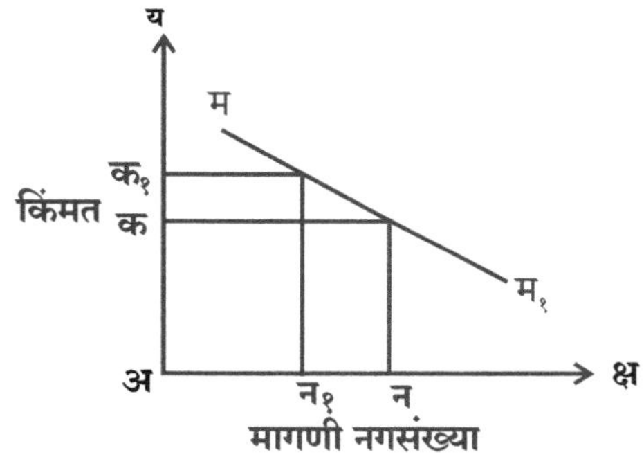

आकृती २.८ : फार लवचिक मागणी

आकृती २.८ मध्ये किमतीत 'अक' वरून 'अक$_१$' पर्यंत वाढ झाली असता मागणी नगसंख्येत 'अन' वरून 'अन$_१$' पर्यंत घट झाली आहे. येथे किमतीतील बदलापेक्षा मागणीत अधिक प्रमाणात बदल झालेला असल्याने मागणी फार लवचिक आहे.

उदा. वस्तूच्या किमतीत १० टक्क्यांनी वाढ झाली असता वस्तूच्या मागणीत २० टक्क्यांनी घट झाली तर

$$\text{मागणीची किंमत लवचिकता} = \frac{\text{मा. शे. ब.}}{\text{कि. शे. ब.}} = \frac{२०}{१०} = २ \text{ येते.}$$

५) फार अलवचिक मागणी (अलवचिक मागणी) (Relatively Inelastic Demand) :

जेव्हा किमतीत होणाऱ्या बदलापेक्षा मागणीतील बदल कमी असतो तेव्हा त्या मागणीस फार अलवचिक मागणी किंवा कमी लवचिक मागणी असे म्हणतात. किमतीत फार मोठी वाढ झाली असता मागणी केल्या जाणाऱ्या नगसंख्येत अल्प प्रमाणात घट होत असेल किंवा किमतीत फार मोठी घट असता मागणी केल्या जाणाऱ्या नगसंख्येत अल्प प्रमाणात वाढ होत असेल, तर मागणी फार अलवचिक आहे असे म्हणतात.

मागणीची लवचिकता शून्यापेक्षा जास्त व एक पेक्षा कमी असेल, तर त्या मागणीस कमी लवचिक किंवा फार अलवचिक मागणी असे म्हणतात.

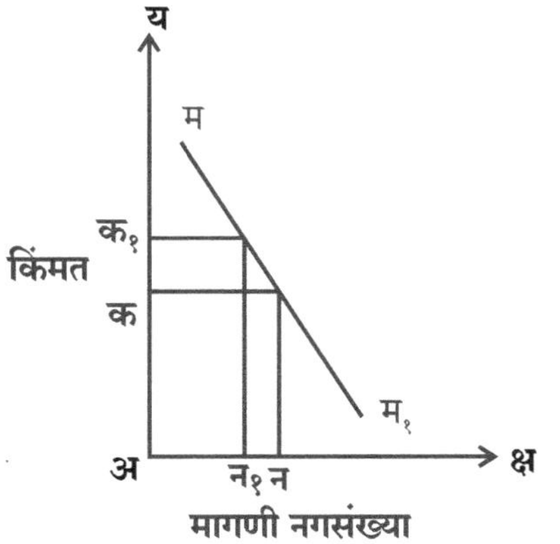

आकृती २.९ : फार अलवचिक मागणी

आकृती २.९ मध्ये किमतीत 'अक' वरून 'अक१'पर्यंत वाढ झाली असता मागणीत 'अन' वरून 'अन१'पर्यंत घट झाली आहे. येथे किमतीत झालेल्या बदलापेक्षा मागणीत कमी प्रमाणात बदल झालेला असल्याने मागणी कमी लवचिक आहे.

उदा. किमतीत १० टक्क्यांनी वाढ झाली असता मागणीत ५ टक्क्यांनी घट झाली तर

$$\text{मागणीची किंमत लवचिकता} = \frac{\text{मा. शे. ब.}}{\text{किं. शे. ब.}} = \frac{५}{१०} = ०.५ \quad \text{येते.}$$

२.४.१.३ मागणीची किंमत लवचिकता मोजण्याच्या पद्धती (Methods of Measurement of Price Elasticity of Demand) :

मागणीची किंमत लवचिकता वेगवेगळ्या पद्धतीने मोजता येते. मागणीची किंमत लवचिकता मोजण्याच्या पद्धतीची माहिती पुढीलप्रमाणे देता येईल.

१) टक्केवारी पद्धत :

या पद्धतीनुसार मागणीची किंमत लवचिकता म्हणजे मागणी व किमतीतील बदलांचे गुणोत्तर होय. पुढील सूत्राच्या आधारे या पद्धतीने मागणीची किंमत लवचिकता शोधता येते.

$$\textbf{मागणीची किंमत लवचिकता} = \frac{\textbf{मागणीतील शेकडा बदल}}{\textbf{किमतीतील शेकडा बदल}}$$

उदा. समजा, साखरेची किंमत २४ रुपयांवरून ३० रुपये झाली असता साखरेची मागणी १०,००० टनांवरून ९,००० टन झाली तर

मागणीची किंमत लवचिकता $= \frac{\text{मा. शे. ब.}}{\text{कि. शे. ब}} = \frac{१०}{२५}$ = ०.४ म्हणजे एकापेक्षा कमी येते

मागणीची किंमत लवचिकता शून्य, अनंत, एक, एकापेक्षा कमी व एकापेक्षा जास्त असण्याची शक्यता असते.

२) **बिंदू पद्धती (Point Method) :**

या पद्धतीने मागणी वक्रावरील विशिष्ट बिंदूपाशी मागणीची लवचिकता किती हे शोधून काढता येते.

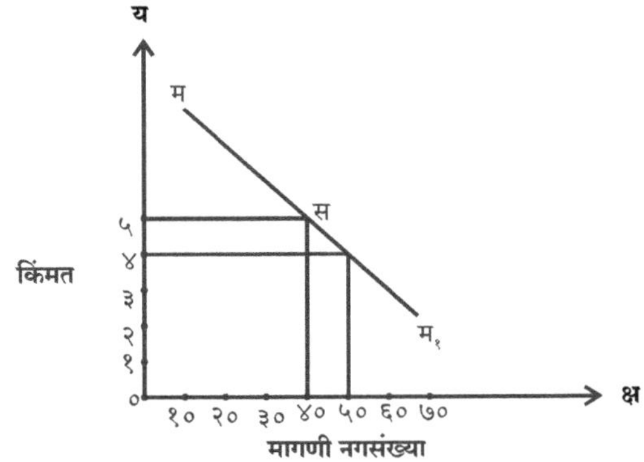

आकृती २.१० : बिंदू पद्धतीने मागणीच्या लवचिकतेचे मोजमाप

आकृती २.१० मध्ये ५ रुपये किंमत असताना मागणी ४० नग आहे, असे 'स' बिंदूवरून स्पष्ट होते. किमतीत थोडासा बदल होऊन किंमत ४ रुपये एवढी म्हणजे १ रुपयाने कमी झाली असता मागणी ५० नगापर्यंत वाढलेली दिसते.

पुढील सूत्राच्या आधारे मागणीची लवचिकता किती याचे मोजमाप करता येते.

$$\textbf{मागणीची लवचिकता} = \frac{\textbf{मागणीतील प्रमाणशीर बदल}}{\textbf{किमतीतील प्रमाणशीर बदल}}$$

किंवा

$$\frac{\textbf{मागणी नगसंख्येतील शेकडा बदल}}{\textbf{किमतीतील शेकडा बदल}}$$

बदल स्पष्ट करण्यासाठी Δ (डेल्टा), नगसंख्या म्हणजे 'न' व किंमत 'क' मानल्यास.

$$\text{मागणीतील शेकडा बदल} = \frac{\Delta \text{न}}{\text{न}}$$

$$\text{किंमतीतील शेकडा बदल} = \frac{\Delta \text{क}}{\text{क}}$$ होय.

$ल_{क}$ = मागणीची किंमत लवचिकता मानले आहे.

बिंदू पद्धतीने मागणीची लवचिकता मोजण्यासाठीचे सूत्र पुढीलप्रमाणे तयार होते.

$$ल_क = \frac{\frac{\Delta न}{न}}{\frac{\Delta क}{क}}$$

$$= \frac{\Delta न}{न} \times \frac{क}{\Delta क}$$

$$= \frac{\Delta न}{\Delta क} \times \frac{क}{न}$$

वरील उदाहरणातील लवचिकता या सूत्राच्या आधारे शोधून काढता येईल.

$$ल_क = \frac{\Delta न}{\Delta क} \times \frac{क}{न}$$

$$= \frac{१०}{१} \times \frac{५}{४०} = \frac{५}{४} = १.२५$$

तसेच येथे मागणीतील शेकडा बदल २५ टक्के व किमतीतील शेकडा बदल २० टक्के आहे.

$ल_क = \frac{२५}{२०} = १.२५$ येते.

३) वक्रांश पद्धती (Arc Method) :

बिंदू पद्धतीने मागणी वक्रावरील एका बिंदूपाशी असलेली मागणीची लवचिकता मोजता येते. त्यासाठी वक्रावरील एका बिंदूच्या जवळील बिंदू विचारात घेतला आहे. त्याचप्रमाणे मागणी वक्रांश (Arc) विचारात घेऊनही मागणीची लवचिकता मोजता येते. त्यासाठी पुढील सूत्र वापरता येते.

$$ल_क = \frac{न_१ - न_२}{\frac{न_१ + न_२}{२}} \div \frac{क_१ - क_२}{\frac{क_१ + क_२}{२}}$$

$$= \frac{न_१ - न_२}{न_१ + न_२} \div \frac{क_१ - क_२}{क_१ + क_२}$$

$क_१$ = मूळ किंमत

$क_२$ = नवीन किंमत

$न_१$ = मूळ मागणी

$न_२$ = नवीन मागणी

मागणी वक्राच्या वक्रांशाची किंवा वक्राच्या विशिष्ट भागाची लवचिकता मोजण्यासाठी बिंदू पद्धतीने लवचिकता मोजण्याचे सूत्र उपयोगाचे नाही.

४) एकूण खर्च पद्धत (Total Outlay Method) :

मागणीची किंमत लवचिकता मोजण्याच्या या पद्धतीने किमतीतील बदलानुसार ग्राहकांच्या एकूण खर्चात झालेल्या बदलाच्या आधारे लवचिकता मोजली जाते. किमतीत झालेल्या बदलानंतर ग्राहकांचा त्या वस्तूवरील खर्चात काय बदल होतो, यावरून लवचिकता मोजता येते.

किमतीत बदल झाल्याने मागणीवर परिणाम होऊन त्याचा एकूण खर्चावर जो परिणाम होतो त्याचा विचार या पद्धतीत केला आहे. यावरून मागणीच्या लवचिकतेचे तीन प्रकार पाडता येतात.

अ) एकक लवचिकता :

किमतीत बदल झाला तरी वस्तूवरील खर्चात बदल होत नसेल, तर मागणीची किंमत लवचिकता एक असते.

ब) फार लवचिक मागणी :

किमतीत बदल झाला असता त्या वस्तूवरील खर्चात मोठ्या प्रमाणावर बदल होत असेल, तर अशी मागणी फार लवचिक असते. येथे लवचिकता एकापेक्षा जास्त असते.

क) फार अलवचिक मागणी :

किमतीत बदल झाला असता त्या वस्तूवरील खर्चात कमी प्रमाणात बदल होत असेल, तर ती मागणी कमी लवचिक असते. पुढील काल्पनिक उदाहरणाच्या आधारे हे स्पष्ट करता येईल.

तक्ता २.४ : किंमत लवचिकता मोजण्याची एकूण खर्च पद्धती

वस्तूची किंमत	मागणी	एकूण खर्च (किंमत X मागणी नगसंख्या)	लवचिकतेचा प्रकार
१०	५०	५००	
९	६०	५४०	**फार लवचिक**
८	७५	६००	लवचिकता > १
७	१००	७००	
६	१५०	९००	**एकक लवचिकता**
५	१८०	९००	लवचिकता = १
४	२२५	९००	
३	२५०	७५०	**अलवचिक**
२	३००	६००	लवचिकता < १
१	४००	४००	

तक्ता २.४ मध्ये दिलेल्या माहितीवरून पुढील गोष्टी स्पष्ट होतात.

१) वस्तूची किंमत १० रुपयांवरून ९ रुपये झाल्यामुळे मागणी ५० नगावरून ६० नग झाली व त्या वस्तूवर केलेला खर्च ५०० रुपयांवरून ५४० रुपये झाला. याचा अर्थ किंमत कमी झाली असता एकूण खर्चात वाढ झाली आहे. किंमत ६ रुपयांपर्यंत खाली येईपर्यंत एकूण खर्च वाढत गेलेला आहे. त्यामुळे मागणी अधिक लवचिक आहे. म्हणजेच लवचिकता एकापेक्षा जास्त आहे.

२) वस्तूची किंमत ६ रुपयांवरून ४ रुपयांपर्यंत कमी होईपर्यंत मागणीत वाढ झालेली असली तरी एकूण खर्च ९०० रुपये एवढा स्थिर राहिलेला आहे. किंमत कमी झाली असताना एकूण खर्च स्थिर राहिल्याने लवचिकता एक आहे.

३) वस्तूची किंमत ३ रुपये व त्यानंतर कमी होऊन ती १ रुपया होईपर्यंत मागणी वाढत असताना एकूण खर्च कमी होत गेलेला आहे. म्हणजेच मागणी कमी लवचिक किंवा अलवचिक आहे. याचाच अर्थ मागणीची लवचिकता १ पेक्षा कमी आहे.

२.४.२. मागणीची उत्पन्न लवचिकता (Income Elasticity of Demand) :

मागणीच्या उत्पन्न लवचिकतेचा अर्थ आणि प्रकार याविषयी विवेचन पुढे दिले आहे.

२.४.२.१ मागणीच्या उत्पन्न लवचिकतेचा अर्थ : (Meaning of Income Elasticity of Demand)

उत्पन्न बदलास मागणीचा मिळणारा प्रतिसाद म्हणजे उत्पन्न लवचिकता होय. वस्तूच्या मागणीतील प्रमाणशीर बदलास उत्पन्नातील प्रमाणशीर बदलाने भागिले असता उत्पन्न लवचिकता समजते.

प्रा. बोल्डिंग यांच्या मते

"मागणीवर परिणाम करणारे इतर घटक कायम असताना उत्पन्नात १ टक्का बदल झाला असता मागणीत होणारा शेकडा बदल म्हणजे मागणीची उत्पन्न लवचिकता होय."

उपभोक्त्याच्या उत्पन्नात होणाऱ्या अल्प उत्पन्न बदलाला वस्तूच्या मागणी केल्या जाणाऱ्या नगसंख्येच्या मिळणाऱ्या प्रतिसादाचे प्रमाण म्हणजे मागणीची उत्पन्न लवचिकता होय. उत्पन्न बदलास मागणी केल्या जाणाऱ्या नगसंख्येचा मिळणारा प्रतिसाद मागणी नगसंख्येतील प्रमाणशीर बदलास उत्पन्नातील प्रमाणशीर बदलाने भागिले असता समजतो. मागणीची उत्पन्न लवचिकता पुढील सूत्राच्या आधारे शोधून काढता येते.

सूत्र – १

$$\text{ल}_{\text{उ}} = \frac{\text{वस्तूच्या मागणीतील शेकडा बदल}}{\text{उत्पन्नातील शेकडा बदल.}}$$

उदा. उत्पन्नात ५ टक्क्यांनी वाढ झाली असता मागणीत १० टक्क्यांनी वाढ झाली, तर मागणीची उत्पन्न लवचिकता

$$\text{ल}_{\text{उ}} = \frac{१०}{५} = २ \text{ येते.}$$

सूत्र २

$$\text{ल}_{\text{उ}} = \frac{\dfrac{\text{न}_२ - \text{न}_१}{\text{न}_२ + \text{न}_१}}{\dfrac{\text{उ}_२ - \text{उ}_१}{\text{उ}_२ + \text{उ}_१}}$$

$\text{ल}_{\text{उ}}$ = मागणीची उत्पन्न लवचिकता.

$\text{न}_१$ = मूळ मागणी

$\text{न}_२$ = नवीन मागणी

$\text{उ}_१$ = मूळ उत्पन्न

$\text{उ}_२$ = नवीन उत्पन्न

उदा. एका व्यक्तीचे उत्पन्न दरमहा २,००० रुपये असताना ती व्यक्ती दुधासाठी १०० रुपये खर्च करीत होती. उत्पन्नात वाढ होऊन ते ३,००० रुपये झाले असताना ती व्यक्ती दुधावर १२५ रुपये खर्च करू लागली, तर दुधाच्या मागणीची उत्पन्न लवचिकता किती ?

$$ल_उ = \frac{\frac{१२५ - १००}{१२५ + १००}}{\frac{३००० - २०००}{३००० + २०००}} = \frac{\frac{२५}{२२५}}{\frac{१०००}{५०००}} = \frac{१}{९} \times \frac{५}{१} = \frac{५}{९}$$

मागणीची उत्पन्न लवचिकता १ पेक्षा कमी आहे.

उत्पन्नात बदल झाला असता मागणीत किती बदल होईल हे उत्पादकाला समजणे आवश्यक असते. मागणीच्या उत्पन्न लवचिकतेमुळे विशिष्ट उत्पादकाच्या वस्तूच्या मागणीत, उत्पन्नात होणाऱ्या बदलामुळे किती बदल होईल हे समजते. उपभोग प्रवृत्तीतील बदलामुळे मागणीत बदल होतो. उत्पन्न लवचिकतेच्या आधारे उपभोग प्रवृत्तीतील बदलाची माहिती समजते. मागणीतील बदल समजण्यास त्याचा उपयोग होतो.

आर्थिक तेजी आणि मंदी यांचा समावेश व्यापार चक्रात होतो. व्यापार चक्राच्या परिस्थितीत उत्पन्नातही बदल होतो. उत्पन्नात झालेल्या बदलामुळे मागणीत होणाऱ्या बदलाची माहिती उत्पन्न लवचिकतेच्या आधारे समजते. नियोजनाच्या माध्यमातून अर्थव्यवस्थेत कोणकोणत्या वस्तू व सेवांचे उत्पादन किती प्रमाणात होणे आवश्यक आहे याविषयी इष्टांक किंवा लक्ष्ये (target) ठरविली जातात. हे इष्टांक ठरविताना मागणीच्या उत्पन्न लवचिकतेचा उपयोग होतो.

२.४.२.२ मागणीच्या उत्पन्न लवचिकतेचे प्रकार : (Types of Income Elasticity of Demand)

मागणीच्या उत्पन्न लवचिकतेचे प्रकार पुढीलप्रमाणे स्पष्ट करता येतील.

१) ऋण उत्पन्न लवचिकता :

उत्पन्न वाढले असता मागणीत जेव्हा घट होते, तेव्हा मागणीची उत्पन्न लवचिकता ऋण येते. स्थूलमानाने उत्पन्न व मागणी यामध्ये सम संबंध असतो. याचाच अर्थ उत्पन्नात ज्या दिशेने बदल होतो त्याच दिशेने मागणी बदलते. गिफेन वस्तू किंवा निकृष्ट दर्जाच्या वस्तू (उदा. हलक्या किंवा निकृष्ट प्रतीची अन्नधान्ये) यांच्या बाबतीत असे दिसून येते की, उत्पन्न वाढले असता या वस्तूंच्या मागणीत वाढ न होता घट होते. उत्पन्न वाढल्यावर निकृष्ट वस्तूंचा उपभोग कमी केला जातो.

उदा. उत्पन्नात १० टक्क्यांनी वाढ झाली असता मागणीत २० टक्क्यांनी घट होत असेल तर

मागणीची उत्पन्न लवचिकता $= \frac{-२०}{१०} = -२$ येते.

आकृतीच्या आधारे ऋण लवचिकता स्पष्ट करता येईल.

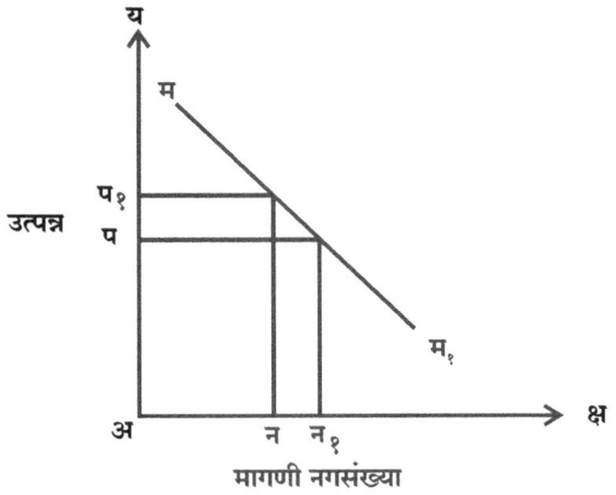

आकृती २.११ : ऋण उत्पन्न लवचिकता

आकृती २.११ मध्ये दिल्यानुसार उत्पन्नात 'अप' वरून 'अप१' पर्यंत वाढ झाली असता मागणी 'अन१' वरून 'अन' पर्यंत कमी झालेली आहे. त्यामुळे मागणीची उत्पन्न लवचिकता ऋण आहे.

२) शून्य उत्पन्न लवचिकता :

जेव्हा उत्पनात बदल झाला असता वस्तूच्या मागणीत काहीही बदल होत नसेल, तेव्हा मागणीची उत्पन्न लवचिकता शून्य असते. याचाच अर्थ उत्पन्नातील बदलाचा वस्तूच्या मागणीवर काहीही परिणाम होत नाही. उदा. मिठाची मागणी उत्पन्न बदलाला प्रतिसाद देत नाही.

उदा. उत्पन्नात १० टक्क्यांनी वाढ झाली असता वस्तूच्या मागणीत काहीही बदल झाला नाही, तर

मागणीची उत्पन्न लवचिकता = $\frac{०}{१०}$ = ० येते.

आकृतीच्या आधारे शून्य उत्पन्न लवचिकता स्पष्ट करता येईल.

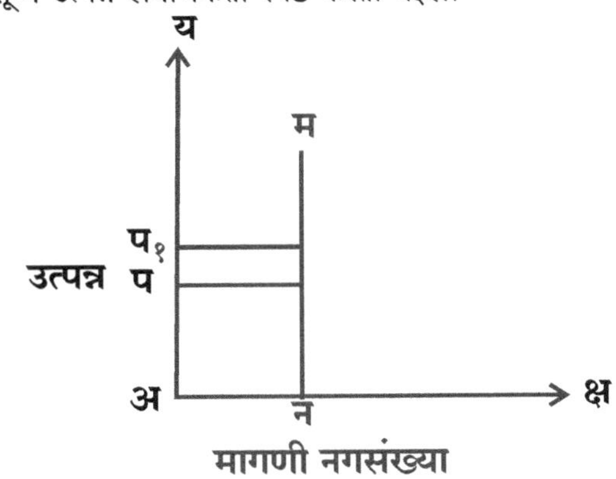

आकृती २.१२ : शून्य उत्पन्न लवचिकता

आकृती २.१२ मध्ये उत्पन्नात 'अप' वरून 'अप१' पर्यंत वाढ झाली असता वस्तूच्या मागणीत काहीही बदल न होता ती 'अन' एवढीच आहे. याचाच अर्थ मागणी उत्पन्न बदलास अजिबात प्रतिसाद देत नाही. त्यामुळे मागणीची लवचिकता शून्य आहे.

३) एक उत्पन्न लवचिकता :

उत्पन्नात जेवढ्या प्रमणात वाढ झाली तेवढ्याच प्रमाणात मागणीत वाढ होत असेल आणि उत्पन्नात जेवढ्या प्रमाणात घट झाली तेवढ्याच प्रमाणात मागणीत घट होत असेल, तर मागणीची उत्पन्न लवचिकता एक असते.

उदा. उत्पन्नात १० टक्क्यांनी वाढ झाली असता मागणीत १० टक्क्यांनी वाढ झाली,

तर मागणीची उत्पन्न लवचिकता $= \frac{१०}{१०} = १$ येते

मागणीची एक उत्पन्न लवचिकता आकृतीच्या आधारे स्पष्ट करता येईल.

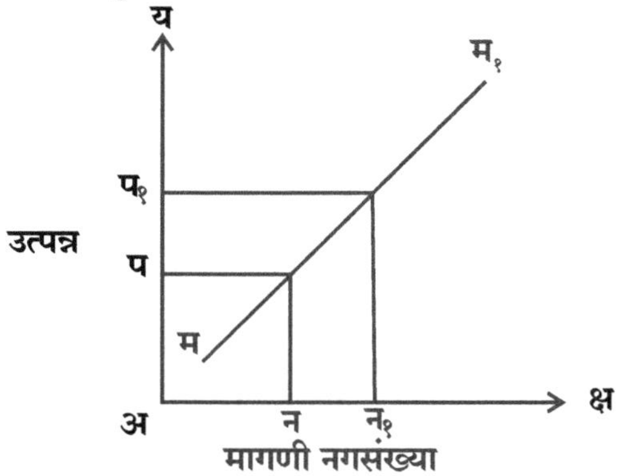

आकृती २.१३ : एक उत्पन्न लवचिकता

आकृती २.१३ मध्ये उत्पन्नात 'अप' वरून 'अप$_१$' पर्यंत वाढ झाली असता मागणी नगसंख्येत 'अन' वरून 'अन$_१$' पर्यंत वाढ झाली आहे. येथे उत्पन्नातील बदल व मागणीतील बदल समान असल्याने मागणीची उत्पन्न लवचिकता एक आहे.

४) एक पेक्षा कमी उत्पन्न लवचिकता

उत्पन्नात झालेल्या वाढीपेक्षा मागणीत कमी प्रमाणात वाढ होत असेल आणि उत्पन्नात झालेल्या घटीपेक्षा मागणीत कमी प्रमाणात घट होत असेल, तर मागणीची उत्पन्न लवचिकता एक पेक्षा कमी असते.

उदा. उत्पन्नात १० टक्क्यांनी वाढ झाली असता, मागणीत ५ टक्क्यांनी वाढ होत असेल, तर

मागणीची उत्पन्न लवचिकता $= \frac{५}{१०} = ०.५$ येते.

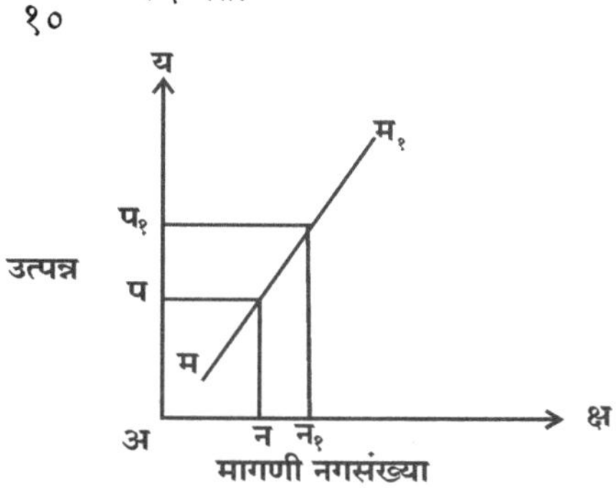

आकृती २.१४ : एक पेक्षा कमी उत्पन्न लवचिकता

आकृती २.१४ मध्ये उत्पन्नात 'अप' वरून 'अप१' पर्यंत वाढ झाली असता मागणी नगसंख्येत 'अन' वरून 'अन१' पर्यंत वाढ झालेली आहे. येथे उत्पन्नात झालेल्या वाढीपेक्षा मागणीत कमी प्रमाणात वाढ झालेली आहे. त्यामुळे मागणीची लवचिकता एक पेक्षा कमी आहे.

५) एक पेक्षा जास्त उत्पन्न लवचिकता :

उत्पन्नात झालेल्या वाढीपेक्षा मागणीत अधिक प्रमाणात वाढ होत असेल आणि उत्पन्नात झालेल्या घटीपेक्षा मागणीत अधिक प्रमाणात घट होत असेल, तर मागणीची उत्पन्न लवचिकता एक पेक्षा जास्त असते.

उदा. उत्पन्नात १० टक्क्यांनी वाढ झाली असता मागणीत २० टक्क्यांनी वाढ होत असेल, तर

$$\text{मागणीची उत्पन्न लवचिकता} = \frac{२०}{१०} = २ \text{ येते.}$$

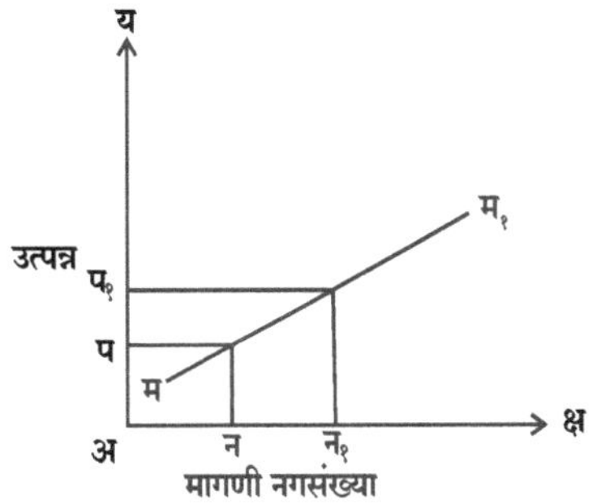

आकृती २.१५ : एक पेक्षा जास्त उत्पन्न लवचिकता

आकृती २.१५ मध्ये उत्पन्नात 'अप' वरून 'अप१' पर्यंत वाढ झाली असता मागणी नगसंख्येत 'अन' वरून 'अन१' पर्यंत वाढ झाली आहे. येथे उत्पन्नात झालेल्या वाढीपेक्षा मागणीत अधिक वाढ झालेली असल्याने मागणीची उत्पन्न लवचिकता एक पेक्षा जास्त आहे.

२.४.३. मागणीची अन्योन्न किंवा छेदक लवचिकता : (Cross Elasticity of Demand) :

मागणीच्या अन्योन्य किंवा छेदक लवचिकतेचा अर्थ आणि प्रकार याविषयी विवेचन पुढे दिले आहे.

२.४.३.१ मागणीच्या अन्योन्य किंवा छेदक लवचिकतेचा अर्थ : (Meaning of Cross Elasticity of Demand)

एका वस्तूच्या किमतीतील बदलाचा त्या वस्तूच्या मागणीवर परिणाम होतो. त्याचप्रमाणे एका वस्तूच्या किमतीत बदल झाला असता त्याचा दुसऱ्या वस्तूच्या मागणीवर परिणाम होण्याची शक्यता असते. उदा. साखरेच्या किमतीत वाढ झाली असता साखरेची मागणी कमी होते; पण त्याचबरोबर साखरेच्या किमतीत वाढ झाली असता गुळाची मागणी वाढण्याची शक्यता नाकारता येत नाही.

एखाद्या वस्तूची किंमत वाढली असता दुसऱ्या वस्तूची मागणी कमी होण्याची शक्यताही असते. जेव्हा दोन वस्तूमध्ये कोणतातरी संबंध असतो तेव्हा एका वस्तूच्या किमतीतील बदलाचा दुसऱ्या वस्तूच्या मागणीवर परिणाम होतो. वस्तू-वस्तूंमध्ये असलेले संबंध वेगवेगळ्या प्रकारचे असतात. दोन वस्तू एकमेकांना पर्यायी असू शकतात. उदा. चहा व कॉफी किंवा दोन वस्तू एकमेकांना पूरकही असू शकतात. उदा. शाई व पेन, पेट्रोल व पेट्रोलवर चालणारी वाहने.

अशावेळी एका वस्तूच्या किमतीत वाढ किंवा घट झाली असता दुसऱ्या वस्तूच्या मागणीत वाढ किंवा घट घडून येण्याची शक्यता असते. मूळ वस्तूच्या किमतीतील बदलाशी दुसऱ्या एखाद्या वस्तूच्या मागणीतील बदलाशी तुलना करून मागणीची अन्योन्य लवचिकता शोधली जाते.

एका वस्तूच्या किमतीतील बदलाला मिळणारा दुसऱ्या वस्तूच्या मागणीचा प्रतिसाद म्हणजे मागणीची अन्योन्य किंवा छेदक लवचिकता होय.

$$ल_{क्षय} = \frac{\text{'क्ष' वस्तूच्या मागणीतील शेकडा बदल}}{\text{'य' वस्तूच्या किमतीतील शेकडा बदल.}}$$

उदा. साखरेची किंमत १२ रुपयांवरून १५ रुपये झाली असता गुळाची मागणी १००० किलोग्रॅमवरून ११०० किलोग्रॅम झाली, तर गुळाच्या मागणीची अन्योन्य लवचिकता किती ?

येथे साखरेच्या किंमतीतील शेकडा बदल २५ व गुळाच्या मागणीतील शेकडा बदल १० आहे.

$\therefore$ मागणीची अन्योन्य लवचिकता $= \frac{१०}{२५} = ०.४$ होय.

पुढील सूत्राच्या साहाय्यानेही अन्योन्य लवचिकता मोजता येते.

$$ल_{क्षय} = \frac{\frac{\Delta नक्ष}{नक्ष}}{\frac{\Delta कय}{कय}}$$

येथे, नक्ष = 'क्ष' वस्तूची नगसंख्या

कय = 'य' वस्तूची किंमत

Δ = बदल (वाढ किंवा घट)

$$= \frac{\Delta नक्ष}{नक्ष} \times \frac{कय}{\Delta कय}$$

$$= \frac{१००}{१०००} \times \frac{१२}{३}$$

$$= \frac{१}{१०} \times \frac{४}{१} = \frac{४}{१०}$$

= ०.४ एवढी मागणीची अन्योन्य लवचिकता येते.

आर्थिक सिद्धांतात अन्योन्य लवचिकतेची संकल्पना महत्त्वाची आहे. वस्तू पूरक आहेत की पर्यायी आहेत हे मागणीच्या अन्योन्य लवचिकतेच्या आधारे निश्चित करता येते. जर दोन वस्तूंमधील अन्योन्य लवचिकता धन असेल म्हणजेच एका वस्तूच्या किमतीत वाढ झाली असता दुसऱ्या वस्तूच्या मागणीत वाढ होत असेल तर त्या दोन वस्तू पर्यायी असतात. याउलट जर दोन वस्तूंमधील अन्योन्य लवचिकता ऋण असेल म्हणजेच एका वस्तूच्या किमतीत वाढ झाली असता दुसऱ्या वस्तूच्या मागणीत घट होत असेल तर त्या दोन वस्तू परस्परपूरक असतात. अशा प्रकारे वस्तू पर्यायी किंवा पूरक आहेत की दोन वस्तूंमध्ये काहीही संबंध नाही हे स्पष्ट करण्यासाठी मागणीची अन्योन्य लवचिकता ही संकल्पना उपयोगी पडते. मागणीची अन्योन्य लवचिकता ही संकल्पना बाजारांची विविध प्रकारात विभागणी करण्याच्या बाबतीतही उपयोगी पडते. प्रा. ट्रिफिन (Triffen) यांनी या संकल्पनेच्या आधारे बाजारांची विविध प्रकारात विभागणी केली आहे. अनेक व्यवसायसंस्थांनी उत्पादित

केलेल्या वस्तूंच्या मागणीची अन्योन्य लवचिकता जेव्हा अनंत असते तेव्हा तो बाजार पूर्ण स्पर्धेचा असतो. तर मक्तेदारीत एका उत्पादकाने उत्पादित केलेली वस्तू आणि इतर उत्पादकांची वस्तू यातील मागणीची अन्योन्य लवचिकता शून्य असते.

व्यावसायिकास योग्य किंमत व्यूहरचना ठरविण्याच्या बाबतीत मागणीची अन्योन्य लवचिकता या संकल्पनेची मदत होते. एका वस्तूच्या किमतीतील बदलाच्या दुसऱ्या वस्तूच्या मागणीवर होणाऱ्या परिणामाचे मापन करण्यासाठी मागणीच्या अन्योन्य लवचिकतेच्या संकल्पनेचा उपयोग व्यवसायसंस्थेकडून केला जातो. उदा. वेगवेगळ्या प्रकारच्या स्नानाच्या साबणाचे उत्पादन करणाऱ्या व्यवसायसंस्थेच्या वस्तू एकमेकांना पर्यायी असतात. एका साबणाची किंमत कमी केल्यास दुसऱ्या प्रकारच्या साबणाच्या मागणीवर परिणाम होतो. त्यामुळे व्यवसायसंस्थेस योग्य प्रकारची किंमत व्यूहरचना ठरविणे आवश्यक ठरते.

उद्योगाची सीमारेषा निश्चित करण्याच्या बाबतीत मागणीची अन्योन्य लवचिकता ही संकल्पना उपयोगी पडते. तसेच उद्योगा–उद्योगातील संबंधांचे मापन करण्याच्या बाबतीतही या संकल्पनेचा उपयोग होतो. एकसारख्या वस्तूंचे उत्पादन करणाऱ्या म्हणजेच उच्च धन लवचिकता असणाऱ्या वस्तूंचे उत्पादन करणाऱ्या व्यवसायसंस्थांचा समूह म्हणजे उद्योग होय. बाजारात वर्चस्व असलेली व्यवसायसंस्था आपल्या स्पर्धक असलेल्या व्यवसायसंस्था ताब्यात घेऊन स्पर्धा संपुष्टात आणण्याचा आणि मक्तेदारी प्रस्थापित करण्याचा प्रयत्न करते. उच्च अन्योन्य लवचिकता असलेली उत्पादने ताब्यात घेऊन किंवा त्यांचे आपल्या व्यवसायसंस्थेत विलीनीकरण करून मक्तेदारी प्रस्थापित करण्याचा प्रयत्न करते. व्यवसायसंस्थेची अशी कृती बेकायदेशीर ठरते किंवा मक्तेदारी विरोधी कायद्याच्या कक्षेत येते.

२.४.३.२ मागणीच्या अन्योन्य किंवा छेदक लवचिकतेचे प्रकार : (Types of Cross Elasticity of Demand)

मागणीच्या अन्योन्य लवचिकतेचे प्रकार पुढीलप्रमाणे आहेत.

१) शून्य लवचिकता :

'य' वस्तूच्या किमतीत बदल झाला असता 'क्ष' वस्तूच्या मागणीत काहीही बदल होत नसेल, तर मागणीची अन्योन्य लवचिकता शून्य असते. याचाच अर्थ या दोन वस्तूत काहीही संबंध नाही असा होतो.

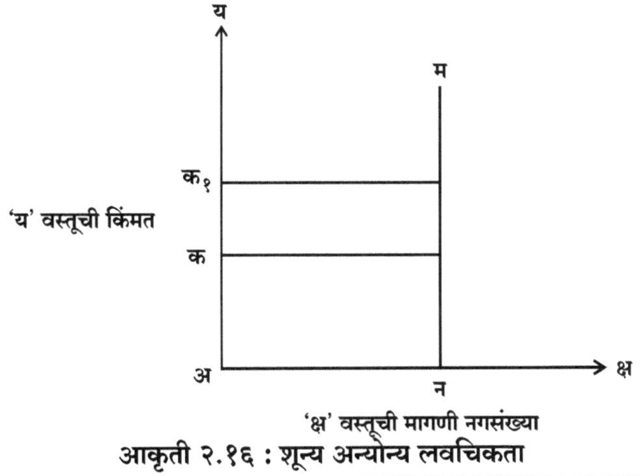

आकृती २.१६ : शून्य अन्योन्य लवचिकता

आकृती २.१६ मध्ये 'य' वस्तूच्या किमतीत 'अक' वरून 'अक$_१$' पर्यंत वाढ झाली असता 'क्ष' वस्तूच्या मागणीत काहीही बदल न होता ती 'अन' एवढीच आहे. त्यामुळे मागणीची अन्योन्य लवचिकता शून्य येते.

२) अनंत लवचिकता :

'य' वस्तूच्या किमतीत अतिशय अल्प प्रमाणात वाढ झाली असता सर्व ग्राहक 'क्ष' वस्तूची मागणी करतील आणि 'य' वस्तूची किंमत अल्प प्रमाणात कमी झाली, तर ग्राहक 'क्ष' ऐवजी 'य' वस्तू खरेदी करतील, अशी स्थिती असेल तर मागणीची अन्योन्य लवचिकता अनंत असते.

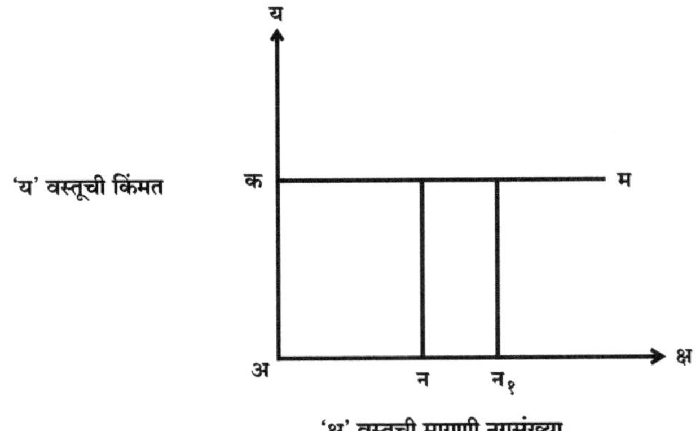

आकृती २.१७ : अनंत अन्योन्य लवचिकता

मागणीची अन्योन्य लवचिकता अनंत असेल, तर मागणी वक्र 'क्ष' अक्षाला समांतर असतो. अनंत लवचिकता असते तेव्हा दोन वस्तू एकमेकांना पूर्ण पर्यायी असतात म्हणजेच त्या दोन वस्तू रंग, रूप, आकार, वजन अशा सर्वच बाबतीत एकमेकांसारख्या असतात.

३) धन लवचिकता :

'य' वस्तूच्या किमतीत वाढ झाली असता 'क्ष' वस्तूच्या मागणीत वाढ होत असेल, तर मागणीची अन्योन्य लवचिकता धन असते. जेव्हा दोन वस्तू एकमेकांना पर्यायी असतात, तेव्हा त्या दोन वस्तूमधील अन्योन्य लवचिकता धन (+) असते. अशी लवचिकता जेवढी जास्त तेवढी त्या दोन वस्तूंमधील पर्यायता जास्त असते.

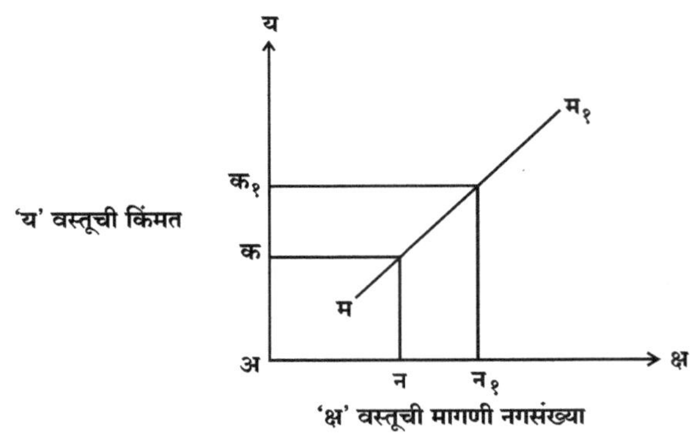

आकृती २.१८ : धन अन्योन्य लवचिकता

आकृती २.१८ मध्ये 'य' वस्तूच्या किंमतीत 'अक' वरून 'अक$_१$' पर्यंत वाढ झाली असता 'क्ष' वस्तूच्या मागणीत 'अन' वरून 'अन$_१$' पर्यंत वाढ झाली आहे. त्यामुळे मागणीची अन्योन्य लवचिकता धन आहे.

४) ऋण लवचिकता :

'य' वस्तूच्या किमतीत वाढ झाली असता 'क्ष' वस्तूच्या मागणीत घट होत असेल आणि 'य' वस्तूच्या किमतीत घट झाली असता 'क्ष' वस्तूच्या मागणीत वाढ होत असेल, तर मागणीची अन्योन्य लवचिकता ऋण असते.

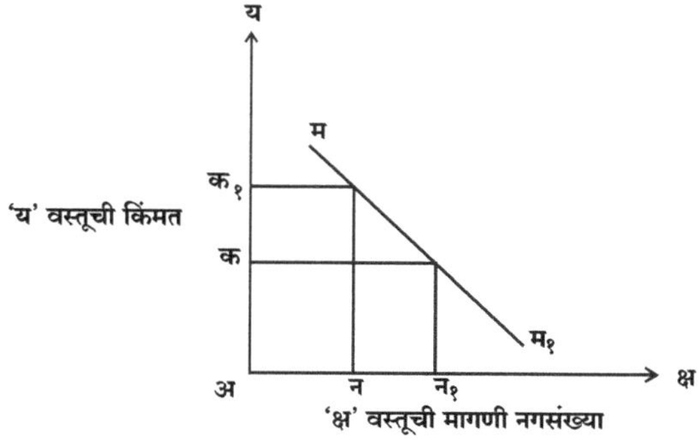

आकृती २.१९ : ऋण अन्योन्य लवचिकता

आकृती २.१९ मध्ये 'य' वस्तूची किंमत 'अक$_१$' वरून 'अक' पर्यंत कमी झाली असता 'क्ष' वस्तूच्या मागणीत 'अन' वरून 'अन$_१$' पर्यंत वाढ झाली आहे. दोन वस्तू एकमेकांना पूरक असतील, तर त्यांच्यातील अन्योन्य लवचिकता ऋण असते.

२.५ क्रमादर्शी उपयोगिता : समवृत्ती वक्र दृष्टिकोन – संकल्पना, वैशिष्ट्ये, उपभोक्त्याचा समतोल : (Ordinal Approach: Indifference curve analysis-Concept, Characteristics, Consumer Equilibrium)

समवृत्ती वक्र विश्लेषणाचा मूलभूत दृष्टिकोन असा आहे की त्याने अंकदर्शक उपयोगितेची संकल्पना विचारात न घेता त्याऐवजी क्रमदर्शी उपयोगितेची संकल्पना स्विकारली आहे. समवृत्ती वक्र सिद्धांताच्या समर्थकांच्या मते, उपयोगिता ही संख्यात्मक किंवा अंकदर्शक प्रकारे मोजता येत नाही.

क्रमदर्शी उपयोगितेचे गृहीत हे योग्य आणि वास्तववादी आहे असे समवृत्ती वक्र सिद्धांताच्या समर्थकांना वाटते. क्रमदर्शी उपयोगिता असे सूचित करते की उपभोक्त्यांना समाधानाच्या वेगवेगळ्या पातळ्यांची तुलना करणे शक्य असते. उपभोक्त्याला 'अ', 'ब', 'क', 'ड' असे विविध वस्तूंचे संयोग दिले तर उपभोक्ता 'अ' ऐवजी 'ब' किंवा 'ब' ऐवजी 'अ' पसंत करतो किंवा त्या बाबतीत तो तटस्थ आहे हे तो सांगू शकतो. जर उपभोक्ता 'ब' ऐवजी 'अ' संयोगास पसंती देत असेल तर तो किती प्रमाणात पसंत करतो हे सांगू शकत नाही. समाधानाच्या दोन पातळ्यातील संख्यात्मक फरक तो सांगू शकत नाही. मात्र, तो समाधानाची एक पातळी दुसऱ्यापेक्षा कमी किंवा जास्त किंवा समान आहे याचा अंदाज करू शकतो. पसंती प्रमाणाच्या बाबतीत खालच्या स्थानावरील संयोगापेक्षा उच्च स्थानावरील संयोगास पसंत केले जाते.

पसंती व समवृत्ती संबंध हे संक्रामक (transitive) आहेत असे समवृत्ती वक्र विश्लेषण गृहीत धरते. पसंती किंवा समवृत्ती संबंधाची संक्रामकता म्हणजे जर उपभोक्त्याने 'ब' ऐवजी 'अ' संयोग पसंत केला आणि 'क' ऐवजी 'ब' पसंत केला तर तो 'क' ऐवजी 'अ' पसंत करतो. त्याचप्रमाणे उपभोक्ता 'अ' आणि 'ब' च्या बाबतीत तटस्थ असेल आणि 'ब' व 'क' च्या बाबतीत तटस्थ असेल तर तो 'अ' व 'क' च्या बाबतीत तटस्थ असतो.

अ) समवृत्ती वक्र :

समवृत्ती वक्र दृष्टिकोनाची चर्चा करताना समवृत्ती वक्र या संज्ञेचा अर्थ स्पष्ट करणे आवश्यक आहे. समवृत्ती वक्र म्हणजे उपभोक्त्यास समान समाधान मिळवून देतात असे वस्तूचे सर्व संयोग दर्शविणारा वक्र होय. याचाच अर्थ या वक्रावरील प्रत्येक बिंदूपाशी उपभोक्त्यांना मिळणारे समाधान समान असते. समवृत्ती वक्रावरील सर्व संयोग उपभोक्त्यांना समान समाधान देत असल्याने याबाबतीत तो तटस्थ असतो. समवृत्ती वक्रावरील सर्व संयोग त्याला सारख्याच प्रमाणात पसंत असतात.

समवृत्ती पत्रकाच्या आधारे समवृत्ती वक्र समजून घेता येईल. समवृत्ती पत्रक म्हणजे उपभोक्त्याला समान समाधान मिळवून देणारे वस्तू–समूह किंवा संयोग दर्शविणारे पत्रक होय. काल्पनिक समवृत्ती पत्रक तक्ता २.५ मध्ये दिले आहे.

तक्ता २.५ : समवृत्ती पत्रक

संयोग (गट)	'क्ष' वस्तू	'य' वस्तू
अ	१	१५
ब	२	१०
क	३	६
ड	४	३
इ	५	१

तक्ता २.५ मध्ये दर्शविलेल्या काल्पनिक समवृत्ती पत्रकात 'क्ष' व 'य' अशा दोन वस्तूंचे वेगवेगळे संयोग किंवा गट दिले आहेत. हे सर्व संयोग उपभोक्त्यास समान समाधान मिळवून देतात. 'अ' संयोग १५ 'य' व १ 'क्ष' हा असून येथून सुरुवात करू.

समाधानाची पातळी कायम राहण्यासाठी 'क्ष' चा एक नग मिळविण्यासाठी 'य' च्या ५ नगाचा त्याग करण्याची उपभोक्त्याची तयारी असल्याचे दिसते. दुसरा संयोग १० 'य' व २ 'क्ष' असा आहे. उपभोक्त्यास 'क्ष' चा आणखी एक नग मिळवायचा असेल तर तो 'य' च्या ४ नगाचा त्याग करण्यास तयार असेल. तिसरा संयोग ६ 'य' व ३ 'क्ष' असा आहे. या पत्रकातील प्रत्येक संयोग समान पातळीचे समाधान दर्शवितो. या समवृत्ती पत्रकावरून असे दिसते की 'क्ष' वस्तूच्या नगसंख्येत वाढ झाली असता 'य' वस्तूच्या नगसंख्येत घट झालेली आहे. त्याद्वारे समाधानाची पातळी कायम राखली गेलेली आहे.

समवृत्ती पत्रकात दिलेल्या माहितीच्या आधारे समवृत्ती वक्र काढता येईल. दोन वस्तूंचे वेगवेगळे संयोग दर्शविणारे बिंदू जोडून समवृत्ती वक्र मिळतो. आकृती २.२० मध्ये असा समवृत्ती वक्र दर्शविला आहे.

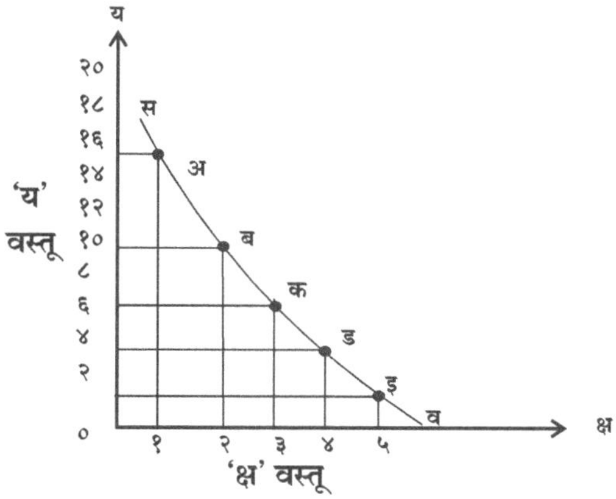

आकृती २.२० : समवृत्ती वक्र

आकृती २.२० मध्ये समवृत्ती पत्रकात दिलेले संयोग दर्शवून 'सव' हा समवृत्ती वक्र काढलेला आहे. आकृतीमध्ये 'क्ष' वस्तूची नगसंख्या 'क्ष' अक्षावर आणि 'य' वस्तूची नगसंख्या 'य' अक्षावर मोजलेली आहे. 'सव' समवृत्ती वक्रावरील संयोग हे समवृत्ती पत्रकातील संयोगाप्रमाणे सारखेच पसंत केले जातात कारण ते सर्व समान पातळीचे समाधान मिळवून देतात. यावरून उपभोक्त्याला समान पातळीचे समाधान मिळवून देणाऱ्या दोन वस्तूंचे वेगवेगळे संयोग दर्शविणाऱ्या बिंदूंना जोडणारा वक्र म्हणजे 'समवृत्ती वक्र' असे म्हणता येते.

आकृती २.२० मध्ये दर्शविलेल्या समवृत्ती वक्राप्रमाणेच अनेक समवृत्ती वक्र काढता येतात. वेगवेगळे समवृत्ती वक्र समाधानाची वेगवेगळी पातळी दर्शवितात. विशिष्ट समवृत्ती वक्राच्या खालच्या बाजूस म्हणजेच डावीकडे असलेला समवृत्ती वक्र त्या विशिष्ट समवृत्ती वक्राच्या तुलनेत समाधानाची कमी पातळी दर्शवितो. याउलट एखाद्या समवृत्ती वक्राच्या वरच्या बाजूस किंवा उजवीकडे असलेला समवृत्ती वक्र हा त्या विशिष्ट वक्राने दर्शविलेल्या समाधानाच्या पातळीपेक्षा उच्च समाधानाची पातळी दर्शवितो. काल्पनिक समवृत्ती वक्राची एक मालिका आकृती २.२१ मध्ये दिली आहे.

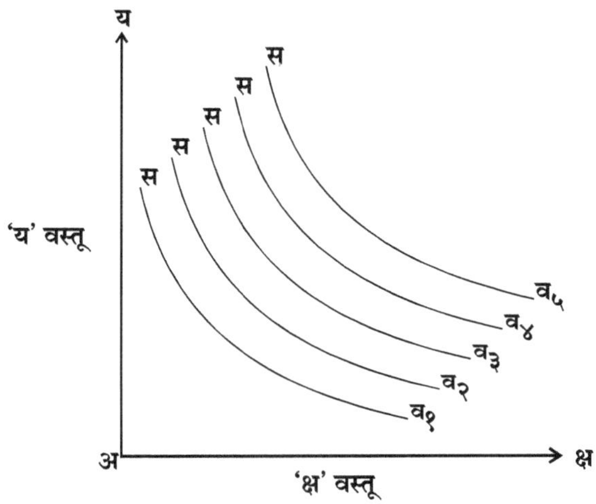

आकृती २.२१ : समवृत्ती नकाशा

आकृती २.२१ मध्ये वेगवेगळ्या पातळीचे समाधान दर्शविणारे समवृत्ती वक्र दर्शविले आहेत. असे आणखीही कितीतरी वक्र काढता येतात. आकृतीत सव$_१$ हा सर्वात डावीकडे किंवा खालच्या बाजूला असलेला समवृत्ती वक्र असून तो इतर सर्व वक्रांच्या तुलनेत समाधानाची खालची पातळी दर्शवितो. तर 'सव$_५$' हा सर्वात वरच्या बाजूला किंवा उजवीकडे असलेला समवृत्ती वक्र असून तो इतर सर्व वक्रांच्या तुलनेत समाधानाची वरची पातळी दर्शवितो. मात्र, कोणत्याही एका वक्रावरील सर्व बिंदू समाधानाची समान पातळी दर्शवितात.

उपभोक्त्याचा समवृत्ती नकाशा (Indifference Map) हा उपभोक्त्याच्या दोन वस्तूसाठीच्या आवडीनिवडी व पसंती आणि त्या वस्तूंच्या वेगवेगळ्या संयोगाच्या बाबतीतील पसंती दर्शवितो. समवृत्ती नकाशा उपभोक्त्याची पसंती श्रेणी मांडतो. उपभोक्त्यांच्या आवडीनिवडी व पसंतीत बदल झाला नाही तर समवृत्ती नकाशा सारखाच राहील आणि त्यात बदल झाला तर या समवृत्ती नकाशातही बदल होईल.

ब) सीमांत पर्यायता दर :

सीमांत पर्यायता दर संकल्पना ही मागणीच्या समवृत्ती वक्र विश्लेषणात अतिशय महत्त्वाची आहे. उपभोक्ता ज्या दराने एका वस्तूच्या नगांचा दुसऱ्या वस्तूच्या नगांशी विनिमय करतो त्यास 'सीमांत पर्यायता दर' म्हणतात. दोन वस्तूपैकी एका वस्तूचे अधिक नग मिळविण्यासाठी त्याला दुसऱ्या वस्तूच्या काही नगाचा त्याग करावा लागतो. म्हणजेच एका वस्तूच्या काही नगांच्या बदल्यात दुसऱ्या वस्तूचे काही नग मिळविले जातात. त्यासाठी वस्तूची देवघेव होते. ही देवघेव ज्या दराने होते. तो दर म्हणजे सीमांत पर्यायता दर होय.

उपभोक्ता 'क्ष' वस्तू आणि 'य' वस्तू यांची ज्या दराने देवघेव करतो त्यास 'सीमांत पर्यायता दर' असे म्हणतात. 'य' साठीचा 'क्ष'चा सीमांत पर्यायता दर म्हणजे ज्याचा तोटा 'क्ष'च्या एका नगात वाढ झाल्याने भरून निघालेला आहे अशी 'य'ची नगसंख्या होय. दुसऱ्या शब्दात सांगावयाचे झाल्यास, 'य' साठीचा 'क्ष' चा सीमांत पर्यायता दर म्हणजे उपभोक्त्यास ज्यामुळे समाधानाची पातळी कायम राहिल या दृष्टीने 'क्ष' च्या एका अधिक नगासाठी उपभोक्त्यांना 'य' ची त्याग करावी लागणारी नगसंख्या होय.

तक्ता २.६ मध्ये दिलेल्या समवृत्ती पत्रकाच्या साहाय्याने सीमांत पर्यायता दर स्पष्ट करता येईल.

तक्ता २.६ : समवृत्ती पत्रक

संयोग	वस्तू 'क्ष'	वस्तू 'य'	सीपद$_{क्षय}$
अ	१	१५	५
ब	२	१०	४
क	३	६	३
ड	४	३	२
इ	५	१	

तक्ता २.६ मध्ये जेव्हा उपभोक्ता 'अ' संयोगावरून 'ब' कडे येतो तेव्हा तो 'क्ष' वस्तूचा एक जादा नग मिळण्यासाठी 'य' वस्तूच्या ५ नगाचा त्याग करतो. त्यामुळेच 'य' साठीचा 'क्ष' चा सीमांत पर्यायता दर ५ आहे. अशाच प्रकारे उपभोक्ता 'ब' 'क', आणि 'ड' कडून 'इ' कडे जातो तेव्हा 'य' साठीचा 'क्ष' चा सीमांत पर्यायता दर अनुक्रमे ४, ३ व २ आहे.

उपभोक्त्याला जसजसे 'क्ष' या वस्तूचे अधिक नग मिळतात तसतशी 'क्ष' वस्तूसाठी द्यावी लागणारी 'य' वस्तूची नगसंख्या घटत जाते. तक्त्यात सुरुवातीचा अ संयोग 'क्ष' वस्तूचा एक नग व 'य' वस्तूचे १५ नग असा आहे. 'क्ष' वस्तूचा आणखी नग मिळविण्यासाठी त्याला 'य' वस्तूचे ५ नग द्यावे लागतात. त्यापुढील क्रमाने येणाऱ्या प्रत्येक जादा नगासाठी त्याला 'य' वस्तूचे अनुक्रमे ४, ३ व २ नग द्यावे लागतात.

क) समवृत्ती वक्राचे गुणधर्म :

समवृत्ती वक्राचे गुणधर्म पुढीलप्रमाणे स्पष्ट करता येतील.

१) समवृत्ती वक्रांचा उतार ऋणात्मक :

समवृत्ती वक्र ऋणात्मक उताराचे असतात. समवृत्ती वक्र उजवीकडे उतरत जाणारे असतात म्हणजेच संयोगातील एका वस्तूच्या नगसंख्येत वाढ केली की दुसऱ्या वस्तूच्या नगसंख्येत घट होते. समाधानाची पातळी कायम राहण्यासाठी हे आवश्यक असते. जर संयोगातील 'क्ष' वस्तूच्या नगसंख्येत वाढ झाली आणि 'य' वस्तूची नगसंख्या कायम राहिली तर नवीन संयोग मूळ संयोगापेक्षा पसंत केला जाईल. साहजिकच, हे दोन्ही संयोग समाधानाची वेगवेगळी पातळी दर्शवित असल्याने ते एकाच समवृत्ती वक्रावर राहणार नाहीत.

उपभोक्त्यास समाधानाची सारखीच पातळी मिळवून देणारे दोन वस्तूंचे संयोग ज्या समवृत्ती वक्रावर दर्शविले जातात तो वक्र उजवीकडे खाली उतरत जाणाराच असतो. त्यापेक्षा वेगळ्या आकाराचा नसतो.

उजवीकडे खाली उतरत जाणारा वक्र नसेल किंवा त्यापेक्षा वेगळा असेल तर काय स्थिती राहिल हे पुढे दिलेल्या विवेचनावरून स्पष्ट होईल. आकृती २.२२ मध्ये 'क्ष' अक्षाला समांतर असा समवृत्ती वक्र दर्शविला आहे.

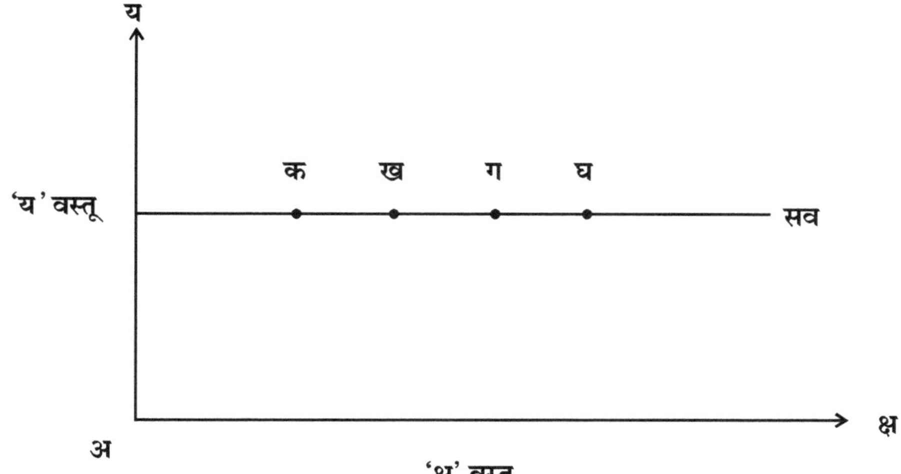

आकृती २.२२ : समवृत्ती वक्र 'क्ष' अक्षास समांतर नसतो.

जर समवृत्ती वक्र आकृती २.२२ मध्ये दाखविल्याप्रमाणे 'क्ष' अक्षाला समांतर असेल तर तो वक्र असे स्पष्ट करतो की 'य' वस्तूची नगसंख्या कायम राहून 'क्ष' वस्तूच्या नगसंख्येत वाढ झाली असता विविध संयोगांच्या बाबतीत उपभोक्ता तटस्थ असतो. मात्र, असे असणार नाही कारण कमी वस्तूपेक्षा अधिक वस्तू पसंत केल्या जातात असे गृहीत धरलेले आहे. आकृतीतील 'क', 'ख','ग','घ' या संयोगात 'य' वस्तूची नगसंख्या कायम

राहून 'क्ष' वस्तूची नगसंख्या वाढत गेलेली आहे. हे सर्व संयोग सारखेच पसंत केले जाणार नाहीत. 'क' पेक्षा 'ख', 'ख' पेक्षा 'ग' आणि 'ग' पेक्षा 'घ' संयोग अधिक पसंत केला जाईल. त्यामुळेच समवृत्ती वक्र आडवा सरळ रेषा असण्याची शक्यता नसते.

अशाच प्रकारे समवृत्ती वक्र आकृती २.२३ मध्ये दाखविल्याप्रमाणे उभी सरळ रेषा किंवा 'य' अक्षाला समांतर नसतो.

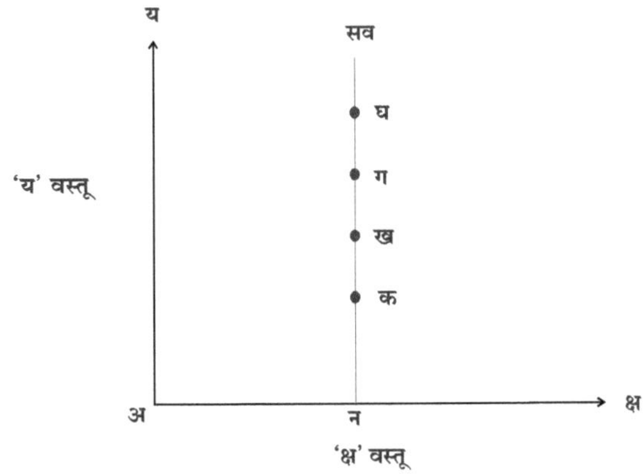

आकृती २.२३ : समवृत्ती वक्र 'य' अक्षास समांतर नसतो.

आकृती २.२३ मध्ये दाखविलेल्या 'सव' या समवृत्ती वक्रावरील 'क', 'ख', 'ग', 'घ' हे संयोग उपभोक्त्यांकडून सारखेच पसंत केले पाहिजेत. मात्र, तसे होणार नाही कारण येथे 'क' संयोगापासून पुढे पुढे 'क्ष' वस्तूची नगसंख्या कायम राहून 'य' वस्तूची नगसंख्या वाढत गेलेली आहे. त्यामुळे हे सर्व संयोग समाधानाची सारखीच पातळी दर्शविणार नाहीत. त्यामुळेच समवृत्ती वक्र उभी सरळ रेषा किंवा 'य' अक्षास समांतर नसतो.

समवृत्ती वक्र उजवीकडे वर चढत जाणारा असण्याची एक शक्यता आहे. मात्र, तो तसाही नसतो. आकृती २.२३ मध्ये वर चढत जाणारा वक्र दाखविला आहे.

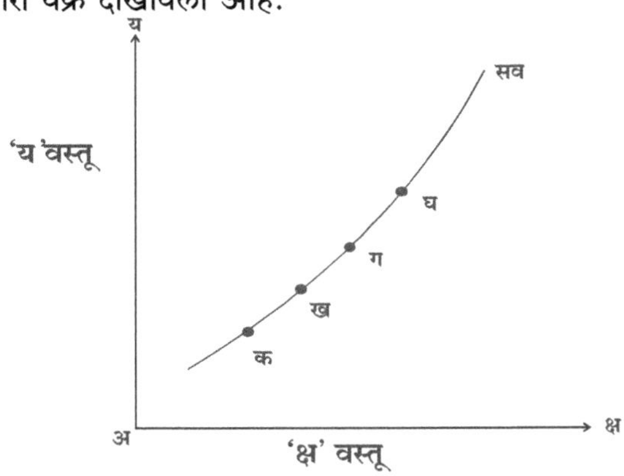

आकृती २.२४ : समवृत्ती वक्र वर चढत जाणारा नसतो.

आकृती २.२४ मध्ये उजवीकडे वर चढत जाणारा वक्र दाखविला असून हा वक्र असे स्पष्ट करतो की या वक्रावर उजवीकडे सरकत गेल्यास दोन्ही वस्तूच्या नगसंख्येत वाढ होते. जर समवृत्ती वक्र उजवीकडे वर चढत जाणारा असेल तर तो असे स्पष्ट करतो की दोन्ही वस्तूंची कमी नगसंख्या असलेला संयोग आणि दोन्ही वस्तूंची जास्त

नगसंख्या असलेला संयोग हे दोन्ही उपभोक्त्यांना समाधानाची सारखीच पातळी मिळवून देतात. मात्र, उपभोक्ता वस्तूंची अधिक नगसंख्या पसंत करतो असे येथे गृहीत धरलेले आहे. त्यामुळे वस्तूंची कमी अधिक नगसंख्या असलेले संयोग उपभोक्त्यास सारखेच समाधान मिळवून देणार नाहीत व सारखेच पसंत केले जाणार नाहीत.

समवृत्ती वक्राच्या बाबतीतील शेवटची शक्यता म्हणजे तो उजवीकडे उतरत जाणारा असतो. समवृत्ती वक्राचा आकार हाच आहे. समवृत्ती वक्र उपभोक्त्यांना समान समाधानाची पातळी मिळवून देणारे संयोग दर्शवितो आणि त्यामुळेच उपभोक्ता त्याबाबतीत तटस्थ असतो. उजवीकडे उतरत जाणारा समवृत्ती वक्र असे स्पष्ट करतो की, 'क्ष' वस्तूच्या नगसंख्येत वाढ झाली असता 'य' वस्तूच्या नगसंख्येत घट होते. त्यामुळे वक्रावरील सर्व संयोगाच्या बाबतीत उपभोक्ता तटस्थ राहतो. यावरून आपण समवृत्ती वक्र उजवीकडे उतरत जाणारा असतो असा निष्कर्ष काढू शकतो.

२) समवृत्ती वक्र मूळ बिंदूशी बहिर्वक्र असतात :

समवृत्ती वक्रांचा आणखी एक महत्त्वाचा गुणधर्म असा की, हे वक्र मूळ बिंदूशी बहिर्वक्र (convex) असतात. समवृत्ती वक्राचा उजव्या बाजूकडील भाग तुलनात्मकदृष्ट्या सपाट किंवा कमी उतार असलेला आणि डाव्या बाजूकडील भाग अधिक उतार असलेला असतो. घटत्या सीमांत पर्यायता दरामुळे समवृत्ती वक्र मूळ बिंदूशी बहिर्वक्र असतात. 'य' साठीचा 'क्ष'चा सीमांत पर्यायता दर बहिर्वक्र समवृत्ती वक्राने स्पष्ट होतो.

जर समवृत्ती वक्र मूळ बिंदूशी अंतर्वक्र असेल तर तो वक्र असे स्पष्ट करतो की, 'क्ष' चा 'य' साठीचा सीमांत पर्यायता दर वाढत जाणारा असतो.

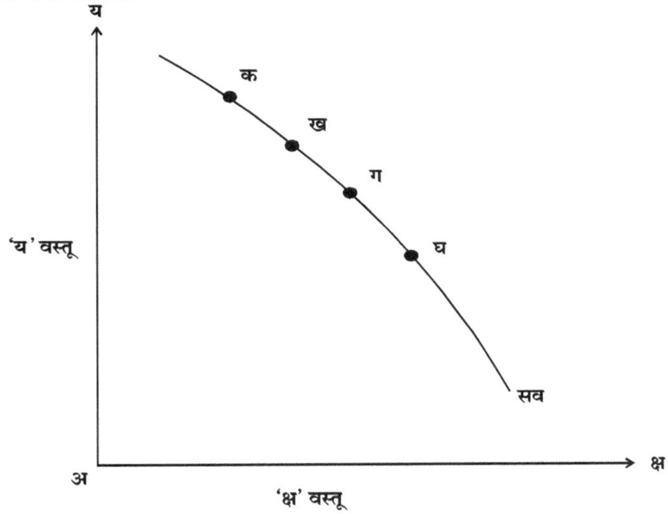

आकृती २.२५ : समवृत्ती वक्र मूळ बिंदूशी अंतर्वक्र नसतो.

आकृती २.२५ मध्ये 'सव' हा वक्र मूळ बिंदूशी अंतर्वक्र आहे. हा वक्र असे स्पष्ट करतो की 'क्ष' वस्तूच्या नगसंख्येत वाढ केली असता क्रमाने अधिकाधिक 'य' वस्तूचा त्याग करावा लागतो. याचाच सीमांत पर्यायता दर वाढत जाणारा आहे. मात्र, घटता सीमांत पर्यायता दर हे समवृत्ती वक्राचे गृहीत असल्याने समवृत्ती वक्र मूळ बिंदूशी अंतर्वक्र नसतो. वस्तू पूर्ण पर्यायी असण्याची शक्यता वगळून समवृत्ती वक्र सरळ रेषा नसतो.

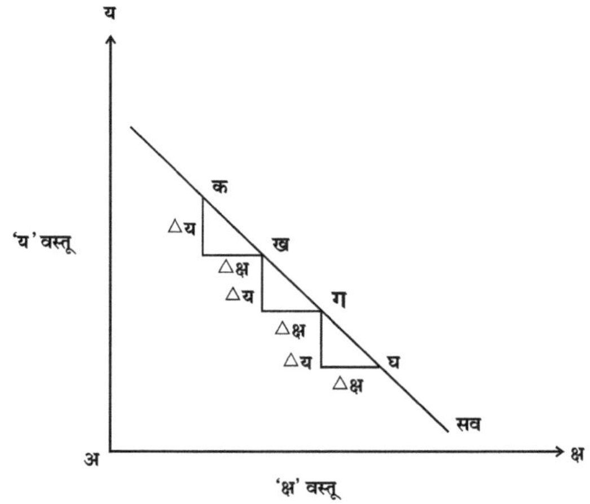

आकृती २.२६ : पूर्ण पर्यायी वस्तू वगळता इतर बाबतीत समवृत्ती वक्र सरळ रेषा नसतो.

आकृती २.२६ मध्ये 'सव' हा वक्र सरळ रेषा असा आहे. हा वक्र 'य' वस्तूऐवजी अधिकाधिक 'क्ष' वस्तू मिळविताना सीमांत पर्यायता दर स्थिर राहातो असे स्पष्ट करतो. अधिक 'क्ष' वस्तू मिळविताना तेवढ्याच 'य' वस्तूचा उपभोक्त्याकडून त्याग केला जातो. स्थूलमानाने दोन वस्तू पूर्ण पर्यायी नसण्याचीच शक्यता अधिक असल्याने समवृत्ती वक्र सरळ रेषा असा नसतो.

समवृत्ती वक्राच्या बाबतीतील तिसरी शक्यता म्हणजे असे वक्र मूळ बिंदूशी बहिर्वक्र असतात ही होय आणि सर्वसाधारणपणे समवृत्ती वक्राचा आकार असाच असतो. मूळ बिंदूशी बहिर्वक्र असलेला समवृत्ती वक्र घटत्या सीमांत पर्यायता दराच्या तत्त्वाशी सुसंगत आहे.

३) समवृत्ती वक्र एकमेकांना छेदत नाहीत :

समवृत्ती वक्र एकमेकांना छेदत नाहीत हा समवृत्ती वक्राचा तिसरा गुणधर्म आहे. दोन वेगवेगळे समवृत्ती वक्र उपभोक्त्याच्या दृष्टीने समाधानाची वेगवेगळी पातळी दर्शवितात. जेव्हा दोन समवृत्ती वक्र एकमेकांना छेदतात तेव्हा ते दोन्ही वक्र छेदन बिंदूत समाधानाची एकच पातळी दर्शवितात. आकृती २.२६ मध्ये एकमेकांना छेदणारे दोन समवृत्ती वक्र दर्शविले आहेत.

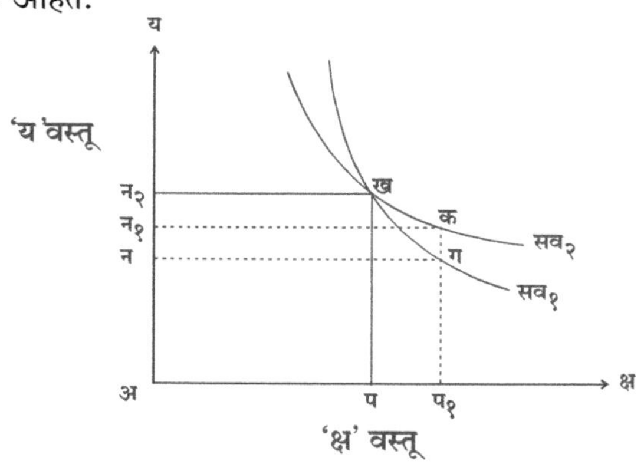

आकृती २.२७ : दोन समवृत्ती वक्र एकमेकांना छेदत नाहीत.

आकृती २.२७ मध्ये 'सव$_१$' आणि 'सव$_२$' हे दोन समवृत्ती वक्र असून ते दोन वक्र एकमेकांना 'ख' बिंदूत छेदतात. समवृत्ती वक्र उपभोक्त्याला सारखेच समाधान मिळवून देणारे वस्तूचे संयोग दर्शवितो. 'ख' आणि 'क' ने दर्शविलेले संयोग उपभोक्त्यांना समान समाधान मिळवून देतात कारण ते 'सव$_२$' या एकाच समवृत्ती वक्रावर आहेत. अशाच प्रकारे 'ग' आणि ख बिंदूने दर्शविलेले संयोग उपभोक्त्यांना समान समाधान मिळवून देतात कारण ते 'सव$_१$' या एकाच समवृत्ती वक्रावर आहेत. समाधानाच्या बाबतीत संयोग 'क' हा 'ख' बरोबर आणि संयोग 'ग' 'ख' बरोबर असल्याने संयोग 'क' हा 'ग' बरोबर आहे. मात्र, आकृतीवर दृष्टिक्षेप टाकला असता संयोग 'क' आणि 'ग' ग्राहकांना सारखेच समाधान मिळवून देतील असे म्हणता येत नाही. याचे कारण 'क' आणि 'ग' संयोगाच्या बाबतीत 'क्ष' वस्तूंची नगसंख्या समान असली तरी 'क' संयोगात 'य' वस्तूची नगसंख्या जास्त आहे. उपभोक्ता 'क' संयोग पसंत करील कारण हा संयोग 'ग' संयोगापेक्षा अधिक समाधान मिळवून देतो. यावरून समवृत्ती वक्र एकमेकांना छेदत नाहीत हे सिद्ध होते.

४) डाव्या बाजूला असलेल्या समवृत्ती वक्रापेक्षा उजव्या बाजूला असलेला समवृत्ती वक्र समाधानाची उच्च पातळी दर्शवितो :

एका समवृत्ती वक्रावरील वेगवेगळे संयोग दाखविणारे बिंदू समाधानाची समान पातळी दर्शवितात. मात्र, वेगवेगळ्या समवृत्ती वक्राने दर्शविली जाणारी समाधानाची पातळी वेगवेगळी असते. आकृती २.२७ मध्ये समाधानाची वेगवेगळी पातळी दर्शविणारे समवृत्ती वक्र दर्शविले आहेत.

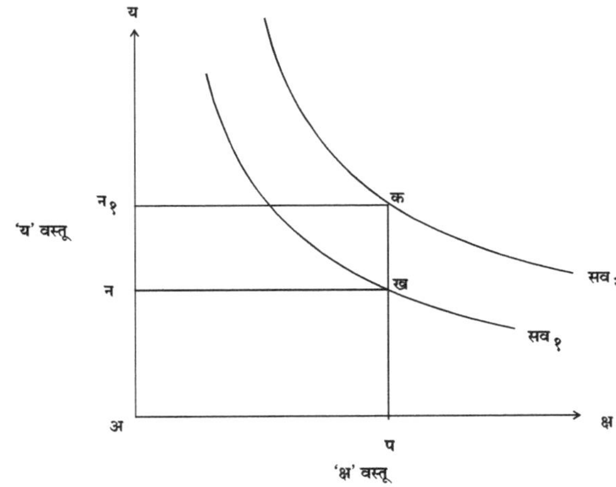

आकृती २.२८ : उजव्या बाजूचा समवृत्ती वक्र समाधानाची उच्च पातळी दर्शवितो.

आकृती २.२८ मध्ये 'सव$_१$' आणि 'सव$_२$' हे दोन समवृत्ती वक्र आहेत. 'सव$_२$' हा उजवीकडे किंवा वरच्या बाजूला असलेला समवृत्ती वक्र हा 'सव$_१$' या डावीकडील किंवा खालच्या बाजूला असलेल्या समवृत्ती वक्रापेक्षा समाधानाची उच्च पातळी दर्शवितो. आकृतीमध्ये 'सव$_२$' या वक्रावरील 'क' बिंदू हा 'सव$_१$' या वक्रावरील 'ख' बिंदूने दर्शविलेल्या समाधानाच्या पातळीपेक्षा उच्च पातळी दर्शवितो. याचे कारण 'क' आणि 'ख' या दोन बिंदूने दर्शविलेल्या संयोगात 'क्ष' वस्तूची नगसंख्या समान आहे. मात्र, 'य' वस्तूची संख्या 'क' बिंदूने दर्शविलेल्या संयोगात 'ख' बिंदूने दर्शविलेल्या संयोगापेक्षा जास्त आहे.

उपभोक्ता कमी वस्तूपेक्षा अधिक वस्तू पसंत करतो. वरच्या पातळीवरील समवृत्ती वक्रावर असलेल्या संयोगात खालच्या पातळीवर असलेल्या समवृत्ती वक्रावरील संयोगापेक्षा एक किंवा दोनही वस्तूची अधिक नगसंख्या असते. उपभोक्ता वरच्या पातळीवर असलेल्या समवृत्ती वक्रावरील संयोग पसंत करतो कारण तो संयोग उपभोक्त्यास तुलनेने अधिक समाधान मिळवून देतो.

ड) किंमत रेषा :

उपभोक्त्याच्या समतोलाचा सिद्धांत समजून घेण्यासाठी 'किंमत रेषा' या संकल्पनेचे ज्ञान आवश्यक आहे. उच्च पातळीवरील समवृत्ती वक्र खालच्या पातळीवरील समवृत्ती वक्रापेक्षा समाधानाची उच्च पातळी दर्शवितो. उपभोक्त्याचा महत्तम समाधान मिळविण्याचा प्रयत्न असतो. त्यामुळे उपभोक्ता अधिकाधिक वरच्या समवृत्ती वक्रावर जाण्याचा प्रयत्न करतो. त्यामुळे त्याला अधिकाधिक वस्तू खरेदी करता येतात. मात्र, हे वस्तूच्या किमती आणि ज्याच्या आधारे वस्तूची खरेदी केली जाते असे पैसारूप उत्पन्न यावर अवलंबून असते.

उपभोक्त्याचा समतोल स्पष्ट करण्यासाठी समवृत्ती वक्र विश्लेषणात किंमत रेषेचा विचार करणे आवश्यक आहे. किंमत रेषा वस्तूच्या किमती आणि उपभोक्त्याचे चलनी उत्पन्न दर्शविते.

समजा एका उपभोक्त्याला १०० रुपये उत्पन्न मिळालेले आहे. त्याला ते उत्पन्न 'क्ष' व 'य' अशा दोन वस्तूंवर खर्च करावयाचे आहे. 'क्ष' वस्तूची बाजारातील किंमत २० रुपये आहे आणि 'य' वस्तूची बाजारातील किंमत १० रुपये आहे. जर उपभोक्त्याने आपले सर्वच्या सर्व उत्पन्न 'क्ष' वस्तूच्या खरेदीसाठी खर्च केले तर तो 'क्ष' वस्तूचे ५ नग विकत घेऊ शकतो. जर उपभोक्त्याने सर्व उत्पन्न 'य' वस्तू विकत घेण्यासाठी खर्च केले तर तो 'य' वस्तूचे १० नग विकत घेऊ शकतो.

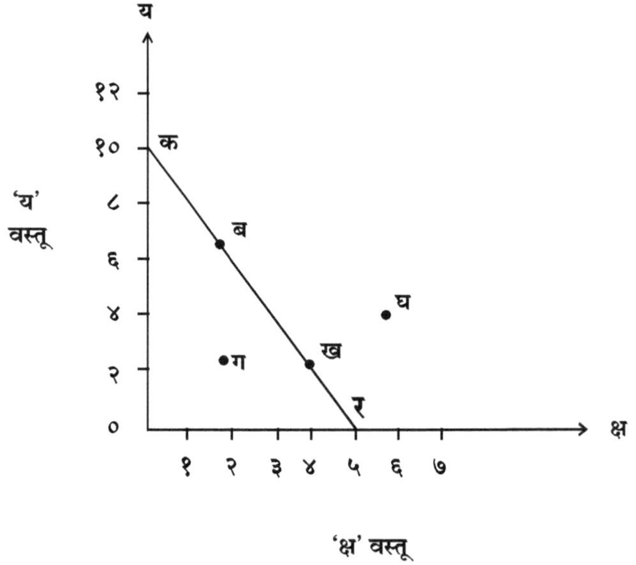

आकृती २.२९ : किंमत रेषा

आकृती २.२९ मध्ये 'य' अक्षावर 'य' वस्तू आणि 'क्ष' अक्षावर 'क्ष' वस्तू दर्शविल्या आहेत. उपभोक्ता त्याच्याकडे असलेल्या १०० रुपये उत्पन्नातून 'य' वस्तूचे जास्तीत जास्त १० नग आणि 'क्ष' वस्तूचे जास्तीत

जास्त ५ नग खरेदी करू शकतो. 'य' अक्षावर १० 'य' वस्तू दर्शविणारा बिंदू आणि आडव्या 'क्ष' अक्षावर ५ 'क्ष' वस्तू दर्शविणारा बिंदू जोडले असता 'कर' ही किंमत रेषा मिळते.

उपभोक्ता आपले दिलेले उत्पन्न दिलेल्या किमतीला दोन वस्तूंवर खर्च करून दोन वस्तूचे जे सर्व संयोग विकत घेऊ शकतो ते किंमत रेषा दर्शविते.

आकृतीमध्ये ख, ग, घ, ब असे 'क्ष' व 'य' वस्तूचे निरनिराळे संयोग दर्शविले आहेत. 'घ' बिंदूने दर्शविलेला संयोग हा किंमत रेषेच्या बाहेरच्या बाजूला आहे. साहजिकच दिलेल्या उत्पन्नात उपभोक्त्यास हा संयोग विकत घेता येणे शक्य नाही. आकृतीमध्ये 'ग' बिंदूने दर्शविलेला संयोग किंमत रेषेच्या आतील बाजूस आहे. उपभोक्त्याने हा वस्तू संयोग विकत घेतल्यास त्याला आपले सर्व उत्पन्न खर्च करता येणार नाही. दिलेल्या किमतीला, दिलेले सर्व उत्पन्न दिलेल्या वस्तूवर उपभोक्ता खर्च करतो असे गृहीत विचारात घेतल्यास उपभोक्त्याला किंमत रेषेवरील ख, ब यासारख्या अनेक संयोगापैकी एका संयोगाची निवड करावी लागते.

वस्तूच्या किमती आणि उत्पन्न यामधील बदलाचा किंमत रेषेवर परिणाम होतो. वस्तूच्या किमतीत बदल झाल्यास मूळ किंमत रेषा डावीकडे किंवा उजवीकडे स्थानांतरित होते. 'य' आणि 'क्ष' या वस्तूच्या किमतीत बदल झाला असता त्यामुळे किंमत रेषेत कसा बदल होतो हे आकृती २.३० (अ) व (ब) मध्ये दर्शविले आहे.

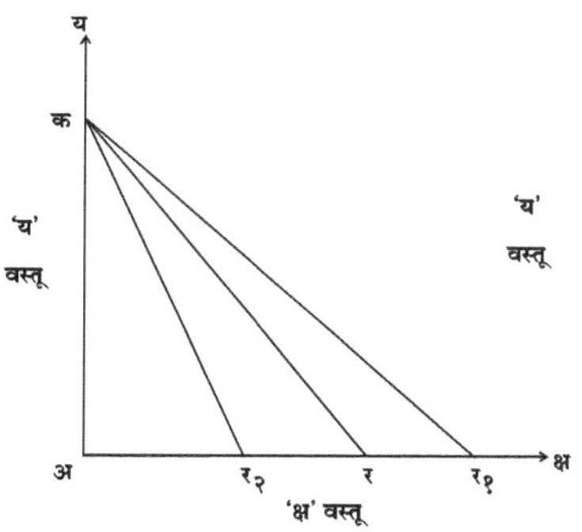

आकृती २.३० : (अ) 'क्ष' वस्तूच्या किमतीतील बदलामुळे किंमत रेषेतील बदल

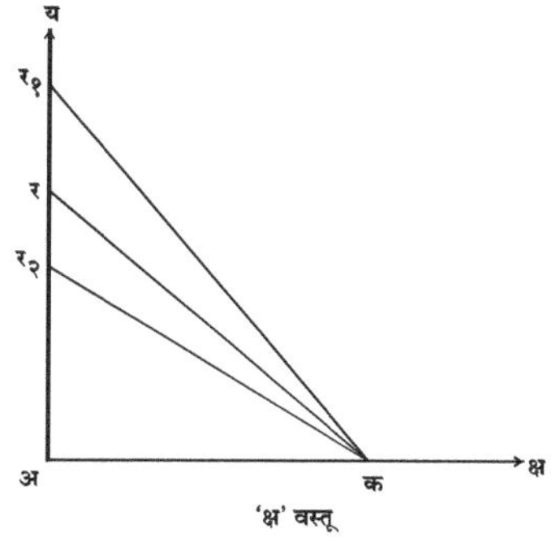

आकृती २.३० : (ब) 'य' वस्तूच्या किमतीतील बदलामुळे किंमत रेषेतील बदल

आकृती (अ) मध्ये समजा 'य' व 'क्ष' वस्तूच्या विशिष्ट किमती व विशिष्ट उत्पन्न दिलेले असताना सुरुवातीची किंमत रेषा 'कर' आहे. समजा 'य' ची किंमत आणि उत्पन्न कायम असताना 'क्ष' वस्तूची किंमत कमी होते. 'क्ष' वस्तूची किंमत कमी झाल्यामुळे उपभोक्ता आपल्या दिलेल्या उत्पन्नातून 'क्ष' वस्तूची अधिक नगसंख्या विकत घेऊ शकतो. मात्र, 'य' वस्तूच्या किमतीत बदल होत नसल्याने 'य' ची पूर्वी इतकीच नगसंख्या उपभोक्ता खरेदी करील. अशा प्रकारे उपभोक्त्याचे पैसारूप उत्पन्न आणि 'य' वस्तूची किंमत कायम राहून, 'क्ष' वस्तूची किंमत कमी झाली तर किंमत रेषा 'कर$_{१}$' या ठिकाणी असेल आणि 'क्ष' वस्तूच्या किमतीत वाढ झाली असता किंमत रेषा कर$_{२}$ या ठिकाणी असेल.

आकृती (ब) मध्ये सुरुवातीची किंमत रेषा 'कर' आहे. उपभोक्त्याचे उत्पन्न कायम राहून व 'क्ष' वस्तूच्या किमतीत काहीही बदल न होता 'य' वस्तूच्या किमतीत वाढ झाली. अशा स्थितीत उपभोक्ता 'क्ष' वस्तूची पूर्वीइतकीच नगसंख्या खरेदी करील. मात्र 'य' वस्तूची किंमत वाढल्याने 'य' वस्तूची कमी नगसंख्या खरेदी करील. त्यामुळे किंमत रेषा मूळ रेषेच्या डावीकडे 'कर$_{२}$' या ठिकाणी स्थानांतरित होईल.

वस्तूच्या किमती कायम राहून उत्पन्नात बदल झाला असता किंमत रेषेत बदल होतो. आकृती २.३१ च्या आधारे हे स्पष्ट करता येईल.

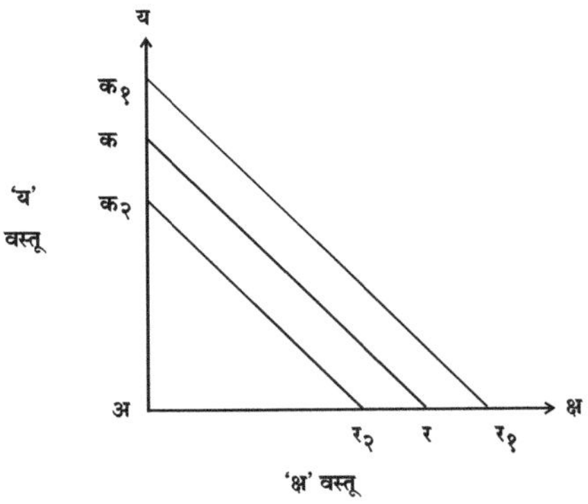

आकृती २.३१ : उत्पन्नातील बदलामुळे किंमत रेषेतील बदल

आकृती २.३१ मध्ये वस्तूंच्या विशिष्ट किमती आणि उत्पन्न दिलेले असताना सुरुवातीची किंमत रेषा 'कर' ही आहे. अशा स्थितीत 'य' व 'क्ष' वस्तूच्या किमती कायम असताना उपभोक्त्याच्या उत्पन्नात वाढ झाली असता किंमत रेषा उजवीकडे 'क$_१$ र$_१$' या ठिकाणी सरकते. उपभोक्त्याच्या उत्पन्नात वाढ झाली व त्याने ते सर्व उत्पन्न 'क्ष' वस्तूवर खर्च केले तर तो 'क्ष' वस्तूची अधिक नगसंख्या खरेदी करू शकतो किंवा सर्व उत्पन्न 'य' वस्तूवर खर्च केले तर 'य' वस्तूची पूर्वीपेक्षा अधिक नगसंख्या खरेदी करू शकतो.

उपभोक्त्याच्या उत्पन्नात घट झाली असता उपभोक्त्याने आपले सर्व उत्पन्न 'क्ष' वस्तूवर खर्च केले तर पूर्वीपेक्षा कमी 'क्ष' वस्तू तो खरेदी करू शकतो. तसेच सर्व उत्पन्न 'य' वस्तूवर खर्च केले असता पूर्वीपेक्षा कमी 'य' वस्तू उपभोक्ता खरेदी करू शकतो. त्यामुळे उपभोक्त्याच्या उत्पन्नात घट झाली असता किंमत रेषा मूळ रेषेच्या डावीकडे सरकते. नवीन किंमत रेषा 'क$_२$ र$_२$' ही आहे.

अशा प्रकारे, वस्तूच्या किमती आणि वस्तूंवर खर्च करण्यात येणारे उपभोक्त्याचे उत्पन्न हे किंमत रेषेचे दोन निर्धारक घटक आहेत. या दोन घटकापैकी कोणत्याही एका घटकात बदल झाला असता किंमत रेषा बदलते.

इ) उपभोक्त्याचा समतोल :

उपभोक्ता जेव्हा दोन वस्तूचा असा संयोग खरेदी करतो की त्याची वस्तूच्या खरेदीत बदल करण्याची प्रवृत्ती नसते तेव्हा उपभोक्ता समतोलात असतो. उपभोक्त्याची अभिरुची आणि दोन वस्तूंच्या किमती दिलेल्या असताना जेव्हा उपभोक्ता दिलेले उत्पन्न दोन वस्तूवर अशा प्रकारे खर्च करतो की, त्याला महत्तम समाधान मिळते तेव्हा तो समतोलात असतो.

गृहीते (Assumptions) :

उपभोक्त्याच्या समतोलाचे समवृत्ती वक्र विश्लेषण हे पुढील गृहीतांवर आधारलेले आहे.

१) उपभोक्ता आपले समाधान महत्तम करण्याचा प्रयत्न करतो.

२) उपभोक्त्याचा 'क्ष' आणि 'य' या दोन वस्तूसाठीचा समवृत्ती नकाशा त्याच्या पसंतीच्या प्रमाणावर (scale of preferences) आधारलेला आहे.

३) उपभोक्त्याचे चलनी उत्पन्न दिलेले व स्थिर असते आणि ते त्याला दोन वस्तूंवर खर्च करावे लागते.

४) 'क्ष' आणि 'य' या दोन वस्तूंच्या किमती दिलेल्या आणि स्थिर आहेत.

५) 'क्ष' आणि 'य' ह्या वस्तू एकजिनशी आणि विभाज्य आहेत.

६) उपभोक्त्याच्या अभिरुची आणि सवयी बदलत नाहीत.

७) उपभोक्ता ज्या बाजारात दोन वस्तूंची खरेदी करतो त्या बाजारात पूर्ण स्पर्धा आहे.

उपभोक्ता आपल्या दिलेल्या उत्पन्नात वस्तू खरेदी करून महत्तम समाधान मिळविण्याचा प्रयत्न करतो. उपभोक्त्याला जेव्हा महत्तम समाधान मिळते तेव्हा उपभोक्त्याचा समतोल साधला जातो. समवृत्ती वक्र आणि किंमत रेषा यांच्या आधारे उपभोक्त्याचा समतोल स्पष्ट करता येतो. आकृती २.३१ च्या आधारे उपभोक्त्याचा समतोल स्पष्ट करता येईल.

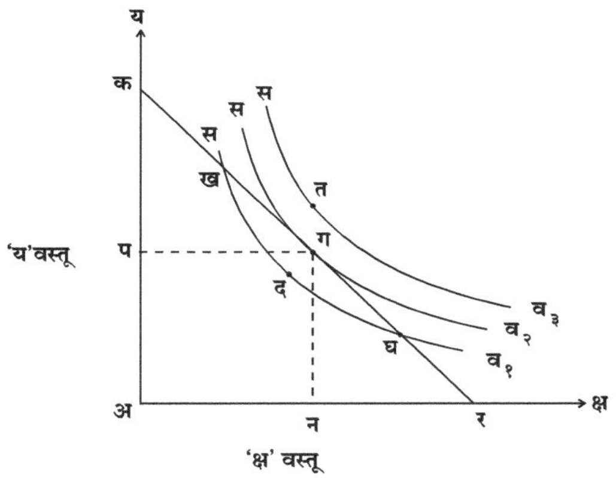

आकृती २.३२ : उपभोक्त्याचा समतोल

आकृती २.३२ मध्ये 'य' अक्षावर 'य' वस्तू आणि 'क्ष' अक्षावर 'क्ष' वस्तू दर्शविल्या आहेत. 'कर' ही किंमत रेषा असून ती उपभोक्ता दोन वस्तूंच्या किमती दिलेल्या असताना आपल्या पैसारूप उत्पन्नातून दोन वस्तूंचे जे विविध संयोग खरेदी करू शकतो हे दर्शविते. 'सव$_१$' 'सव$_२$' आणि 'सव$_३$' हे समवृत्ती वक्र आहेत. दोन वस्तूंच्या किमती आणि खर्च करण्यासाठीचा पैसा दिलेला असताना उपभोक्ता 'कर' या किंमत रेषेवरील दोन वस्तूंचे कोणतेही संयोग खरेदी करू शकतो. आकृतीत दाखविल्याप्रमाणे उपभोक्त्यास 'ख', 'ग', 'घ' असा किंमत रेषेवरील कोणताही एक संयोग निवडता येतो. या रेषेवरील प्रत्येक बिंदूने दर्शविलेल्या संयोगाचा खर्च समान आहे.

उपभोक्ता आपले समाधान महत्तम करण्यासाठी शक्य त्या उच्च समवृत्ती वक्रावर जाण्याचा प्रयत्न करील. उपभोक्त्याच्या उत्पन्नाच्या मर्यादेमुळे त्याला किंमत रेषेवरील संयोगापैकीच एका संयोगाची निवड करणे आवश्यक ठरते.

आकृतीत दिलेल्याप्रमाणे 'कर' या किंमत रेषेवर असलेले दोन वस्तूंचे वेगवेगळे संयोग एकाच समवृत्ती वक्रावर नाहीत. ते वेगवेगळ्या समवृत्ती वक्रावर आहेत. 'ख' बिंदूने दर्शविलेला संयोग 'सव$_१$' या समवृत्ती वक्रावर तर 'ग' बिंदूने दर्शविलेला संयोग 'सव$_२$' या समवृत्ती वक्रावर आहे. उपभोक्ता आपल्या उत्पन्नातून या दोन्हीपैकी कोणताही एक संयोग खरेदी करू शकतो. या दोन बिंदूपैकी 'ख' बिंदू हा तुलनेने खालच्या पातळीवरील समवृत्ती वक्रावर असल्याने समाधानाची कमी पातळी दर्शवितो. किंमत रेषा ज्या समवृत्ती वक्राला स्पर्श करते त्या समवृत्ती वक्रावर जाण्याचा उपभोक्ता प्रयत्न करतो. जेव्हा किंमत रेषा समवृत्ती वक्रास स्पर्श करते तेव्हा उपभोक्त्याचा समतोल साध्य होतो.

आकृतीत 'कर' ही किंमत रेषा 'सव$_२$' या समवृत्ती वक्रास 'ग' या बिंदूत स्पर्श करते. समवृत्ती वक्र मूळ बिंदूशी बहिर्वक्र असल्याने किंमत रेषेवरील 'ग' व्यतिरिक्त सर्व बिंदू खालच्या पातळीवरील समवृत्ती वक्रावर आहेत. 'ख' हा बिंदू 'कर' या किंमत रेषेवर असून उपभोक्ता या बिंदूने दर्शविलेल्या वस्तूचा संयोग खरेदी करू शकतो. मात्र तो बिंदू खालच्या समवृत्ती वक्रावर असल्याने तो 'ग' बिदूंच्या तुलनेत समाधानाची पातळी कमी असल्याचे दर्शवितो. त्यामुळे किंमत रेषेवरील 'ग' बिंदूने दर्शविलेल्या संयोगाची उपभोक्त्याकडून निवड केली जाईल. उपभोक्त्याचे उत्पन्न विचारात घेता 'सव$_२$' हा सर्वात वरच्या पातळीवरील समवृत्ती वक्र आहे. 'सव$_३$' या समवृत्ती वक्रावरील कोणताच संयोग उपभोक्त्यास आपल्या दिलेल्या उत्पन्नातून विकत घेता येणार नाही. त्यामुळे 'ग' बिंदूने दर्शविलेला संयोग उपभोक्त्यास महत्तम समाधान मिळवून देत असल्याने तेथेच उपभोक्त्याचा समतोल होईल. 'ग' बिंदूने दर्शविलेल्या समतोल स्थितीत उपभोक्ता 'य' वस्तूची 'अप' नगसंख्या आणि 'क्ष' वस्तूची 'अन' नगसंख्या खरेदी करतो.

'ग' या समतोल बिंदूत 'कर' या किंमत रेषेचा आणि 'सव$_२$' या समवृत्ती वक्राचा उतार समान आहे. समवृत्ती वक्राचा उतार 'य' साठीचा 'क्ष' चा सीमांत पर्यायता दर दर्शवितो तर किंमत रेषेचा उतार दोन वस्तूच्या किमतीतील गुणोत्तर किंवा प्रमाण दर्शवितो. अशा प्रकारे 'ग' या समतोल बिंदूत 'य' साठीचा 'क्ष' चा सीमांत पर्यायता दर आणि दोन वस्तूच्या किमतीतील गुणोत्तर समान असते.

$$\text{सीपद}_{\text{क्षय}} = \frac{\text{'क्ष' वस्तूची किंमत}}{\text{'य' वस्तूची किंमत}} = \frac{\text{क}_{\text{क्ष}}}{\text{क}_{\text{य}}}$$

दोन वस्तूंमधील सीमांत पर्यायता दर हे दोन वस्तूंमधील किंमत गुणोत्तर जास्त किंवा कमी असेल तर उपभोक्त्यास एका वस्तूऐवजी दुसरी वस्तू विकत घेणे फायदेशीर असते.

अशा प्रकारे उपभोक्त्याच्या समतोलाची एक अट स्पष्ट होते व ती म्हणजे किंमत रेषा समवृत्ती वक्रास स्पर्श करणारी असली पाहिजे किंवा 'य' वस्तूसाठीचा 'क्ष' वस्तूचा सीमांत पर्यायता दर हा दोन वस्तूंच्या किमतीतील गुणोत्तराबरोबर असला पाहिजे.

किंमत रेषेने समवृत्ती वक्रास स्पर्श करणे ही उपभोक्त्याच्या समतोलासाठी आवश्यक अट असली तरी ती पुरेशी अट नाही, तर समतोलासाठी दुसरीही एक अट पूर्ण होणे आवश्यक आहे. उपभोक्त्याच्या समतोलासाठीची दुसरी अट म्हणजे समतोल बिंदूत समवृत्ती वक्र मूळ बिंदूशी बहिर्वक्र असला पाहिजे. याचाच अर्थ समतोल बिंदूत 'य' वस्तूसाठीचा 'क्ष' वस्तूचा सीमांत पर्यायता दर घटता असला पाहिजे.

उपभोक्त्याचा समतोल स्पष्ट करण्यासाठी दिलेल्या आकृतीतील 'ग' या बिंदूत समतोलाच्या दोन्ही अटी पूर्ण होतात. 'ग' बिंदूने दर्शविलेला संयोग विकत घेणे ही उपभोक्त्याची पर्याप्त किंवा चांगली निवड आहे.

उपभोक्त्याच्या समतोलासाठी समतोल बिंदूत समवृत्ती वक्र मूळ बिंदूत बहिर्वक्र असला पाहिजे. मात्र तसा तो नसेल तर समतोल प्रस्थापित होणार नाही. किंमत रेषा समवृत्ती वक्रास स्पर्श करते त्या बिंदूत समवृत्ती वक्र मूळ बिंदूस अंतर्वक्र असण्याची शक्यता असते. आकृती २.३३ मध्ये हे दर्शविले आहे.

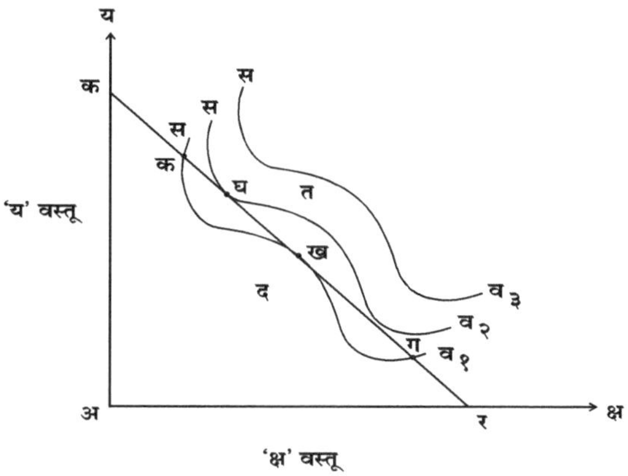

आकृती २.३३ : उपभोक्त्याच्या समतोलासाठीची दुसरी अट

आकृती २.३३ मध्ये 'सव१' हा समवृत्ती वक्र 'ख' बिंदूस 'कर' या किंमत रेषेस स्पर्श करतो. स्पर्श बिंदूत हा वक्र मूळ बिंदूशी अंतर्वक्र आहे. समवृत्ती वक्र जर बहिर्वक्र असेल तर सीमांत पर्यायिता दर घटता असतो. याउलट हा वक्र अंतर्वक्र असेल तर सीमांत पर्यायिता दर वाढता असतो. आकृतीतील 'ख' बिंदू समतोलाची स्थिती स्पष्ट करीत नाही. याचे कारण किंमत रेषेवर क, ग यासारखे इतर काही बिंदू असे आहेत की ज्यांनी दर्शविलेले संयोग उपभोक्त्यांना विकत घेणे शक्य आहे.

ई) उपयोगिता विश्लेषण व समवृत्ती वक्र विश्लेषण यांची तुलना :

(Comparison Between Indifference Curve Analysis & utility Analysis):

समवृत्ती वक्र विश्लेषणाने मार्शलच्या मूल्यदर्शी उपयोगितेच्या तुलनेत निश्चितच सुधारणा केली असल्याचे मत डी. रॉबर्टसन, डब्लू. इ. आर्मस्ट्रॉंग, एफ. एच. नाईट यांनी मांडले आहे. मार्शलचे मूल्यदर्शी उपयोगिता विश्लेषण हे खूप मोठ्या प्रमाणात गृहीत धरते आणि फार थोडे स्पष्ट करते असे म्हटले जाते. तर दुसऱ्या बाजुला समवृत्ती वक्र विश्लेषण कमी निर्बंधात्मक गृहीते विचारात घेऊन अधिक स्पष्ट करते.

अ) साम्य :

मार्शलचे मूल्यदर्शी उपयोगिता विश्लेषण आणि समवृत्ती वक्र विश्लेषण या दोन मागणीच्या सिद्धांतात काही बाबतीत साम्य आहे. हे साम्य पुढीलप्रमाणे स्पष्ट करता येईल.

१) उपभोक्ता तर्कसंगत :

मार्शलचे उपयोगिता विश्लेषण व समवृत्ती वक्र विश्लेषण या दोन्हीतही उपभोक्ता तर्कसंगत (rational) आहे आणि तो उपयोगिता किंवा समाधान महत्तम करण्याचा प्रयत्न करतो असे गृहीत धरलेले आहे.

२) मानसशास्त्रीय पद्धतीचा वापर :

या दोन्हीही सिद्धांतात किंवा विश्लेषणात उपभोक्त्याचे वर्तन स्पष्ट करण्यासाठी मानसशास्त्रीय पद्धतीचा वापर केलेला आहे.

३) घटत्या सीमांत उपयोगितेचे गृहीत :

दोन्हीही मागणीच्या सिद्धांतात कोणत्या तरी प्रकारात उपभोक्ता जेव्हा अधिक वस्तू घेतो तेव्हा वस्तूची सीमांत उपयोगिता घटत जाते असे मानले आहे. याबाबतीत सर्वसाधारणपणे घटत्या सीमांत पर्यायता दराचे तत्त्व व मार्शलच्या मूल्यदर्शी सीमांत उपयोगितेच्या विश्लेषणातील घटत्या सीमांत उपयोगितेचा नियम हे सारखेच आहेत.

ब) उपयोगिता विश्लेषणावरील समवृत्ती वक्र विश्लेषणाचे श्रेष्ठत्व (Superiority of Indifference Curve Analysis over Utility Analysis) :

डॉ. मार्शल यांनी मांडलेले उपयोगिता विश्लेषण आणि प्रा. ॲलन व हिक्स यांनी मांडलेले समवृत्ती वक्र विश्लेषण यांची तुलना केली असता समवृत्ती वक्र विश्लेषण सरस असलेले दिसते. याचे कारण हे विश्लेषण कमी व वास्तववादी गृहीतांवर आधारलेले आहे. समवृत्ती वक्र विश्लेषणाचे श्रेष्ठत्व पुढीलप्रमाणे स्पष्ट करता येईल.

१) उपयोगितेचे क्रमदर्शी विरुद्ध मूल्यदर्शी मापन :

डॉ. मार्शल यांचे विश्लेषण उपयोगितेचे काटेकोरपणे अंकात किंवा आकड्यात मोजमाप करता येते यावर आधारलेले आहे. तत्त्व म्हणून व प्रत्यक्ष व्यवहारात उपयोगिता मोजता येते असे त्यांचे मत होते. वस्तूच्या एखाद्या संयोगाच्या उपभोगापासून किती उपयोगिता मिळाली हे उपभोक्ता विशिष्ट अंकाच्या स्वरूपात सांगू शकतो. मात्र प्रत्यक्षात हे शक्य नसते.

समवृत्ती वक्र विश्लेषण उपयोगिता विश्लेषणापेक्षा श्रेष्ठ आहे कारण ते उपयोगिता क्रमदर्शक पद्धतीने मोजते. उपभोक्ता पसंतीच्या प्रमाणानुसार विविध वस्तू संयोगासाठी प्रथम, द्वितीय, तृतीय असे क्रम देऊ शकतो. मात्र एका संयोगापेक्षा दुसरा संयोग किती प्रमाणात पसंत करतो हे तो सांगू शकत नाही.

२) दोन वस्तूच्या संयोगाचा विचार :

समवृत्ती वक्र विश्लेषणात उपयोगिता विश्लेषणाप्रमाणे एका वस्तूचा विचार न करता दोन वस्तूच्या संयोगाचा विचार केला आहे. उपभोक्ता हा वस्तूचा संयोग विकत घेत असतो. समवृत्ती वक्र विश्लेषण हे दोन वस्तू प्रतिमान असून ते पर्यायी, पुरक आणि एकमेकांशी संबंधित नसलेल्या वस्तुंच्या बाबतीतील उपभोक्त्यांच्या वर्तनाची चर्चा करते.

३) पैशाची स्थिर सीमांत उपयोगिता या गृहीताशिवाय मागणीचे विश्लेषण :

उपयोगिता विश्लेषण पैशाची सीमांत उपयोगिता स्थिर असते या गृहीतावर आधारित आहे. या गृहीतामुळे उपयोगिता विश्लेषण अवास्तव ठरते. ते केवळ एक वस्तू प्रतिमानास लागू पडते. मात्र, समवृत्ती वक्र विश्लेषण क्रमवाचक उपयोगिता परिकल्पनेचा वापर करून पैशाच्या स्थिर सीमांत उपयोगितेच्या गृहीताशिवाय मागणीचे विश्लेषण करते.

४) उपयोगिता विश्लेषणाच्या अवास्तव गृहीताशिवाय घटत्या सीमांत उपयोगितेचा नियम स्पष्ट करते :

समवृत्ती वक्र विश्लेषण उपयोगितेचे संख्यात्मक मोजमाप करता येते यासारख्या मागणी विश्लेषणाच्या अवास्तव गृहीताशिवाय घटत्या सीमांत उपयोगितेचा नियम स्पष्ट करते. समवृत्ती वक्र विश्लेषणात या नियमाऐवजी घटता

सीमांत पर्यायता दर विचारात घेतला आहे. हिक्सच्या मते, हा सकारात्मक बदल आहे आणि ते शास्त्रीय आहे. या तत्त्वाच्या उपभोग, उत्पादन व विभाजनाच्या क्षेत्रातील उपयोजनामुळे अर्थशास्त्र अधिक वास्तववादी झाले आहे.

५) किंमत परिणामाचा द्विदल परिणाम (Dual Effect) स्पष्ट :

मार्शलच्या उपयोगिता विश्लेषणातील एक महत्त्वाचा दोष असा की ते किंमत बदलाचा उत्पन्न व पर्यायता परिणाम स्पष्ट करण्यात अपयशी ठरले आहे. समवृत्ती वक्र विश्लेषणात वस्तूच्या किमतीत घट झाली असता उपभोक्त्याच्या वास्तव उत्पन्नात वाढ होते, हा उत्पन्न परिणाम होय. दुसरे म्हणजे जेव्हा वस्तूची किंमत कमी होते तेव्हा ती वस्तू स्वस्त होते. त्यामुळे इतर वस्तूंच्या ऐवजी ज्या वस्तूंची किंमत कमी झालेली आहे ती वस्तू उपभोक्ता अधिक विकत घेतो. समवृत्ती वक्र विश्लेषण श्रेष्ठ आहे कारण ते किंमत बदलाच्या उत्पन्न व पर्यायता परिणाम या स्वरूपातील द्विदल परिणामाची चर्चा करते.

६) मागणीच्या नियमाचे अधिक वास्तववादी स्पष्टीकरण :

समवृत्ती वक्र विश्लेषण मार्शल यांचा मागणीचा नियम अधिक वास्तव पद्धतीने स्पष्ट करते. ते निकृष्ट वस्तुच्या किमतीतील घटीचा उपभोक्त्याच्या मागणीवरील परिणाम स्पष्ट करते. निकृष्ट वस्तू हा मार्शलसाठी असलेला विरोधाभास समवृत्ती वक्र विश्लेषणाच्या आधारे स्पष्ट करता येतो. मार्शलचा मागणी नियम किंमत व मागणी यामधील व्यस्त संबंध स्पष्ट करतो. समवृत्ती वक्र विश्लेषण आणखी दोन स्थिती स्पष्ट करते.

अ) वस्तुच्या किमतीत घट झाली असता वस्तुची मागणी न बदलता तशीच राहते असे निकृष्ट प्रतीच्या (inferior) वस्तूच्या बाबतीत घडते. त्यांच्या बाबतीत ऋण उत्पन्न परिणाम हा धन पर्यायता परिणामाबरोबर असतो.

ब) जेव्हा वस्तुची किंमत कमी होते तेव्हा वस्तूची मागणी कमी होते असे गिफेन वस्तूच्या बाबतीत दिसून येते. येथे ऋण उत्पन्न परिणाम धन पर्यायता परिणाम बाजूला सारतो आणि मागणी वक्र डावीकडे खालच्या बाजूला उतरत जातो.

७) प्रमाणशीरता नियम अधिक चांगल्या प्रकारे स्पष्ट :

मार्शलच्या प्रमाणशीरता नियमापेक्षा (proportionality rule) अधिक चांगल्या; परंतु त्याच मार्गाने समवृत्ती वक्र विश्लेषण उपभोक्त्याचा समतोल स्पष्ट करते. ज्या बिंदूत समवृत्ती वक्र किंमत रेषेस स्पर्श करतो त्या बिंदूत उपभोक्त्याचा समतोल साधला जातो. समतोल बिंदूत समवृत्ती वक्र व किंमत रेषेचा उतार (slope) समान असतो. त्यामुळे

$$\text{‘य’ साठीचा ‘क्ष’ चा सीपद} = \frac{\text{‘क्ष’ ची किंमत}}{\text{‘य’ ची किंमत}} \quad \text{-------(१)}$$

मार्शलच्या प्रमाणशीरता नियमानुसार जेव्हा,

$$\frac{\text{‘क्ष’ ची सी. उ}}{\text{‘क्ष’ ची किंमत}} = \frac{\text{‘य’ ची सी. उ.}}{\text{‘य’ ची किंमत}} \quad \text{-------(२)}$$

असते तेव्हा उपभोक्ता समतोलात असतो.

हिक्स यांनी ‘क्ष’चा ‘य’ साठीचा सीमांत पर्यायता दर ‘य’ च्या संदर्भातील ‘क्ष’ची सीमांत उपयोगिता याप्रकारे व्यक्त केला आहे.

$$\text{‘य’ साठीचा ‘क्ष’ चा सीमांत पर्यायता दर } \frac{\text{‘क्ष’ ची सी. उ.}}{\text{‘य’ ची किंमत}} \text{ आहे.}$$

आता (१) पुढीलप्रमाणे मांडता येईल.

$$\frac{\text{'क्ष' ची सी. उ.}}{\text{'य' ची सी. उ.}} = \frac{\text{'य' ची सी. उ.}}{\text{'य' ची किंमत}}$$

अन्योन्य गुणाकाराच्या साहाय्याने मार्शलचा प्रमाणशीरता नियम मिळतो व तो म्हणजे

$$\frac{\text{'क्ष' ची सी. उ.}}{\text{'क्ष' ची किंमत}} = \frac{\text{'य' ची सी. उ.}}{\text{'य' ची किंमत}}$$

मात्र हे अनावश्यक गृहीताशिवाय शक्य झालेले आहे.

२.६ उत्पन्न आणि किंमत विस्तार पथ, उत्पन्न आणि पर्यातता परिणाम : स्लटस्की आणि हिक्सचा दृष्टिकोन : (Income and Price Expansion Paths, Income and Substitution Effects: Slutsky and Hicksian Approach)

उत्पन्न आणि किंमत विस्तार पथ, उत्पन्न आणि पर्यातता परिणाम–स्लटस्की आणि हिक्सचा दृष्टिकोन याविषयी माहिती पुढे दिली आहे.

२.६.१ उत्पन्न आणि किंमत विस्तार पथ (Income and Price Expansion Path) :

आदानांच्या किंमती कायम असताना व्यवसायसंस्थाच्या खर्चात वाढ (घट) झाली असता तिला भांडवल आणि श्रमाचे अधिक (कमी) युनिट वापरणे शक्य होते. सम खर्च रेषा खर्चातील बदलामुळे होणारे समांतर हस्तांतर दर्शविते कारण आदान किमतीचे प्रमाण स्थिर रहात असल्याचे गृहित धरले आहे.

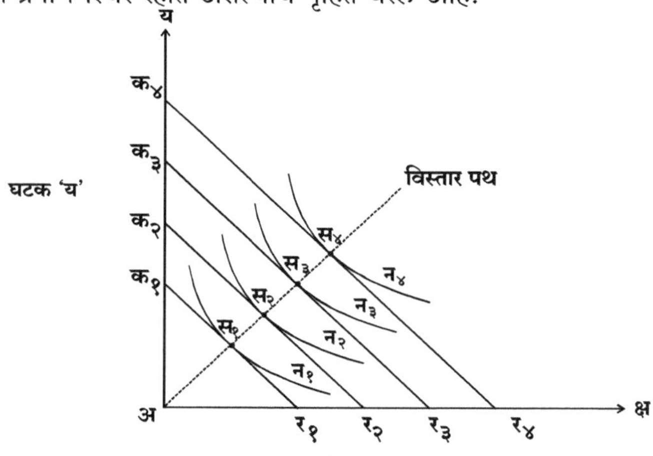

आकृती २.३४ : उत्पन्न आणि किंमत विस्तार पथ

आकृतीमध्ये 'क$_१$, र$_१$', 'क$_२$ र$_२$' 'क$_३$ र$_३$' आणि 'क$_४$ र$_४$ या चार समखर्च रेषा असून त्या एकूण खर्चाच्या वेगवेगळ्या पातळ्या दर्शवितात. सर्व सम खर्च रेषा एकमेकांना समांतर असून त्या दोन घटकांच्या किमती समान रहात असल्याचे दर्शवितात. समजा व्यवसायसंस्थेस न$_१$ ने दर्शविलेल्या पातळीचे उत्पादन करावयाचे असेल तर

ती उत्पादन खर्च कमीत कमी करणाऱ्या 'स$_१$' या घटक संयोगाची निवड करील. 'न$_२$' या सम उत्पादन वक्राने दर्शविलेल्या पातळीचे उत्पादन करावयाचे असेल तर ती 'स$_२$' ने दर्शविलेल्या घटक संयोगाची निवड करील. तो नवीन उत्पादनसाठीचा किमान खर्च संयोग आहे. अशाच प्रकारे व्यवसायसंस्था यापेक्षा वरच्या पातळीचे न$_३$ आणि न$_४$ ने दर्शविलेले उत्पादन करण्यासाठी दिलेल्या उत्पादनाचा खर्च किमान असणाऱ्या अनुक्रमे 'स$_३$' आणि 'स$_४$' या संयोगांची निवड करील.

'स$_१$', 'स$_२$', 'स$_३$' 'स$_४$' या किमान खर्च संयोगास जोडणाऱ्या रेषेस विस्तार पथ म्हटले जाते कारण तो व्यवसायसंस्था उत्पादन पातळीचा विस्तार करताना ज्याच्या आधारे उत्पादन करते त्या घटक संयोगात कशाप्रकारे बदल करते ते दर्शवितो. सम उत्पादन रेषा आणि सम खर्च रेषा यामधील स्पर्शता बिंदुचे निबद्ध बिंदू सट म्हणजे विस्तार पथ होय अशी व्याख्या देता येते. (The expansion path may be defined as the locus of the points of tangency between isoquants and iso-cost lines.) उत्पादन कार्यात वापरण्यात येणाऱ्या उत्पादक घटकांच्या सापेक्ष किमती आणि सम उत्पादन वक्राचा आकार याला अनुसरून विस्तार पथ वेगवेगळ्या आकार आणि उताराचा असतो.

२.६.२ उत्पन्न आणि पर्यायता परिणाम : स्लुटस्की आणि हिक्सचा दृष्टिकोन : (Income and Substitution Effect : Slutskey and Hicksian Approach) :

अ) किंमत परिणाम (Price Effect) :

उपभोक्त्याचे उत्पन्न, आवड, पसंती आणि इतर वस्तूच्या किमती दिलेल्या असताना एखाद्या वस्तूच्या किमतीत बदल झाल्यामुळे उपभोक्याकडून त्या वस्तूच्या खरेदीत होणारा बदल किंमत परिणाम दर्शवितो. एखाद्या वस्तूची किंमत कमी झाल्यामुळे इतर पर्यायी वस्तूच्या तुलनेत ती वस्तू स्वस्त वाटल्याने आणि उपभोक्त्याच्या वास्तव उत्पन्नात वाढ झाल्याने त्या वस्तूच्या मागणीत वाढ होते. उत्पन्न परिणाम आणि पर्यायता परिणाम यांचा किंमत परिणामात समावेश असतो. किंमत परिणाम = उत्पन्न परिणाम + पर्यायता परिणाम.

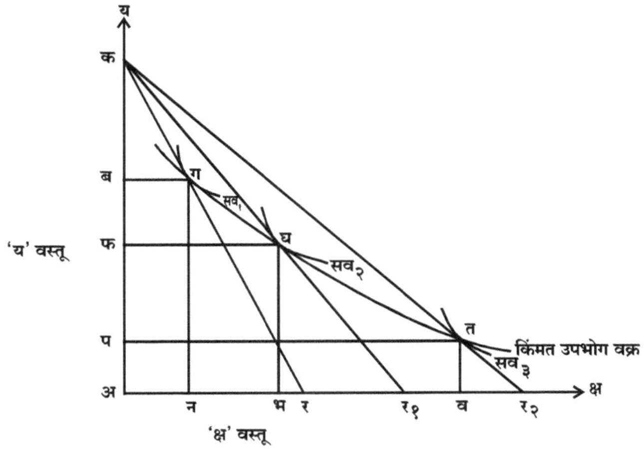

आकृती २.३५ : किंमत परिणाम

आकृती २.३५ मध्ये 'य' अक्षावर 'य' वस्तू आणि 'क्ष' अक्षावर 'क्ष' वस्तू दर्शविल्या आहेत. समजा 'क्ष' वस्तूच्या किमतीत घट झाली. अशा स्थितीत 'कर' ही किंमत रेषा उजवीकडे 'कर$_१$' या ठिकाणी स्थानांतरित

होईल. 'कर$_{१}$' ही किंमत रेषा पूर्वीपेक्षा 'क्ष' वस्तूची किंमत कमी झाल्याने त्या वस्तूची अधिक नगसंख्या उपभोक्ता खरेदी करील हे दर्शविते. 'कर$_{२}$' ही किंमत रेषा 'क्ष' वस्तूच्या किमतीत आणखी घट झाल्याचे दर्शविते.

'क्ष' वस्तूच्या किमतीत वाढ झाली असता किंमत रेषा मूळ रेषेच्या डावीकडे स्थानांतरित होते. समजा 'कर$_{२}$' ही मूळ किंमत रेषा असेल आणि 'क्ष' च्या किमतीत वाढ झाली तर किंमत रेषा 'कर$_{१}$' या ठिकाणी स्थानांतरित होईल. किमतीत आणखी वाढ झाली तर ही किंमत रेषा 'कर' या ठिकाणी स्थानांतरित होईल.

'क' या बिंदूपासून सुरू झालेल्या किंमत रेषा 'सव$_{१}$', 'सव$_{२}$' आणि 'सव$_{३}$' या समवृत्ती वक्रास अनुक्रमे 'ग', 'घ' आणि आणि 'त' बिंदूत स्पर्श करून जाते. या समतोल बिंदूना जोडणारा वक्र किंमत उपभोग वक्र (Price Consumption Curve) आहे. हा किंमत उपभोग वक्र उपभोक्त्याचे उत्पन्न, आवड, पसंती आणि 'य' वस्तूची किंमत या बाबी दिलेल्या असताना उपभोक्त्याच्या 'क्ष' व 'य' या दोन वस्तूच्या खरेदीवर होणारा 'क्ष' वस्तूच्या किमतीतील बदलाचा किंमत परिणाम दर्शवितो.

आकृतीत किंमत उपभोग वक्र खाली उतरत जाणारा आहे. 'क्ष' वस्तूची किंमत कमी झाली असात उपभोक्ता 'क्ष' वस्तू अधिक प्रमाणात आणि 'य' वस्तू कमी प्रमाणात खरेदी करतो. किंमत उपभोग वक्रावरील 'ग' बिंदूने दर्शविलेल्या 'क्ष' वस्तूच्या 'अन' आणि 'य' वस्तूच्या 'अब' नगसंख्येऐवजी 'घ' बिंदूपाशी उपभोक्ता 'क्ष' वस्तूची 'अभ' आणि 'य' वस्तूची 'अफ' एवढी नगसंख्या खरेदी करतो. खालच्या बाजूस उतरत जाणारा किंमत उपभोग वक्र 'क्ष' आणि 'य' या दोन वस्तू एकमेकांना पूरक असल्याचे दर्शवितो.

ब) उत्पन्न परिणाम (Income Effect) :

उपभोक्त्याच्या अभिरुची आणि वस्तूच्या किमती कायम असताना जर उपभोक्त्याच्या उत्पन्नात बदल झाला तर त्याचा उपभोक्त्याच्या वस्तू खरेदीवर परिणाम होतो. उत्पन्न परिणाम हा उत्पन्न बदलाला उपभोक्त्याचा प्रतिसाद दर्शवितो.

उत्पन्न परिणाम म्हणजे उपभोक्त्याच्या पैसारूप उत्पन्नात झालेल्या बदलामुळे त्याच्या वस्तूच्या खरेदीत झालेला बदल होय.

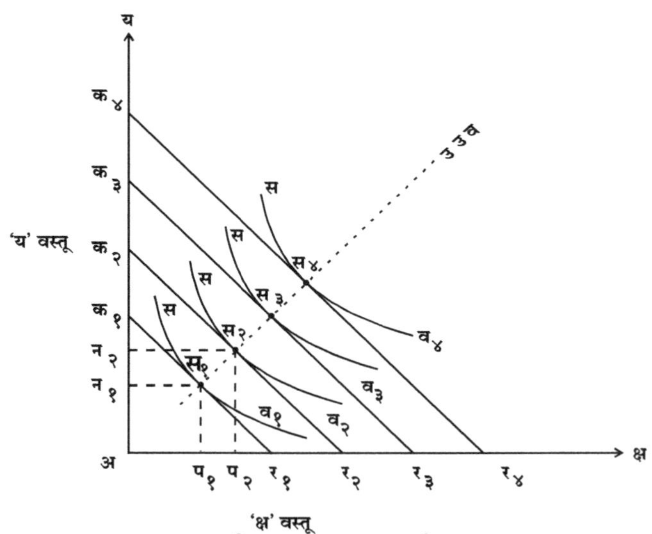

आकृती २.३६ : उत्पन्न परिणाम

आकृती २.३६ मध्ये किंमत रेषा 'क$_१$र$_१$' ने दर्शविल्याप्रमाणे किमती व उत्पन्न दिलेले असताना सुरुवातीस उपभोक्ता 'सव$_१$' या समवृत्ती वक्रावरील स$_१$ बिंदूत समतोलावस्थेत आहे. तो 'क्ष' वस्तूची अप$_१$ व 'य' वस्तूची 'अन$_१$' एवढी नगसंख्या खरेदी करतो. उपभोक्त्याच्या उत्पन्नात वाढ झाली तर तो 'क्ष' आणि 'य' या दोन्ही वस्तूंची अधिक नगसंख्या खरेदी करू शकेल. उत्पन्नात वाढ झाल्यामुळे किंमत रेषा वरच्या बाजूला सरकेल आणि ती मूळ 'क$_१$र$_१$' या किंमत रेषेस समांतर राहिल. आपण असे गृहीत धरू की नवीन किंमत रेषा 'क$_२$र$_२$' असेल एवढ्या रकमेने उपभोक्त्याच्या पैसारूप उत्पन्नात वाढ होते. किंमत रेषा 'क$_२$र$_२$' असताना 'सव$_२$' या समवृत्ती वक्रावरील 'स$_२$' बिंदूत उपभोक्त्याचा समतोल होतो आणि तो 'क्ष' वस्तूची 'अप$_२$' आणि 'य' वस्तूची 'अन$_२$' एवढी नगसंख्या खरेदी करतो. अशा प्रकारे उपभोक्ताच्या पैसारूप उत्पन्नात वाढ झाली असता तो 'क्ष' व 'य' अशा दोन्ही वस्तूंची अधिक नगसंख्या खरेदी करतो. तो पूर्वीच्या समवृत्ती वक्राच्या तुलनेत वरच्या समवृत्ती वक्रावर जातो. त्यामुळे त्याच्या समाधानात वाढ होते.

उपभोक्त्याच्या उत्पन्नात पुन्हा वाढ झाली व किंमत रेषा उजव्या बाजूला 'क$_३$र$_३$' या ठिकाणी सरकली तर उपभोक्त्याचा समतोल 'सव$_३$' या समवृत्ती वक्रावरील 'स$_३$' या बिंदूत होईल. अशा स्थितीत उपभोक्ता 'स$_२$' बिंदूने दर्शविलेल्या दोन वस्तूच्या खरेदी नगसंख्येच्या तुलनेत अधिक वस्तूंची खरेदी करील. त्यामुळे त्याच्या समाधानात वाढ होईल. उपभोक्त्याच्या उत्पन्नात आणखी वाढ होऊन किंमत रेषा 'क$_४$र$_४$' या ठिकाणी सरकली तर उपभोक्त्याचा समतोल 'सव$_४$' या समवृत्ती वक्रावरील किंमत रेषेस स्पर्श करणाऱ्या बिंदूत होईल. पूर्वीच्या तुलनेत उपभोक्त्याच्या समाधानात वाढ होईल.

अशा प्रकारे उपभोक्त्याच्या उत्पन्नात वाढ झाली असता. उत्पन्नाच्या वेगवेगळ्या पातळ्यांना उपभोक्त्याचा समतोल दर्शविणारे 'स$_१$' 'स$_२$' 'स$_३$' 'स$_४$' असे वेगवेगळे बिंदू मिळतात. या सर्व बिंदूना एकत्र जोडले असता उत्पन्न उपभोग वक्र (Income Consumption Curve - ICC) मिळतो. आकृती 'उउव' हा उत्पन्न उपभोग वक्र आहे. उत्पन्न उपभोग वक्र उपभोक्त्याच्या वेगवेगळ्या उत्पन्न पातळीला असलेले समतोल बिंदू दर्शवितो.

उत्पन्न उपभोग वक्र वस्तूच्या उपभोग घेतलेल्या नगसंख्येवरील उत्पन्न परिणाम दर्शवितो. उत्पन्न परिणाम हा होकारात्मक किंवा ऋणात्मक असू शकतो. उपभोक्त्याच्या उत्पन्नात वाढ झाली असता त्याच्या वस्तूच्या उपभोगात सुद्धा वाढ होते तेव्हा वस्तूसाठीचा उत्पन्न परिणाम होकारात्मक (positive) असतो. याउलट उत्पन्नात वाढ झाली असता उपभोक्ता त्याच्या उपभोगात कपात करीत असेल तर वस्तूसाठीचा उत्पन्न परिणाम ऋणात्मक (negative) असतो.

क) पर्यायता परिणाम (Substitution Effect) :

उत्पन्न परिणामात उपभोक्त्याच्या उत्पन्नात वाढ झाली असता त्याचा वस्तूच्या खरेदीवर किंवा उपभोगावर होणारा परिणाम स्पष्ट केला आहे. वस्तूच्या उपभोगात बदल होण्यास जबाबदार असलेला आणखी एक घटक म्हणजे पर्यायता परिणाम होय. उत्पन्न परिणाम उपभोक्त्याच्या उत्पन्नातील बदलामुळे खरेदी केल्या जाणाऱ्या वस्तूच्या नगसंख्येवरील परिणाम दर्शवितो. पर्यायता परिणाम म्हणजे वास्तव उत्पन्न कायम राहून केवळ वस्तूच्या सापेक्ष किमतीत बदल झाल्यामुळे वस्तूच्या खरेदी केलेल्या नगसंख्येतील बदल होय.

जेव्हा वस्तूची किंमत बदलते तेव्हा उपभोक्त्याच्या वास्तव उत्पन्नात किंवा खरेदी शक्तीत बदल होतो. केवळ सापेक्ष किमतीतील बदलाचा परिणाम समजण्यास उपभोक्ताचे वास्तव उत्पन्न स्थिर ठेवण्यासाठी किंमत बदल त्याचवेळी उत्पन्नातील बदलाने भरून काढला आहे. उदा. वस्तूची किंमत, समजा 'क्ष' ची किंमत कमी झाली तर उपभोक्त्याच्या वास्तव उत्पन्नात वाढ होईल.

सापेक्ष किमतीतील बदलामुळे 'क्ष'च्या खरेदीत झालेला बदल म्हणजेच पर्यायता परिणाम समजण्यासाठी किमतीतील घटीमुळे होणारा वास्तव उत्पन्नातील लाभ काढून टाकण्यासाठी आवश्यक तेवढे उपभोक्त्याचे पैसारूप उत्पन्न कमी केले पाहिजे. पर्यायता परिणाम संकल्पना जे. आर.हिक्स आणि इ.स्लुट्स्की यांनी थोड्याशा फरकाने स्पष्ट केल्या आहेत. आपण येथे हिक्स यांनी दिलेली पर्यायता परिणामाची संकल्पना अभ्यासणार आहोत.

उपभोक्त्याला किमतीत बदल होण्यापूर्वी तो ज्या समवृत्ती वक्रावर होता त्याच वक्रावर राहण्यासाठी आवश्यक असलेल्या रकमेने उपभोक्त्याच्या पैसारूप उत्पन्नात बदल केला जातो. हिक्सचा पर्यायता परिणाम एकाच वक्रावर झालेला दिसतो. उपभोक्त्याला वस्तूच्या किमतीतील बदलाची भरपाई करण्यासाठीचा उपभोक्त्याच्या उत्पन्नातील बदल म्हणजे उत्पन्नातील पूरक बदल (compensating variation) होय.

आकृती २.२१ च्या आधारे पर्यायता परिणाम स्पष्ट करता येईल.

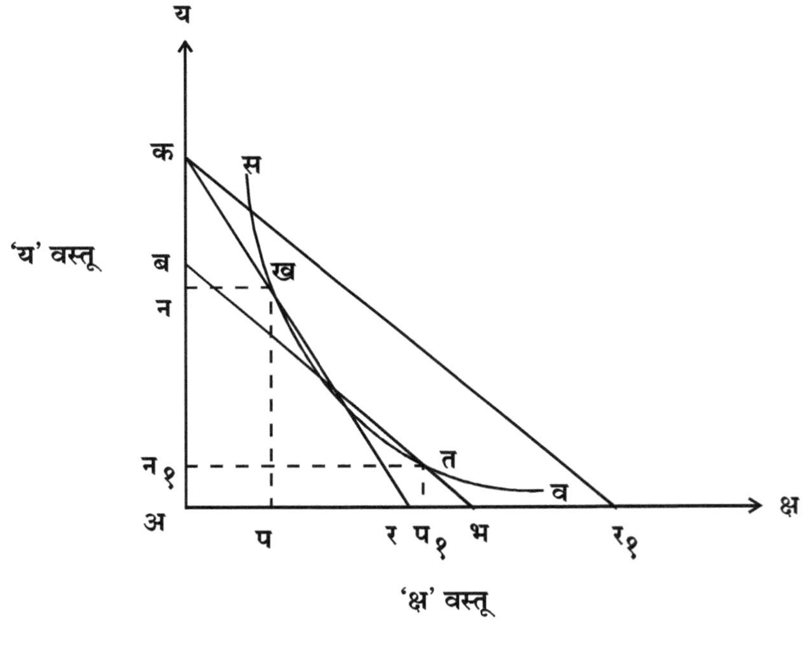

आकृती २.३७ : पर्यायता परिणाम

आकृती २.३७ मध्ये 'क र' या किंमत रेषेने दर्शविलेल्याप्रमाणे दिलेले पैसारूप उत्पन्न आणि दोन वस्तूच्या किमती दिलेल्या असताना 'स व' या समवृत्ती वक्रावरील 'ख' बिंदूत उपभोक्ता समतोल स्थितीत आहे. अशा स्थितीत समजा क्ष वस्तूच्या किमतीत घट झाली ('य' च्या किमतीत बदल नाही) तर किंमत रेषा 'क $र_१$' ठिकाणी जाईल. उपभोक्त्याचे वास्तव उत्पन्न किंवा खरेदी शक्तीत वाढ होईल.

पर्यायता परिणाम शोधण्यासाठी पैसारूप उत्पन्न कमी करून वास्तव उत्पन्नातील लाभ काढून घ्यावा लागेल. समजा उपभोक्त्याचे काही पैसारूप उत्पन्न काढून घेतले तर किंमत रेषा 'क$र_१$' ही तिला समांतर अशी खालच्या बाजूला सरकेल. आकृतीत समवृत्ती वक्राला स्पर्श करून जाणारी 'बभ' ही नवीन किंमत रेषा आहे. येथे उपभोक्ता 'स व' याच समवृत्ती वक्रावर राहिल अशा प्रकारे पैसारूप उत्पन्नात घट केलेली आहे. 'कब' किंवा '$र_१$भ' हा उत्पन्नातील पूरक बदल आहे.

आकृतीतील 'बभ' ही किंमत रेषा 'क्ष' व 'य' वस्तूच्या तुलनात्मक किमती दर्शविते. ही रेषा 'कर$_{१}$' ला समांतर असून ती 'क्ष' वस्तूच्या किमतीत घट झाल्याने मिळालेली आहे. उपभोक्ता त्याची 'क्ष' व 'य' वस्तूच्या खरेदीची फेररचना करील. आता 'क्ष' ही वस्तू तुलनेने स्वस्त व 'य' ही वस्तू तुलनेने महाग असल्याने उपभोक्ता 'क्ष' वस्तू अधिक व 'य' वस्तू कमी खरेदी करील.

किंमत रेषा 'बभ' असताना उपभोक्ता 'त' बिंदूत समतोल स्थितीत आहे. उपभोक्ता 'अप$_{१}$' एवढी 'क्ष' वस्तूची आणि 'अन$_{१}$' एवढ्या 'य' वस्तूची खरेदी करतो. 'क्ष' वस्तूची पूर्वीच्या तुलनेत अधिक नगसंख्या खरेदी करण्यासाठी उपभोक्त्या 'स व' या समवृत्ती वक्रावर 'ख' बिंदूपासून 'त' बिंदूच्या ठिकाणी सरकतो. 'क्ष' वस्तूच्या खरेदीत झालेली 'पप$_{१}$' एवढी वाढ आणि 'य' वस्तूच्या खरेदीत झालेली 'नन$_{१}$' एवढी घट ही केवळ 'क्ष' व 'य' वस्तूच्या सापेक्ष किमतीत झालेल्या बदलामुळे झालेली आहे. आकृतीत 'ख' बिंदूपासून 'त' बिंदूकडे झालेली हालचाल किंवा स्थानांतर पर्यायता परिणाम दर्शविते.

ड) स्लुटस्की सिद्धांत (The Slutsky Theorem) :

रशियन अर्थशास्त्रज्ञ स्लुटस्की यांनी उपभोक्त्याचे दर्शनी वास्तव उत्पन्न (apparent real income) कायम ठेवून किंमत परिणामाचा उत्पन्न आणि पर्यायता परिणाम स्पष्ट केला आहे. 'क्ष' वस्तूच्या किमतीत घट होऊन जेव्हा उपभोक्त्याच्या वास्तव उत्पन्नात वाढ होते तेव्हा ते अशा प्रकारे समायोजित होते की उपभोक्त्यास सुरुवातीइतकीच 'क्ष' ची नगसंख्या खरेदी करता येते. त्यामुळे त्याचे दर्शनी वास्तव उत्पन्न कायम रहाते.

आकृती २.३८ च्या आधारे स्लुटस्की परिणाम स्पष्ट करता येईल.

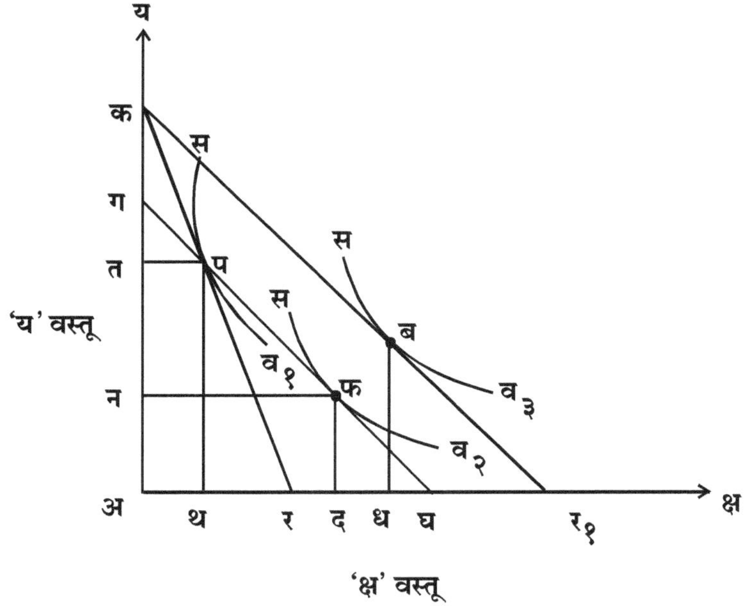

आकृती २.३८ : स्लुटस्की परिणाम

आकृती २.३८ मध्ये दर्शविल्यानुसार उपभोक्ता सुरुवातीस 'प' बिंदूत समतोलावस्थेत असून येथे किंमत रेषा 'कर' ही 'सव$_{१}$' या समवृत्ती वक्रास स्पर्श करणारी आहे. जेव्हा क्ष वस्तूच्या किमतीत घट होते तेव्हा उपभोक्त्याची नवीन किंमत रेषा 'कर$_{१}$' ही होते. उपभोक्ता 'सव$_{३}$' वक्रावरील 'ब' बिंदूत समतोलावस्थेत आहे. 'क्ष' वस्तूच्या

किमतीत घट झाल्यामुळे वाढलेले उपभोक्त्याचे उत्पन्न अशा पद्धतीने काढून घेतले जाईल की उपभोक्त्यास 'प' ने दर्शविलेला पूर्वीचा वस्तूंचा संयोग खरेदी करता येईल. त्यासाठी 'प' बिंदूतून जाणारी 'गघ' ही रेषा काढलेली आहे.

'गघ' ही नवीन किंमत रेषा असताना उपभोक्त्याचा समतोल 'सव$_२$' या समवृत्ती वक्रावरील 'फ' बिंदूत होतो. वास्तवात 'य' वस्तू पेक्षा 'क्ष' वस्तू स्वस्त असल्याने उपभोक्ता 'य' वस्तूची पूर्वीपेक्षा कमी व त्याऐवजी 'क्ष' वस्तूची पूर्वीपेक्षा अधिक खरेदी करतो. उपभोक्ता 'क्ष' वस्तूची 'थद' एवढी नगसंख्या मिळविण्यासाठी 'तन' एवढ्या 'य' वस्तूचा त्याग करतो. उपभोक्त्याची 'प' बिंदूपासून 'फ' बिंदूकडे होणारी हालचाल हा स्टुलस्की पर्यायता परिणाम आहे.

उपभोक्त्याचे काढून घेतलेले उत्पन्न त्याला परत केले तर उपभोक्ता पुन्हा 'सव$_३$' वक्रावरील 'ब' बिंदूकडे जातो. 'फ' बिंदू पासून 'ब' बिंदूकडे होणारी हालचाल हा उत्पन्न परिणाम आहे.

अशा प्रकारे, जेव्हा 'क्ष' वस्तूच्या किमतीत घट होते तेव्हा उपभोक्ता 'प' बिंदूपासून 'ब' बिंदूकडे जातो व हा किंमत परिणाम आहे. त्यामुळे तो 'क्ष' वस्तूची 'थध' एवढी जादा नगसंख्या खरेदी करतो. किंमत परिणामाचा पहिला परिणाम हा पर्यायता परिणाम 'थद' असून त्यामुळे उपभोक्ता 'प' बिंदूवरून 'फ' बिंदूवर सरकतो. त्याचा दुसरा परिणाम उत्पन्न परिणाम 'दध' असून त्यामुळे उपभोक्ता 'फ' बिंदूपासून 'ब' बिंदूच्या ठिकाणी जातो. अशाप्रकारे थध (किंमत परिणाम) = थद (पर्यायता परिणाम) + दध (उत्पन्न परिणाम)

२.७ प्रकटित पसंती सिद्धांत : (Theory of Revealed Preference)

प्रा. पॉल ए. सॅम्यूल्सन यांनी प्रगटित पसंती सिद्धांत मांडला. हा सिद्धांत बाजारातील निरीक्षण केलेल्या उपभोक्त्याच्या वर्तनाच्या आधारे उपभोक्त्याच्या पसंतीचे विश्लेषण करतो. हा सिद्धांत 'निवड पसंती प्रकट करते' (choice reveals preference) यावर आधारित आहे. उपभोक्ता दोन वस्तूचा संयोग विकत घेतो कारण त्याला तो संयोग दुसऱ्यापेक्षा आवडतो किंवा तो इतरांपेक्षा स्वस्त आहे.

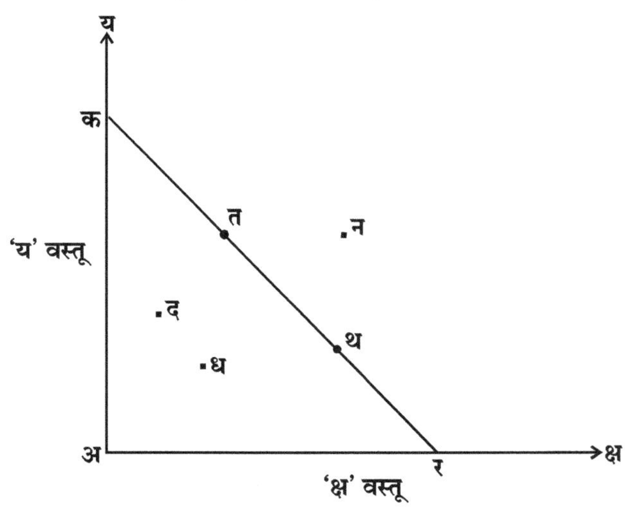

आकृती २.३९ : निवड पसंती दर्शविते.

आकृती २.३९ मध्ये 'य' अक्षावर 'य' वस्तू व 'क्ष' अक्षावर 'क्ष' वस्तू दर्शविलेल्या आहेत. 'कर' ही किंमत रेषा आहे. समजा उपभोक्ता 'थ', 'द', 'ध' या संयोगाऐवजी 'त' संयोग विकत घेतो. याचाच अर्थ तो 'त' संयोगास आपली पसंती दर्शवितो. असे तो पुढील दोन कारणांमुळे करू शकतो.

अ) 'त' हा संयोग 'थ', 'द', 'ध' या इतर संयोगापेक्षा स्वस्त असण्याची शक्यता आहे.

ब) संयोग 'त' हा इतर संयोगापेक्षा महाग असूनही तो उपभोक्त्यास इतरांपेक्षा आवडण्याची शक्यता आहे.

अशा स्थितीत आपणास असे म्हणता येते की, 'थ', 'द', 'ध' यांच्याऐवजी 'त' या संयोगास पसंती दर्शविली आहे किंवा 'त' च्या तुलनेत 'थ', 'द', 'ध' या संयोगास नापसंती दर्शविली आहे.

उत्पन्न आणि 'क्ष' व 'य' वस्तूच्या किमती दिलेल्या असताना 'कर' ही उपभोक्त्याची किंमत - उत्पन्न रेषा (Price-income line) आहे. त्रिकोण 'अकर' हे उपभोक्त्याच्या निवडीचे क्षेत्र असून ते दिलेली किंमत-उत्पन्न स्थिती असताना 'क्ष' व 'य' वस्तूचे विविध संयोग दर्शविते. उपभोक्ता 'कर' रेषेवरील 'त', 'थ' किंवा आतील बाजूस असलेले 'द', 'ध' हे संयोग निवडू शकतो. समजा उपभोक्त्याने 'त' या संयोगाची निवड केली तर त्याने 'थ' ऐवजी 'त'ला पसंती दर्शविल्याचे दिसते. 'द', 'ध' हे संयोग नापसंत केले जातील कारण ते किंमत उत्पन्न रेषेच्या खालच्या भागात आहेत. मात्र 'न' हा संयोग उपभोक्त्याला विकत घेता येणार नाही कारण तो किंमत - उत्पन्न रेषेच्या वरच्या बाजूस आहे. त्यामुळे 'त' ला इतर संयोगाऐवजी पसंती दर्शविली जाईल.

गृहिते (Assumptions) :

प्रगटित पसंती सिद्धांत पुढील गृहितांवर आधारलेला आहे.

१) उपभोक्त्याच्या अभिरुचीत बदल होत नाही.

२) उपभोक्त्याची संयोगाची निवड ही त्याची त्या संयोगासाठीची पसंती दर्शविते.

३) किंमत-उत्पन्न रेषा दिलेली असताना म्हणजेच दिलेल्या किंमत-उत्पन्न परिस्थितीत उपभोक्ता एकाच संयोगाची निवड करतो.

४) उपभोक्ता कोणत्याही परिस्थितीत कमी वस्तू असलेल्या संयोगापेक्षा अधिक वस्तू असलेला संयोग पसंत करतो.

५) उपभोक्त्याच्या वर्तनात सुसंगती असते. जर उपभोक्त्याने एका स्थितीत 'थ' ऐवजी 'त' संयोग पसंत केला तर दुसऱ्या स्थितीत 'त' ऐवजी 'थ' पसंत केला जावू शकत नाही.

६) हा सिद्धांत संक्रामकतेच्या (transitivity) गृहितावर आधारलेला आहे. जर 'थ' ऐवजी 'त' पसंत असेल आणि 'द' ऐवजी 'थ' पसंत असेल तर 'द' ऐवजी 'त' पसंत असलाच पाहिजे.

७) मागणीची उत्पन्न लवचिकता धन आहे. याचाच अर्थ उत्पन्नात वाढ झाली असता अधिक वस्तूंची मागणी केली जाते आणि उत्पन्नात घट झाली असता कमी वस्तूची मागणी केली जाते.

वरील गृहिताच्या आधारावर सॅम्यूल्सनने मांडलेले उपभोग सिद्धांताचे मूलभूत प्रमेय (Fundamental Theorem of Consumption Theory) किंवा मागणी नियम पुढीलप्रमाणे :

केवळ पैसारुप उत्पन्नात वाढ झाली असता नेहमीच वस्तूच्या मागणीत वाढ होत असल्याचे माहीत असते आणि त्या वस्तूसाठीची मागणी केवळ किंमत वाढल्याने आकुंचन पावते. याचा अर्थ जेव्हा मागणीची उत्पन्न लवचिकता धन असते तेव्हा मागणीची किंमत लवचिकता ऋण असते. सॅम्यूल्सनचे मूलभूत प्रमेय दोन अवस्थात स्पष्ट करता येईल.

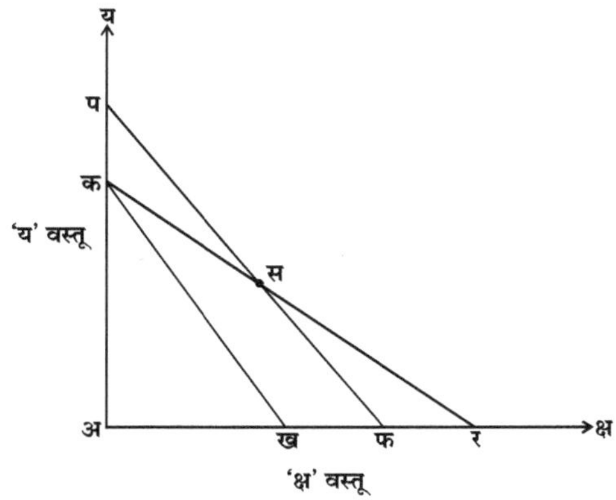

आकृती २.४०

उपभोक्ता आपले उत्पन्न 'य' व 'क्ष' या दोन वस्तूंवर खर्च करीत असून 'कर' ही त्याची किंमत-उत्पन्न रेषा आहे. समजा उपभोक्ता 'स' हा वस्तू संयोग निवडतो. 'कर' या किंमत-उत्पन्न रेषेने दिल्याप्रमाणे उपभोक्त्यास 'अकर' या त्रिकोणावर किंवा त्रिकोणात असलेल्या संयोगापैकी कोणताही संयोग उपलब्ध आहे. उपभोक्ता जेव्हा 'स' हा संयोग पसंत करतो तेव्हा तो इतर संयोगापेक्षा 'स' या संयोगास अधिक पसंती दर्शवितो.

समजा 'क्ष' वस्तूच्या किमतीत वाढ झाली ('य' ची किंमत स्थिर) तर नवीन किंमत उत्पन्न रेषा 'कख' असेल. 'क्ष' च्या किमतीत वाढ झाली असता उपभोक्ता कमी वस्तू खरेदी करतो हे येथे सिद्ध करावयाचे आहे. 'क्ष' वस्तूच्या किमतीत झालेल्या वाढीमुळे उपभोक्त्याच्या वास्तव उत्पन्नातील नुकसान त्याला 'कप' एवढी पैसारुप उत्पन्नाची रक्कम 'य' वस्तूच्या संदर्भात देऊन भरून काढले आहे. 'पफ' ही उपभोक्त्याची नवीन किंमत-उत्पन्न रेषा 'कख' या मूळ किंमत-उत्पन्न रेषेस समांतर असून ती 'स' बिंदूतून जाते. याला सॅम्यूल्सनने जादा भरपाई परिणाम (Over Compensation Effect) म्हटले आहे.

उपभोक्त्याने 'कर' या किंमत उत्पन्न रेषेवरील 'स' या संयोगास पसंती दर्शविली असल्याने तो आता 'कर' रेषेच्या खालच्या बाजूला असलेल्या कोणत्याही बिंदूची निवड करणार नाही. उपभोक्ता 'स' किंवा 'कसप' या त्रिकोणातील वस्तू संयोगाची निवड करील. मात्र, आताच्या स्थितीत उपभोक्ता 'स' बिंदूच्या वरच्या बाजूस असलेल्या 'सप' रेषाखंडावरील बिंदूची निवड करील आणि 'क्ष' वस्तूचे कमी व 'य' वस्तूचे जास्त नग मिळविल.

दुसऱ्या अवस्थेत, जर उपभोक्ताकडून त्याला दिलेले जादा उत्पन्न काढून घेतले तर उपभोक्ता 'स' रेषेच्या डाव्या बाजूला असलेल्या 'कख' रेषेवरील संयोग निवडू शकेल. 'क्ष' च्या मागणीची उत्पन्न लवचिकता धन असेल तर उपभोक्ता 'क्ष' वस्तूची कमी खरेदी करील. जेव्हा उत्पन्न लवचिकता धन असते आणि किंमत लवचिकता ऋण असते तेव्हा 'क्ष' च्या किमतीत वाढ झाली असता मागणी आकुंचन पावते हे सिद्ध होते.

प्रगटित पसंती सिद्धांताचे मूल्यमापन :

प्रगटित पसंती दृष्टिकोन हा हिक्सच्या क्रमदर्शक उपयोगिता दृष्टिकोनापेक्षा सरस आहे. प्रगटित पसंती सिद्धांताने उपभोक्त्याच्या वर्तनासंबंधी कोणतीही वादग्रस्त व अनिश्चित मानसशास्त्रीय माहिती विचारात घेतलेली नाही. त्याऐवजी बाजारातील उपभोक्त्याच्या वर्तनावर आधारित वर्तनवादी विश्लेषण (behavioristic analysis) मांडलेले आहे.

अशा प्रकारे प्रगटित पसंती सिद्धांत हिक्सच्या क्रमदर्शक उपयोगिता दृष्टिकोनापेक्षा वास्तववादी, वस्तूनिष्ठ व शास्त्रीय आहे.

प्रगटित पसंती सिद्धांतातील दोष :

प्रगटित पसंती सिद्धांतातील उणिवा किंवा दोष पुढीलप्रमाणे आहेत.

१) सॅम्यूल्सनने उपभोक्त्याच्या वर्तनातील तटस्थतेकडे दूर्लक्ष केले आहे. मात्र, दोन वेगवेगळ्या वस्तू संयोगाच्या बाबतीत उपभोक्ता तटस्थ असण्याची शक्यता नाकारता येत नाही.

२) प्रगटित पसंती सिद्धांतात पर्यायता परिणाम उत्पन्न परिणामापासून वेगळा करता येत नाही.

३) सॅम्यूल्सनच्या प्रगटित पसंती सिद्धांताने मागणीची धन उत्पन्न लवचिकताच विचारात घेतल्याने गिफेनच्या विरोधाभासाच्या अभ्यासास वगळले आहे. गिफेनचा विरोधाभास हा मागणीच्या ऋण उत्पन्न लवचिकतेशी संबंधित आहे.

४) दिलेल्या किंमत-उत्पन्न स्थितीत उपभोक्ता केवळ एकाच संयोगाची निवड करतो हे गृहित चुकीचे आहे.

५) निवड पसंती दर्शविते (choice reveals 'preference') या गृहितावरही टीका करण्यात आली आहे. निवड प्रत्येक वेळी पसंती दर्शवित नाही. निवडीसाठी तर्कसंगत उपभोक्त्याच्या वर्तनाची गरज असते. मात्र, प्रत्येक वेळी उपभोक्ता तर्कसंगतपणे वागत नाही. अशा प्रकारे हा सिद्धांत निरीक्षण केलेल्या बाजारातील उपभोक्त्याच्या वर्तनावर आधारित नाही.

६) प्रगटित पसंती दृष्टिकोन हा केवळ वैयक्तिक उपभोक्त्यास लागू पडतो. इतर परिस्थिती कायम असते असे गृहीत धरून प्रत्येक उपभोक्त्यासाठी डावीकडून उजवीकडे उतरत जाणारा मागणी वक्र काढता येतो. मात्र, बाजार मागणी पत्रक तयार करणे या तंत्राच्या साहाय्याने शक्य होत नाही.

७) ज्यात धोका व अनिश्चितता आहे अशा निवडीतील उपभोक्त्यांच्या वर्तनाचे विश्लेषण करण्यात प्रगटित पसंती सिद्धांतास अपयश आले आहे.

●●●

प्रश्न

प्र. १. खालील प्रश्नांची वीस शब्दात उत्तरे लिहा.

१) मुल्यादर्शी उपयोगिता म्हणजे काय ?

२) घटत्या सीमांत उपयोगितेचा नियम लिहा.

३) सम-सीमांत उपयोगितेचा नियम लिहा.

४) उपभोक्त्याचे संतोषाधिक्य म्हणजे काय ?

५) लवचिकता म्हणजे काय ?

६) मागणीची किंमत लवचिकता म्हणजे काय ?

७) मागणीची उत्पन्न लवचिकता म्हणजे काय ?

८) मागणीची अन्योन्न किंवा छेदक लवचिकता म्हणजे काय ?

९) क्रमादर्शी उपयोगिता म्हणजे काय ?

१०) समवृत्ती वक्र म्हणजे काय ?

११) उत्पन्न परिणाम म्हणजे काय ?

१२) पर्यातता परिणाम म्हणजे काय ?

१३) सीमांत पर्यायता दर म्हणजे काय ?

प्र. २. खालील प्रश्नांची सविस्तर उत्तरे लिहा.

१) घटत्या सीमांत उपयोगितेचा नियम स्पष्ट करा.

२) सम-सीमांत उपयोगितेचा नियम स्पष्ट करा.

३) उपभोक्त्याचे संतोषाधिक्य म्हणजे काय ? उपभोक्त्याच्या संतोषाधिक्याचे मापन स्पष्ट करा.

४) मागणीची किंमत लवचिकता म्हणजे काय ? मागणीच्या किंमत लवचिकतेचे प्रकार स्पष्ट करा.

५) मागणीची उत्पन्न लवचिकता म्हणजे काय ? मागणीच्या उत्पन्न लवचिकतेचे प्रकार स्पष्ट करा.

६) मागणीची अन्योन्न किंवा छेदक लवचिकता म्हणजे काय ? मागणीच्या अन्योन्न किंवा छेदक लवचिकतेचे प्रकार स्पष्ट करा.

७) उत्पन्न आणि किंमत विस्तार पथ स्पष्ट करा.

८) उत्पन्न आणि पर्यातता परिणाम स्पष्ट करा.

●●●

प्रकरण ३

उत्पादन सिद्धांत
(Production Theory)

३.० प्रास्ताविक (Introduction) :

उत्पादन म्हणजे वस्तू व सेवा यांची निर्मिती होय. तांत्रिक दृष्टीने विचार करता उत्पादन म्हणजे साधनसामग्रीचे वस्तूंमध्ये होणारे रूपांतर होय. मात्र, यासाठी काही काळ लागतो. साध्या भाषेत उत्पादन म्हणजे आदानांचे उत्पादनात रूपांतर करण्याची कला आहे. वस्तूचा पुरवठा आदान व प्रदान यामधील वास्तव संबंध आणि आदानांच्या किमती यावर अवलंबून असतो. आदाने आणि उत्पादन यामधील वास्तविक किंवा प्रत्यक्ष संबंधाची भूमिका उत्पादनाचा खर्च निश्चित करण्यात महत्त्वाची असते. मूल्य सिद्धांतात उत्पादन सिद्धांत दुहेरी भूमिका बजावतो. तो खर्च व उत्पादन यामधील संबंधाच्या विश्लेषणास आधार उपलब्ध करून देतो. तसेच तो व्यवसायसंस्थेच्या उत्पादन घटकांच्या मागणीच्या सिद्धांतास आधार देतो.

३.१ खर्चाच्या संकल्पना : एकूण खर्च, सरासरी खर्च आणि सीमांत खर्च, अल्पकालीन आणि दीर्घकालीन खर्च – गणितीय उपयोजन किंवा अनुप्रयोग/उदाहरणे : (Cost Concepts-Total Cost, Average Cost & Marginal Cost, Short Run and Long Run Costs-Mathematical Applications /Examples)

खर्चाच्या संकल्पना – एकूण खर्च, सरासरी खर्च आणि सीमांत खर्च, अल्पकालीन आणि दीर्घकालीन खर्च – गणितीय उपयोजन किंवा अनुप्रयोग/उदाहरणे याविषयी सविस्तर माहिती पुढे दिली आहे.

३.१.१ खर्चाच्या संकल्पना – एकूण खर्च, सरासरी आणि सीमांत खर्च (Cost Concept - Total Cost, Average Cost and Marginal Cost) :

एकूण खर्च, सरासरी खर्च आणि सीमांत खर्च या संकल्पनांची माहिती पुढे दिली आहे.

एकूण खर्च :

व्यवसायसंस्था सर्व प्रकारच्या उत्पादन घटकांसाठी जो खर्च करते तो एकूण खर्च होय. अल्पकाळात एकूण स्थिर खर्च व एकूण बदलता खर्च यांची बेरीज केली असता एकूण खर्च समजतो. दीर्घकाळात स्थिर व बदलता खर्च असा फरक नसतो.

सरासरी खर्च :

एकूण खर्चाला उत्पादन नगसंख्येने भागिले असता सरासरी खर्च समजतो. सरासरी खर्च म्हणजे दर नगामागे येणारा खर्च होय.

$$\text{सरासरी खर्च} = \frac{\text{एकूण खर्च}}{\text{उत्पादन नगसंख्या}}$$

उदा. समजा, साबणाच्या १००० नगाचे उत्पादन करण्यासाठी एका व्यवसायसंस्थेस ६००० रुपये खर्च आला असेल तर

$$\text{सरासरी खर्च} = \frac{६०००}{१०००} = ६ \text{ रुपये असेल.}$$

अल्पकाळात एकूण स्थिर खर्च व एकूण बदलता खर्च यांची बेरीज केली असता एकूण खर्च समजतो, तर एकूण स्थिर खर्चाला एकूण उत्पादन नगसंख्येने भागिले असता सरासरी स्थिर खर्च समजतो. एकूण बदलत्या खर्चाला एकूण उत्पादन नगसंख्येने भागिले असता सरासरी बदलता खर्च समजतो

सीमांत खर्च :

आर्थिक सिद्धांतात सीमांत खर्च या संकल्पनेस महत्त्वाचे स्थान आहे. उत्पादनात एका जादा नगाची भर पडली असता म्हणजेच एका जादा नगाचे उत्पादन केले असता एकूण खर्चात जी वाढ होते त्यास सीमांत खर्च असे म्हणतात. दुसऱ्या शब्दात सांगावयाचे झाल्यास सीमांत खर्च म्हणजे उत्पादनाच्या शेवटच्या नगाने एकूण खर्चात टाकलेली भर होय.

$$\text{सरासरी खर्च} = \frac{\text{एकूण खर्चातील बदल}}{\text{उत्पादन नगसंख्येतील बदल}}$$

उदा. समजा, साबणाच्या १००० नगाचे उत्पादन करण्यास ६००० रुपये खर्च येत असेल आणि उत्पादनात एका नगाने वाढ केली असता एकूण खर्च ६००५ रुपये येत असेल तर,

$$\text{सरासरी खर्च} = \frac{\text{एकूण खर्चातील बदल}}{\text{उत्पादन नगसंख्येतील बदल}}$$

$$= \frac{५}{१} = ५ \text{ असेल}$$

तक्ता ३.१ मध्ये सरासरी खर्च व सीमांत खर्च दर्शविला आहे. त्यावरून सरासरी व सीमांत खर्च यातील संबंध स्पष्ट करता येईल.

तक्ता ३.१ : सरासरी व सीमांत खर्च

उत्पादन नगसंख्या	एकूण खर्च	सरासरी खर्च	सीमांत खर्च
१	३५	३५	३५
२	६०	३०	२५
३	८१	२७	२१
४	९६	२४	१५
५	११०	२२	१४
६	१२६	२१	१६
७	१६१	२३	३५
८	२००	२५	३९
९	२४३	२७	४३
१०	३००	३०	५७

वरील तक्ता ३.१ मध्ये दिलेल्या माहितीवरून पुढील बाबी स्पष्ट होतात.

१) सीमांत खर्चात घट होते तेव्हा सरासरी खर्चातही घट होते. मात्र, सीमांत खर्चात होणाऱ्या घटीपेक्षा सरासरी खर्चात होणारी घट कमी प्रमाणात असते.

२) जेव्हा सीमांत खर्चात वाढ होते तेव्हा सरासरी खर्चातही वाढ होते. मात्र, सीमांत खर्चाच्या तुलनेत सरासरी खर्चात होणारी वाढ कमी प्रमाणात असते.

३) सरासरी खर्च म्हणजे दर नगामागे करावा लागणारा खर्च असतो, तर सीमांत खर्च म्हणजे एका जादा नगाच्या उत्पादनामुळे एकूण खर्चात पडलेली भर होय.

खर्चविषयक संकल्पना (Cost Concepts) :

व्यवसायसंस्थेस उत्पादन कार्यासाठी कराव्या लागणाऱ्या खर्चाच्या बाबतीत एकूण खर्च, सरासरी खर्च व सीमांत खर्च वगैरेंचा विचार केला जातो. व्यवसायसंस्थेने उत्पादित केलेल्या नगसंख्येचा एकूण खर्च माहिती असेल तर त्या आधारे सरासरी व सीमांत खर्च शोधता येतो. उदा. खालील तक्त्यात उत्पादित नगसंख्या व एकूण खर्च दिला आहे. त्या आधारे सरासरी व सीमांत खर्च काढून तक्ता पूर्ण करा.

उत्पादन नगसंख्या	एकूण खर्च (रु.)	सरासरी खर्च (रु.)	सीमांत खर्च (रु.)
१	२००		
२	३६०		
३	४८०		
४	५६०		
५	६००		

सरासरी खर्च :

एकूण खर्चाला उत्पादन नगसंख्येने भागले असता सरासरी खर्च समजतो. तक्त्यात १ नग उत्पादन करण्याचा एकूण खर्च २०० रु. आहे. त्यामुळे सरासरी खर्चही २०० रुपये आहे.

नगसंख्या २ : स. ख = $\frac{३६०}{२}$ = १८० रु.

नगसंख्या ३ : स. ख. = $\frac{४८०}{३}$ = १६० रु.

नगसंख्या ४ : स. ख. = $\frac{५६०}{४}$ = १४० रु.

नगसंख्या ५ : स. ख. = $\frac{६००}{५}$ = १२० रु.

सीमांत खर्च :

उत्पादनाच्या शेवटच्या नगाने एकूण खर्चात टाकलेली भर म्हणजे सीमांत खर्च होय. एका जादा नगाचे उत्पादन केल्याने पडणारी खर्चातील भर म्हणजे सीमांत खर्च होय. तक्त्यात वेगवेगळ्या उत्पादन नगसंख्येसाठीचा एकूण खर्च दिला आहे. त्यावरून सीमांत खर्च शोधता येईल. एकूण खर्चातून आधीच्या नगासाठीचा खर्च वजा केला असता सीमांत खर्च समजतो. तक्त्यात दिलेल्या वेगवेगळ्या नगांचा सीमांत खर्च पुढीलप्रमाणे :

१ ला नग : पहिला नग हाच शेवटचा नग असल्याने या नगाचा सीमांत खर्च ही २०० रु. आहे.

२ रा नग : सीमांत खर्च = ३६० – २०० = १६० रु.

३ रा नग : सीमांत खर्च = ४८० – ३६० = १२० रु.

४ था नग : सीमांत खर्च = ५६० – ४८० = ८० रु.

५ वा नग : सीमांत खर्च = ६०० – ५६० = ४० रु.

सरासरी व सीमांत खर्च दर्शवून पूर्ण केलेला तक्ता पुढे दिला आहे.

उत्पादन नगसंख्या	एकूण खर्च (रु.)	सरासरी खर्च (रु.)	सीमांत खर्च (रु.)
१	२००	२००	२००
२	३६०	१८०	१६०
३	४८०	१६०	१२०
४	५६०	१४०	८०
५	६००	१२०	४०

सरावासाठी प्रश्न :

१) खालील तक्ता पूर्ण करा.

उत्पादन नगसंख्या	एकूण खर्च (रु.)	सरासरी खर्च (रु.)	सीमांत खर्च (रु.)
१	१००		
२	१८०		
३	२४०		
४	२८०		
५	३००		

२) खालील तक्ता पूर्ण करा.

उत्पादन नगसंख्या	एकूण खर्च (रु.)	सरासरी खर्च (रु.)	सीमांत खर्च (रु.)
१	६०		
२	११०		
३	१५०		
४	१८०		
५	२००		

३) खालील तक्ता पूर्ण करा.

उत्पादन नगसंख्या	एकूण खर्च (रु.)	सरासरी खर्च (रु.)	सीमांत खर्च (रु.)
१	३०		
२	५६		
३	८७		
४	९६		
५	११०		

४) खालील तक्ता पूर्ण करा.

उत्पादन नगसंख्या	एकूण खर्च (रु.)	सरासरी खर्च (रु.)	सीमांत खर्च (रु.)
१	१९		
२	३६		
३	५१		
४	६४		
५	७५		

३.२ व्यवसायसंस्था आणि उद्योगाचा पुरवठा वक्र काढणे – अल्पकालीन आणि दीर्घकालीन : (Derivation of Supply curve- Firm and Industry, Short and Long Run)

व्यवसायसंस्था आणि उद्योगाचा अल्पकालीन आणि दीर्घकालीन पुरवठा वक्र कशा प्रकारे काढला जातो याविषयी माहिती पुढीलप्रमाणे देता येईल.

१) व्यवसायसंस्था आणि उद्योगाचा अल्पकालीन पुरवठा वक्र :

(**Short-Run of Supply Curve of Firm and Industry**)

अल्पकाळ हा असा काळ असतो की ज्यात यंत्रसामग्री, संयंत्र यासारख्या स्थिर घटकात बदल करता येत नाहीत. जर व्यवसायसंस्थेस अल्पकाळात उत्पादनात वाढ करावयाची असेल तर श्रम, कच्चा माल वगैरे बदलत्या घटकात वाढ करून ती करू शकते. थोडक्यात, अल्पकाळात काही घटक स्थिर असतात आणि काही घटक बदलते असतात. त्यामुळे व्यवसायसंख्या केवळ बदलत्या उत्पादन घटकात बदल करून उत्पादनात बदल करू शकते.

व्यवसायसंस्थेचा पुरवठा वक्र विविध पर्यायी किमतींना विक्रीसाठी उपलब्ध केलेल्या वस्तूच्या नगसंख्या दर्शवितो. पूर्ण स्पर्धेतील व्यवसायसंस्था ज्या उत्पादनाला तिचा सीमांत खर्च किंमतीबरोबर असेल तेवढया वस्तूचे उत्पादन करून विक्री करते. पूर्ण स्पर्धेत व्यवसायसंस्थेसाठीची किंमत उद्योग निश्चित करतो. पूर्ण स्पर्धेतील व्यवसायसंस्थेच्या दृष्टीने किंमत ही दिलेली आणि स्थिर असते. व्यवसायसंस्थेचा अल्पकालीन सीमांत खर्च वक्र व्यवसायसंस्था अल्पकाळात विविध किंमतींना किती नगसंख्येचे उत्पादन करील हे दर्शवितो.

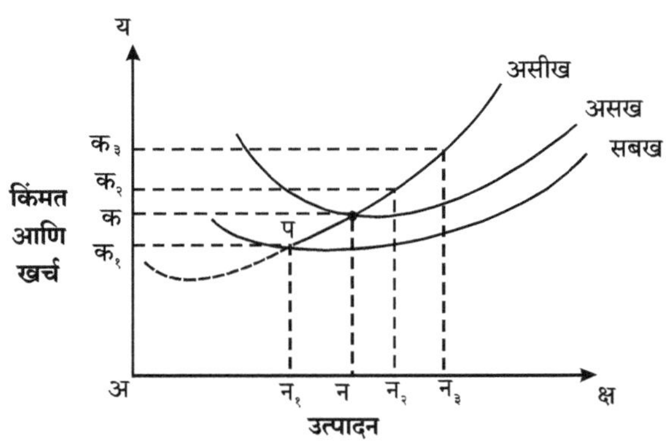

आकृती ३.१ : व्यवसायसंस्थेचा अल्पकालीन खर्च वक्र काढणे.

आकृती ३.१ मध्ये 'असीख' हा अल्पकालीन सीमांत खर्च वक्र, 'असख' हा अल्पकालीन सरासरी खर्च वक्र आणि 'सबख' हा सरासरी बदलता खर्च वक्र आहे. 'अक' या किंमतीला व्यवसायसंस्था 'अन' एवढ्या वस्तूच्या नगसंख्येचे उत्पादन करून त्याची विक्री करील कारण वस्तूच्या 'अन' या नगसंख्येला किंमत 'अक' ही सीमांत खर्चाबरोबर आहे. अशाचप्रकारे, 'अक$_२$' या किंमतीला व्यवसायसंस्था 'अन$_२$' एवढ्या उत्पादन नगसंस्थेचे उत्पादन करील. व्यवसायसंस्था 'अक$_१$' किंमतीपेक्षा कमी किमतीला वस्तूचे उत्पादन करणार नाही कारण ती किंमत सरासरी बदलता खर्चही पूर्णपणे भरून काढू शकत नाही. अल्पकालीन सीमांत खर्च (असीख) वक्राचा सरासरी बदलत्या खर्चावरील भाग म्हणजेच 'प' बिंदूपासूनचा वर चढत जाणारा भाग हा व्यवसायसंस्थेचा अल्पकालीन पुरवठा वक्र आहे.

अशा प्रकारे अल्पकालीन सीमांत खर्च वक्राचा वर चढत जाणारा आणि सरासरी बदलत्या खर्च वक्राच्या छेदन बिंदूच्या उजव्या बाजूला आणि वर असलेला भाग हा व्यवसायसंस्थेचा पुरवठा वक्र आहे.

स्पर्धात्मक उद्योगाचा अल्पकालीन पुरवठा वक्र (Short-run supply curve of competitive Industry)

स्पर्धात्मक उद्योगाचा अल्पकालीन पुरवठा वक्र काढताना ज्याप्रमाणे मागणी वक्र हा सर्व वैयक्तिक उपभोक्त्यांच्या मागणी वक्राची आडवी बेरीज करून मिळतो, त्याचप्रमाणे उद्योगातील सर्व वैयक्तिक अल्पकालीन पुरवठा वक्रांची आडवी बेरीज करून उद्योगाचा पुरवठा वक्र मिळतो. आकृतीच्या आधारे हे स्पष्ट करता येईल.

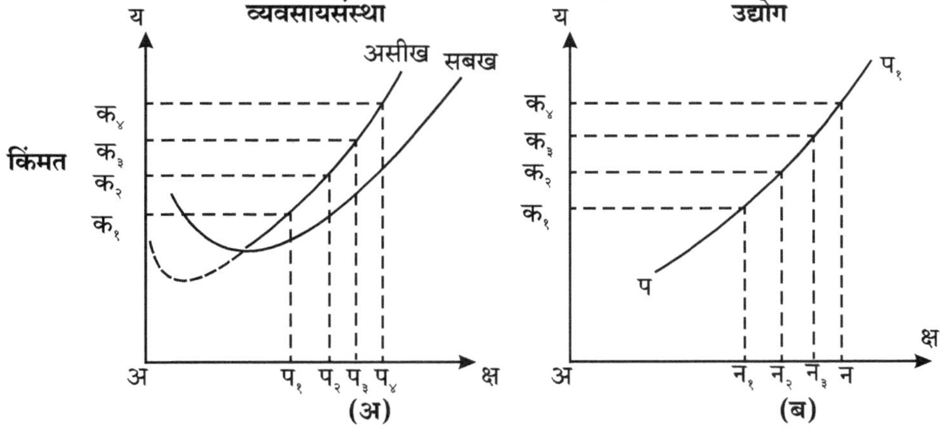

आकृती ३.२ पूर्ण स्पर्धात्मक उद्योगाचा अल्पकालीन पुरवठा वक्र काढणे.

आकृती ३.२ च्या आधारे स्पर्धात्मक उद्योगाचा अल्पकालीन पुरवठा वक्र कशा प्रकारे काढता येतो ते स्पष्ट करता येईल. हे स्पष्टीकरण देताना स्पर्धात्मक उद्योगात ५०० व्यवसायसंस्था आहेत आणि सर्व व्यवसायसंस्थांचे खर्च वक्र एकसारखे आहेत असे गृहित धरले आहे. आकृतीच्या 'अ' भागात 'असीख' हा वैयक्तिक व्यवसाय संस्थेचा अल्पकालीन खर्च वक्र आहे. 'अक$_१$' या किंमतीला वैयक्तिक व्यवसायसंस्था 'अप$_१$' एवढ्या वस्तूच्या नगसंख्येचे उत्पादन करून विक्री करील. उद्योगाला ५०० व्यवसायसंस्था असल्याने संपूर्ण उद्योग ५०० × अप$_१$ एवढ्या वस्तूच्या नगसंख्येचे उत्पादन करून विक्री करील. त्यामुळेच आकृतीला 'ब' भागात 'अक$_१$' या किंमतीसमोर ५००× अप$_१$, एवढी नगसंख्या दर्शविली आहे. अन$_१$ ही ५००× अक$_१$ बरोबर आहे. 'अ' आणि 'ब' आकृतीतील 'य' अक्षावरील प्रमाण सारखे आहे. मात्र 'क्ष' अक्षावरील प्रमाण वेगळे आहे.

'अक$_२$' किंमतीला वैयक्तिक व्यवसायसंस्था वस्तूच्या अप$_२$ नगसंख्येचा पुरवठा करील तर सूंपर्ण उद्योग 'अन$_२$' नगसंख्येचा (५०० × अप$_२$) पुरवठा करील. याच प्रकारे उद्योग अक$_३$ किंमतीला 'अन$_३$' आणि अक$_४$ किमतीला 'अन$_४$' एवढ्या वस्तूच्या नगसंख्येचा पुरवठा करील. अशाच प्रकारे इतर सर्व किमतीला असलेला उद्योगाचा पुरवठा निश्चित करता येईल. उद्योगाचा अल्पकालीन पुरवठा वक्र हा नेहमी वर चढत जाणारा असतो कारण व्यवसायसस्थांचे सरासरी बदलत्या खर्च वक्राच्या किमान बिंदुवरील अल्पकालीन सीमांत खर्च वक्र वर चढत जाणारे असतात. उद्योगाच्या अल्पकालीन पुरवठा वक्राचा उतार आणि लवचिकता ही साहजिकच उद्योगातील वैयक्तिक व्यवसायसंस्थेचा सीमांत खर्च वक्राचा उतार आणि लवचिकता यावर अवलंबून असते. अशाप्रकारे पूर्ण स्पर्धेतील उद्योगाचा अल्पकालीन पुरवठा वक्र हा व्यवसायसंस्थांच्या अल्पकालीन पुरवठा (म्हणजेच अल्पकालीन सीमांत खर्च) वक्राची आडवी बेरीज होय. मात्र, जेव्हा साधनसामग्रीच्या किमतीतील बदलामुळे वैयक्तिक व्यवसायसंस्थांचे खर्च वक्र स्थानांतरित होतात तेव्हा उद्योगाचा पुरवठा वक्र हा व्यवसायसंस्थांच्या अल्पकालीन खर्च वक्रांची आडवी बेरीज करुन मिळविता येत नाही.

२) व्यवसायसंस्था व उद्योगाचा दीर्घकालीन पुरवठा वक्र : Long-run Supply Curve of Firm and Industry)

दीर्घकाळात व्यवसायसंस्था त्यांच्या भांडवली साधनात आणि इतर स्थिर घटकात बदल करू शकते. तसेच वस्तूच्या मागणीतील बदलाला प्रतिसाद म्हणून व्यवसायसंस्थांच्या संख्येत बदल होऊ शकतो. दीर्घकाळात जेव्हा नवीन व्यवसायसंस्था उद्योगात प्रवेश करू शकतात किंवा जुन्या व्यवसायसंस्था उद्योगातून बाहेर पडू शकतात तेव्हा व्यवसायसंस्था दीर्घकालीन सरासरी खर्च वक्राच्या किमान बिंदूत, जेथे दीर्घकालीन सीमांत खर्च वक्र त्याला छेदतो तेथे समतोलात येते. दीर्घकाळात किंमत दीर्घकालीन सीमांत खर्च आणि किमान सरासरी खर्चाबरोबर असते. अशा प्रकारे दीर्घकाळात व्यवसायसंस्था तिच्या दीर्घकालीन सरासरी खर्च वक्राच्या किमान बिंदूने म्हणजेच तिच्या पर्याप्त आकाराने दर्शविल्याप्रमाणे वस्तूंचे उत्पादन करून त्याचा पुरवठा करील.

पूर्ण स्पर्धात्मक उद्योगाचा दीर्घकालीन पुरवठा वक्र विविध किमतीला विक्रीसाठी उपलब्ध केलेल्या वस्तूच्या विविध नगसंख्या दर्शवितो. दीर्घकाळात नवीन व्यवसायसंस्था उद्योगात प्रवेश करू शकतात किंवा काही त्यातून बाहेर पडू शकतात. व्यवसायसंस्थांच्या प्रवेश व निर्गमनाचा उत्पादक साधनसामग्रीच्या खर्चावर परिणाम होतो आणि त्यामुळे वैयक्तिक व्यवसायसंस्थांचे खर्च वक्र स्थानांतरित होतात. उद्योगाचा दीर्घकालीन पुरवठा वक्र हा तो उद्योग वाढता खर्च, स्थिर खर्च की घटत खर्च उद्योग आहे याला अनुसरून वर चढत जाणारा, आडवा सरळ रेषा किंवा खाली उतरत जाणारा असू शकतो.

अ) वाढता खर्च उद्योग :

जेव्हा उद्योगातील उत्पादन वाढीमुळे घटक किंमती वाढतात तेव्हा तो वाढता खर्च उद्योग असतो. अशा वाढता खर्च उद्योगाचा पुरवठा वक्र डावीकडून उजवीकडे वर चढत जाणारा असतो. नवीन व्यवसायसंस्थांच्या प्रवेशामुळे उद्योगाचा झालेला विस्तार घटकांच्या भागातील आणि त्यांच्या किंमतीत वाढ होण्यास कारणीभूत ठरतो. त्यामुळे व्यवसायसंस्थांचे खर्च वक्र वरच्या बाजूला स्थांनातरित होतात. बाह्य तोट्यांच्या उपस्थितीमुळे खर्च वक्र वरच्या बाजूला स्थानांतरित होतात. त्यामुळे उद्योगाचा दीर्घकालीन पुरवठा वक्र उजवीकडे वर चढत जाणारा असतो. आकृतीच्या आधारे हे स्पष्ट होईल.

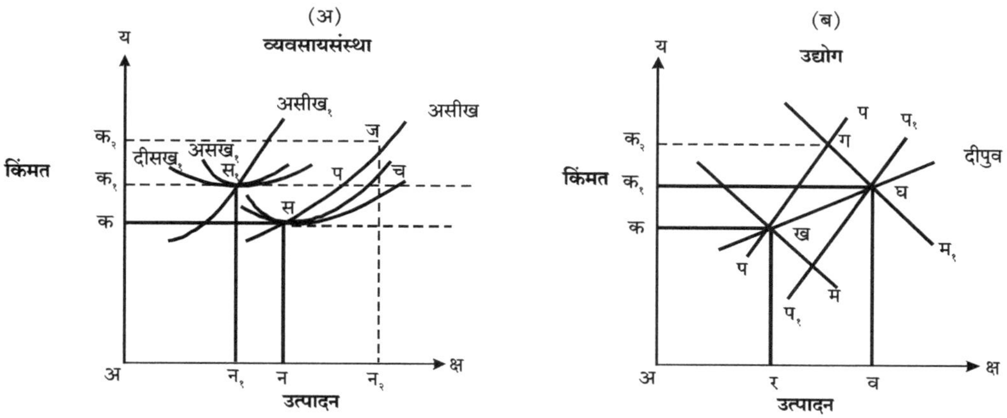

आकृती ३.३ : वाढता खर्च उद्योगाचा दीर्घकालीन पुरवठा वक्र

आकृती ३.३ च्या 'अ' भागात सुरुवातीची समतोल किंमत 'अक' असून प्रत्येक व्यवसायसंस्था 'अन' एवढे उत्पादन करते आणि 'ब' भागात संपूर्ण उद्योग 'अर' एवढे (अन व्यवसायसंस्थांची संख्या) उत्पादन करतो. आकृतीच्या 'ब' भागात जेव्हा मागणीत 'म' पासून '$म_{१}$' पर्यंत वाढ होते. तेव्हा 'ग' हा उद्योगाचा समतोल बिंदू होतो. किंमत $अक_{२}$ होते. जेव्हा किंमत रेषेस 'अ' भागात अल्पकालीन सीमांत खर्च वक्र (असीख) $क_{२}$ या 'ज' बिंदूत छेदतो तेव्हा अस्तित्वातील व्यवसायसंस्था अल्पकाळात '$अन_{२}$' पर्यंत उत्पादन वाढवितात. व्यवसायसंस्था प्रती एकक 'जच' एवढा नफा मिळवितात. या नफ्यामुळे आकर्षित होऊन दीर्घकाळात नवीन व्यवसायसंस्था उद्योगात प्रवेश करतात. तो वाढता खर्च उद्योग उद्योग असल्याने घटकांच्या किमतीत वाढ होते आणि व्यवसायसंस्थांचे खर्च वक्र दीसख, असख आणि असीख वरून $दीसख_{१}$, $असख_{१}$ आणि $असीख_{१}$ या ठिकाणी स्थानांतरित होतात.

उद्योगाच्या उत्पादनातील विस्ताराबरोबर उद्योगाचा अल्पकालीन पुरवठा वक्र 'पप' वरून '$प_{१}प_{१}$' या ठिकाणी स्थानांतरित होतो आणि 'घ' बिंदूत '$म_{१}$' या मागणी वक्रास छेदून जातो. त्यामुळे 'ब' भागात नवीन समतोल किंमत $अक_{१}$ आहे. $अक_{१}$ या किमतीला व्यवसायसंस्था '$स_{१}$' बिंदूत जेथे $क_{१} = दीसख_{१} = असीख_{१}$ समतोलात आहे. प्रत्येक व्यवसायसंस्था $अन_{१}$ एवढे उत्पादन करते तर उद्योगाचे उत्पादन 'अव' एवढे आहे. 'ख' आणि 'घ' हे उद्योगाच्या समतोलाचे सुरूवातीचे आणि नवीन बिंदू असून त्यांच्या आधारे 'दीपुव' हा दीर्घकालीन पुरवठा वक्र मिळतो. हा वक्र उजवीकडे वर चढत जाणारा असून तो उद्योगाचा विस्तार होत असताना खर्च वाढत असल्याचे दर्शवितो.

ब) स्थिर–खर्च उद्योग :

उद्योगाच्या उत्पादनाचा विस्तार होत असताना घटक किंमती स्थिर असतात. तेव्हा तो स्थिर–खर्च उद्योग असतो आणि या स्थितीत उद्योगाचा दीर्घकालीन पुरवठा वक्र आडवी सरळ रेषा असतो. या स्थितीत विविध घटकांचा पुरवठा पूर्ण लवचिक असतो. अशा स्थितीत निव्वळ बचती किंवा निव्वळ तोटे अनुभवास येत नाहीत. नवीन व्यवसायसंस्थांनी उद्योगात प्रवेश केला तर पूर्वीच्याच किमतीना त्यांना घटक उपलब्ध होतात. तसेच व्यवसायसंस्थांच्या संख्येतील घटीचा घटक किमतीवर परिणाम होत नाही. अशाप्रकारे, येथे खर्च वक्रांचे स्थानांतर घडून येत नाही. या स्थितीत दीर्घकालीन सरासरी खर्च वक्रावरील किमान बिंदू बदलत नाही.

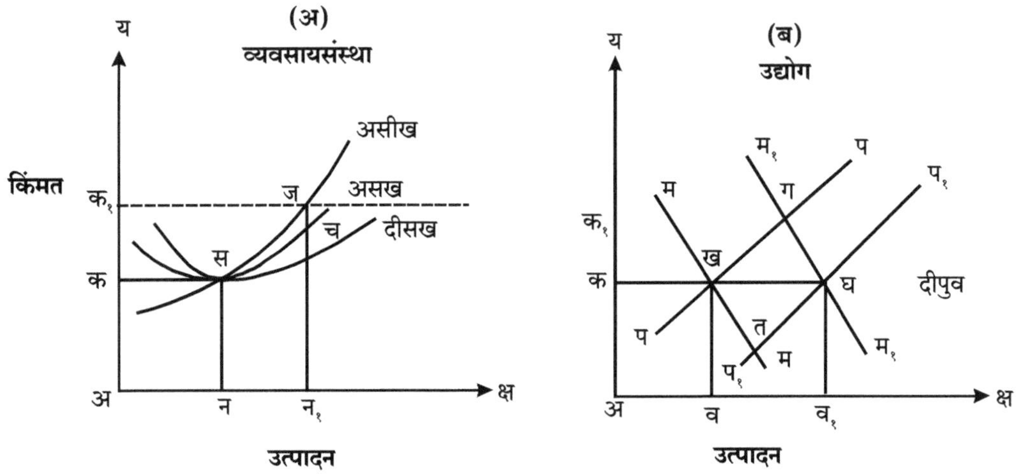

आकृती ३.४ : स्थिर–खर्च उद्योगाचा दीर्घकालीन पुरवठा वक्र

आकृती ३.४ च्या (ब) भागात उद्योगाचा 'पप' हा अल्पकालीन पुरवठा वक्र त्याच्या 'मम' या मागणी वक्रास 'ख' बिंदूत छेदतो तेथे उद्योग समतोलात आहे. तो 'अक' या किमतीला 'अव' एवढ्या वस्तूंचे उत्पादन व विक्री करतो. या किंमतीला (अ) भागात 'स' बिंदूत जेथे अक= दीसख= असख =असीख आहे. तेथे व्यवसायसंस्था दीर्घकालीन समतोलात आहे.

समजा उद्योगाच्या मागणीत 'मम' वरून 'म$_{१}$म$_{१}$' पर्यंत वाढ झाली. नवीन समतोल 'ग' बिंदूत होऊन 'अक$_{१}$' किंमत निश्चित होते. अल्पकालीन सीमांत खर्च वक्र 'ग' बिंदूत 'अक$_{१}$' किंमत रेषेला छेदतो तेव्हा त्याला अनुसरून अस्तित्वातील व्यवसायसंस्था 'अन$_{१}$' पर्यंत उत्पादनात वाढ करतात. त्यामुळे व्यवसायसंस्थेस प्रती एकक 'जच' एवढा नफा मिळतो. या नफ्यामुळे आकर्षित होऊन नवीन व्यवसायसंस्था उद्योगात प्रवेश करतात आणि पुरवठ्यात वाढ होते. उद्योगाचा अल्पकालीन पुरवठा वक्र 'पप' वरून 'प$_{१}$प$_{१}$' येथे उजवीकडे स्थानांतरीत होतो. त्यामुळे 'घ' बिंदूत 'म$_{१}$म$_{१}$' आणि 'प$_{१}$प$_{१}$' हे वक्र एकमेकांना छेदून नवीन समतोल प्रस्थापित होतो किंमत पुन्हा 'अक' या ठिकाणी येते. या किमतीला (अ) भागात प्रत्येक व्यवसायसंस्था परत 'स' या मुळ दीर्घकालीन समतोल बिंदूपाशी येते. याचे कारण स्थिर–खर्च उद्योग स्थितीत घटक किंमती स्थिर राहातात आणि घटकांचा पुरवठा पूर्ण लवचिक असतो. आकृती (ब) भागात 'ख' आणि 'घ' हे समतोल बिंदू जोडून दीपुव हा दीर्घकालीन पुरवठा वक्र मिळतो. हा आडवी रेषा असलेला वक्र उद्योगाचा विस्तार होत असताना खर्चात बदल होत नसल्याचे दर्शवितो. उद्योगाचा विस्तार दीर्घकालीन पुरवठा वक्रावर 'अव' पासून 'अव$_{१}$' पर्यंत वाढलेल्या उत्पादनाने दर्शविला आहे. मात्र, प्रत्येक व्यवसायसंस्थेचे उत्पादन 'अन' एवढे स्थिर राहीलेले आहे. याचे कारण 'अन' एवढेच उत्पादन करणाऱ्या व्यवसायसंस्थांच्या संख्येत झालेली वाढ हे आहे.

क) घटता–खर्च उद्योग :

घटता–खर्च उद्योगाच्या बाबतीत दीर्घकालीन पुरवठा वक्र खाली उतरत जाणारा असतो कारण उद्योगाच्या उत्पादनाचा विस्तार होत असताना घटक किमतीत घट होते आकृती ३.५ च्या आधारे स्पष्ट करता येईल.

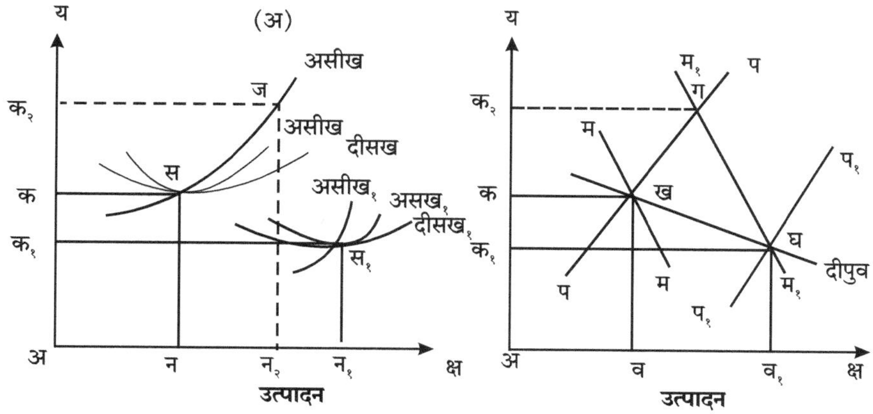

आकृती ३.५ : घटता–खर्च उद्योगाचा दीर्घकालीन पुरवठा वक्र

आकृती ३.५ मध्ये घटता–खर्च उद्योगाचा 'मम' हा मागणी वक्र आणि 'पप' हा पुरवठा वक्र एकमेकांना छेदून 'ख' बिंदूत समतोलात आहे. 'अक' ही किंमत निश्चित होऊन उद्योगाचे उत्पादन 'अव' आहे. आकृतीच्या (अ) भागात 'अक' या किमतीला प्रत्येक व्यवसायसंस्था दीर्घकालीन समतोलात आहे आणि 'अन' एवढे उत्पादन करते. मागणीत 'मम' वरून 'म$_{१}$म$_{१}$' वाढ झाली असता नवीन समतोल 'ग' बिंदूत होऊन किंमतीत 'अक$_{२}$' पर्यंत वाढ होते. त्यामुळे अस्तित्वातील व्यवसायसंस्था 'अन$_{२}$' पर्यंत उत्पादनात वाढ करतात आणि 'जच' एवढा प्रीत एकक नफा मिळवितात. या नफ्यामुळे आकर्षित होऊन नवीन व्यवसायसंस्था उद्योगात प्रवेश करतात, उद्योगाच्या उत्पादनात वाढ होते आणि घटक किमतीत घट होते. त्यामुळे उद्योगाचा पुरवठा वक्र 'पप' वरून 'प$_{१}$प$_{१}$' येथे स्थानांतरित होतो. त्यामुळे 'म$_{१}$म$_{१}$' हा मागणी वक्र असताना नवीन समतोल 'घ' बिंदूत प्रस्थापित होतो. 'ख' आणि 'घ' बिंदू जोडले असता 'दीपुव' हा खाली उतरत जाणारा दीर्घकालीन पुरवठा वक्र मिळतो. बाह्य बचतीमुळे किंमतीत 'अक$_{१}$' पर्यंत घट होते.

आकृतीच्या (ब) भागात 'अक$_{१}$' या किंमतीला बाह्य बचतीच्या उपस्थितीमुळे खर्चात घट होते आाणि खर्च वक्र दीसख, असख व असीख वरून खालच्या बाजूला दीसख$_{१}$, असख$_{१}$, व असीख$_{१}$ या ठिकाणी स्थानांतरित होतात. प्रत्येक व्यवसायसंस्थेचे खर्च वक्र उजव्या बाजूला स्थांनातरित होतात. त्यामुळे त्यांचे उत्पादन 'अन$_{१}$' पर्यंत वाढते. उद्योगाचे उत्पादन 'अव$_{१}$' पर्यंत वाढले आहे.

ड) मक्तेदारी किंवा अपूर्ण स्पर्धेच्या स्थितीतील पुरवठा वक्र (Supply Curve Under Monopoly or Imperfect competition) :

मक्तेदारी किंवा अपूर्ण स्पर्धेत एकमेव असा पुरवठा वक्र नसतो. याचे कारण एकाचवेळी उत्पादनाबरोबरच किंमतही निश्चित होते. पूर्ण स्पर्धेत किंमत दिलेली असते. तसे मक्तेदारीच्या स्थितीतील उत्पादकाच्या दृष्टीने किंमत दिलेली नसते. मक्तेदार हा किंमत कर्ता असतो. तो त्याला अधिकाधिक फायदा होईल अशा प्रकारे किंमत ठरवू शकतो आणि त्याचे उत्पादन किंवा पुरवठा त्याच्या वस्तूसाठी असलेल्या उपभोक्त्याच्या मागणीने निश्चित होतो. त्यामुळेच मक्तेदारीच्या स्थितीत पुरवठा वक्राचा विचार करणे अशक्य असते.

३.३ प्राप्तीच्या संकल्पना : एकूण प्राप्ती, सरासरी प्राप्ती आणि सीमांत प्राप्ती – गणितीय उपयोजन किंवा अनुप्रयोग/उदाहरणे : (Concept of Revenue: Total Revenue, Average Revenue and Marginal Revenue- Mathematical Applications/ Examples)

ग्राहकांकडून केल्या जाणाऱ्या मागणीवर व्यवसायसंस्थेच्या वस्तूची विक्री अवलंबून असते व वस्तूच्या विक्रीवरून व्यवसायसंस्थेची प्राप्ती ठरते. प्राप्ती ही किंमत व वस्तूची विक्री यावरून समजते. प्राप्तीच्या वेगवेगळ्या संकल्पना पुढीलप्रमाणे :

३.३.१ एकूण प्राप्ती (Total Revenue) :

ग्राहकाने किंवा उपभोक्त्याने वस्तूसाठी दिलेली किंमत म्हणजे विक्रेत्याचे उत्पन्न होय. विक्रेत्याने विक्री केलेल्या सर्व नगसंख्येपासून मिळणारे उत्पन्न म्हणजे एकूण प्राप्ती होय.

एकूण प्राप्ती = विकलेली नगसंख्या X वस्तूची किंमत

उदाहरणाच्या आधारे हे स्पष्ट करता येईल. समजा, एका व्यवसायसंस्थेने ५ रुपये प्रति नग या प्रमाणे १००० बॉलपेनची विक्री केली, तर व्यवसायसंस्थेला मिळणारी एकूण प्राप्ती १००० X ५ रुपये = ५००० रुपये असेल. थोडक्यात, व्यवसायसंस्थेला वस्तूच्या सर्व नगांची विक्री करून मिळणारे एकूण उत्पन्न म्हणजे एकूण प्राप्ती होय.

३.३.२ सरासरी प्राप्ती (Average Revenue) :

व्यवसायसंस्थेने विकलेल्या वस्तूच्या प्रति नगामागे पडणारे प्राप्तीचे प्रमाण म्हणजे सरासरी प्राप्ती होय. व्यवसायसंस्थेने विकलेल्या वस्तूच्या सर्व नगापासून मिळालेल्या एकूण प्राप्तीला त्या वस्तूच्या विकलेल्या नगसंख्येने भागले असता सरासरी प्राप्ती समजते. वस्तूचे सर्व नग एकाच किमतीला विकले असतील, तर सरासरी प्राप्ती हीच त्या वस्तूची किंमत असते. मात्र, वस्तूचे वेगवेगळे नग वेगवेगळ्या किंमतीला विकले असतील, तर सरासरी प्राप्ती म्हणजे सरासरीने वस्तूच्या प्रत्येक नगापासून मिळणारी प्राप्ती होय.

$$\textbf{सरासरी प्राप्ती} = \frac{\textbf{एकूण प्राप्ती}}{\textbf{विकलेली नगसंख्या}}$$

उदाहरणाच्या आधारे सरासरी प्राप्तीची संकल्पना स्पष्ट करता येईल. समजा, बॉलपेनचे उत्पादन करणाऱ्या व्यवसायसंस्थेने ५००० बॉलपेनची विक्री प्रतिनग ७ रुपये याप्रमाणे केली, तर व्यवसायसंस्थेत ५००० X ७ रुपये = ३५००० रुपये एवढी एकूण प्राप्ती होईल. एकूण प्राप्तीला विकलेल्या नगसंख्येने भागले असता सरासरी प्राप्ती समजते. येथे ३५००० ÷ ५००० = ७ रुपये एवढी सरासरी प्राप्ती येते.

३.३.३ सीमांत प्राप्ती (Marginal Revenue) :

व्यवसायसंस्थेने एका जादा नगाची विक्री केली असता एकूण प्राप्तीत जी भर पडते तिला 'सीमांत प्राप्ती' म्हणतात. दुसऱ्या शब्दात सांगावयाचे झाल्यास सीमांत प्राप्ती म्हणजे विकलेल्या एकूण नगसंख्येतील शेवटच्या नगाने एकूण प्राप्तीत टाकलेली भर होय. एका जादा नगाची व्यवसायसंस्थेने विक्री केली असता मिळणारी प्राप्ती म्हणजे सीमांत प्राप्ती होय.

''एका जादा नगाच्या विक्रीमुळे किंवा शेवटच्या नगाच्या विक्रीमुळे एकूण प्राप्तीत पडणारी भर म्हणजे सीमांत प्राप्ती होय.''

उदाहरणाच्या आधारे सीमांत प्राप्तीची संकल्पना स्पष्ट करता येईल. समजा, बॉलपेनचे उत्पादन करणाऱ्या व्यवसायसंस्थेने बॉलपेनच्या ५००० नगांची विक्री केली असता व्यवसायसंस्थेस ३५००० रुपये एवढी एकूण प्राप्ती मिळते. बॉलपेनच्या आणखी एका नगाची विक्री केली असता त्या व्यवसायसंस्थेच्या एकूण प्राप्तीत वाढ होऊन ती ३५००७ रुपये एवढी होते. सीमांत प्राप्ती ही एका जादा किंवा शेवटच्या नगामुळे एकूण प्राप्तीत पडणारी भर असते. येथे शेवटच्या नगाने एकूण प्राप्तीत टाकलेली भर ३५००७ – ३५००० = ७ रुपये एवढी आहे. अशा प्रकारे एक जादा नग विकण्यापूर्वी मिळणारे उत्पन्न हे एक जादा नग विकल्यानंतर मिळणाऱ्या एकूण उत्पन्नातून वजा केले असता सीमांत प्राप्ती समजते.

वरील विवेचनावरून एकूण प्राप्ती, सरासरी प्राप्ती, व सीमांत प्राप्ती या संकल्पनांचा अर्थ व या संकल्पनामधील फरक स्पष्ट होतो. प्राप्तीच्या या संकल्पनामध्ये परस्पर संबंध आहे. व्यवसायसंस्थेने विक्री केलेल्या नगसंख्येत बदल झाला असता एकूण, सरासरी व सीमांत प्राप्तीत कशा प्रकारे बदल होते हे तक्ता ३.२ मध्ये दर्शविले आहे. या तक्त्यात दिलेल्या माहितीवरून प्राप्तीच्या या संकल्पनांमधील परस्पर संबंध स्पष्ट करता येईल.

तक्ता ३.२ : एकूण सरासरी व सीमांत प्राप्ती

अ.क्र.	एकूण उत्पादन	विक्री किंमत	एकूण प्राप्ती	सरासरी प्राप्ती	सीमांत प्राप्ती
	(नगसंख्या)	(रुपये)	(रुपये)	(रुपये)	(रुपये)
१	१	२५	२५	२५	२५
२	२	२४	४८	२४	२३
३	३	२३	६९	२३	२१
४	४	२२	८८	२२	१९
५	५	२१	१०५	२१	१७
६	६	२०	१२०	२०	१५
७	७	१९	१३३	१९	१३
८	८	१८	१४४	१८	११
९	९	१७	१५३	१७	९
१०	१०	१६	१६०	१६	७
११	११	१५	१६५	१५	५
१२	१२	१४	१६८	१४	३
१३	१३	१३	१६९	१३	१
१४	१४	१२	१६८	१२	–१
१५	१५	११	१६५	११	–३

वस्तूच्या विक्रीसंख्येत वाढ केली असता एकूण प्राप्ती, सरासरी प्राप्ती, सीमांत प्राप्ती यात कसा बदल होतो हे तक्ता ३.२ मध्ये दर्शविले आहे. सुरुवातीस उत्पादकाने एका नगाची विक्री केली असता उत्पादकास २५ रुपये एकूण प्राप्ती होते. एकच नग विकला असल्याने सरासरी प्राप्ती व सीमांत प्राप्तीही २५ रुपयेच आहे. उत्पादकाने दोन नगांची विक्री केली असता त्याला ४८ रुपये एवढी एकूण प्राप्ती मिळते. येथे सरासरी प्राप्ती २४ रुपये व सीमांत प्राप्ती २३ रुपये आहे. येथे उत्पादकाला आणखी एक जादा नग विकण्यासाठी किंमत कमी करावी लागली आहे. यापुढेही अधिकाधिक नगाची विक्री करताना उत्पादकाला किंमत कमी करावी लागलेली दिसते. विक्री नगसंख्येत वाढ होत असताना किमतीत घट झालेली आहे. विक्री नगसंख्येत वाढ झाली असता त्यामुळे एकूण, सरासरी व सीमांत प्राप्तीत झालेला बदल तक्ता ३.३ मध्ये दिला आहे. त्यावरून प्राप्तीच्या विविध संकल्पनामधील परस्पर संबंध स्पष्ट करता येईल.

सरासरी व सीमांत प्राप्ती यामधील संबंध (Relationship Between Average and Margianl Revenue) :

सरासरी व सीमांत प्राप्ती यामधील संबंध तक्ता ३.२ मधील माहितीच्या आधारे पुढीलप्रमाणे स्पष्ट करता येईल.

१) एकूण प्राप्तीला विकलेल्या नगसंख्येने भागले असता सरासरी प्राप्ती समजते, तर सीमांत प्राप्ती ही एकूण प्राप्तीत पडलेली भर होय. सरासरी प्राप्ती म्हणजे वस्तूची किंमत होय. त्यामुळेच तक्ता ३.२ मध्ये किंमत व सरासरी प्राप्ती समान असलेली दिसते.

२) उत्पादनात वाढ केली जाते तेव्हा अधिक उत्पादनाची विक्री करण्यासाठी किमतीत घट करावी लागते. त्यामुळेच एकूण उत्पादन नग वाढत असताना किमतीत घट झालेली दिसते.

३) उत्पादन नगसंख्येतील वाढीबरोबर किंमत घटल्याने सरासरी प्राप्तीतही घट झालेली आहे. सरासरी प्राप्तीबरोबरच सीमांत प्राप्तीतही घट झालेली आहे. मात्र, सरासरी प्राप्तीपेक्षा सीमांत प्राप्तीत अधिक वेगाने घट झालेली दिसते.

४) एकूण प्राप्ती जोपर्यंत वाढत आहे तोपर्यंत सीमांत प्राप्ती धन आहे. मात्र, एकूण प्राप्तीत घट होते म्हणजे एकूण प्राप्तीत विकलेल्या नगसंख्येमुळे भर पडत नाही तेव्हा सीमांत प्राप्ती ऋण होते. मात्र, सरासरी प्राप्ती ऋण होत नाही.

पूर्ण स्पर्धेत व्यवसायसंस्थांना किंमत ठरविण्याचे स्वातंत्र्य नसते. उद्योगाचा पुरवठा व मागणी याद्वारे बाजारात ठरलेल्या किमतीला व्यवसायसंस्था त्यांना पाहिजे तेवढ्या वस्तूंची विक्री करू शकतात. किंमत एकच असल्याने सरासरी प्राप्ती स्थिर असते. तसेच एकाच किमतीला वस्तूंची विक्री केली जात असल्याने सीमांत प्राप्ती किमती एवढीच व पर्यायाने सरासरी प्राप्ती एवढी असते.

मक्तेदारी व मक्तेदारीयुक्त स्पर्धेतील व्यवसायसंस्थांचा सरासरी प्राप्ती वक्र डावीकडून उजवीकडे उतरत जाणारा असतो. तेव्हा सीमांत प्राप्ती वक्रही डावीकडून उजवीकडे उतरत जाणारा असतो. 'य' अक्ष व सरासरी प्राप्ती वक्र यांच्यामध्ये सीमांत प्राप्ती वक्र असतो. तो 'य' अक्ष व सरासरी प्राप्ती वक्र यांच्यातील लंबांतराचा सम द्विभाजक असतो. याचाच अर्थ सीमांत प्राप्ती वक्रावरील कोणत्याही बिंदूपासून 'य' अक्ष व सरासरी प्राप्ती वक्रावर लंब टाकला असता येणारे लंबांतर समान असते.

प्राप्तीविषयक संकल्पना (Revenue Concepts) :

एकूण प्राप्ती, सरासरी प्राप्ती व सीमांत प्राप्ती या प्राप्तीविषयक संकल्पना आहेत. विक्रेत्याने विक्री केलेल्या सर्व नगसंख्येपासून मिळणारे उत्पन्न म्हणजे एकूण प्राप्ती होय. विकलेल्या नगसंख्येला वस्तूच्या किमतीने गुणले असता

एकूण प्राप्ती समजते. वस्तूची वेगवेगळी नगसंख्या व त्या नगसंख्येस असणारी एकूण प्राप्ती माहिती असेल तर सरासरी व सीमांत प्राप्ती शोधता येते.

उदा. खालील तक्त्यात उत्पादन नगसंख्या व त्या नगसंख्येस होणारी एकूण प्राप्ती दर्शविली आहे. त्यावरून सरासरी व सीमांत प्राप्ती शोधून तक्ता पूर्ण करा.

उत्पादन नगसंख्या	एकूण प्राप्ती (रु.)	सरासरी प्राप्ती (रु.)	सीमांत प्राप्ती (रु.)
१	२५		
२	४८		
३	६९		
४	८८		
५	१०५		

सरासरी प्राप्ती :

सरासरी प्राप्ती म्हणजे विकलेल्या वस्तूच्या प्रती नगामागे पडणारे प्राप्तीचे प्रमाण होय. एकूण प्राप्तीला विकलेल्या नगसंख्येने भागले असता सरासरी प्राप्ती समजते.

तक्त्यात दिल्याप्रमाणे पहिल्या नगाच्या विक्रीपासून २५ रुपये एकूण प्राप्ती मिळते. नगसंख्या एक असल्याने एकूण प्राप्ती २५ रुपये आहे. त्यापुढील वेगवेगळ्या नगांची सरासरी प्राप्ती पुढीलप्रमाणे :

नगसंख्या २ : स. प्रा. = $\frac{४८}{२}$ = २४

नगसंख्या ३ : स. प्रा. = $\frac{६९}{३}$ = २३

नगसंख्या ४ : स. प्रा. = $\frac{८८}{४}$ = २२

नगसंख्या ५ : स. प्रा. = $\frac{१०५}{५}$ = २१

सीमांत प्राप्ती :

वस्तूच्या एका जादा किंवा शेवटच्या नगाच्या विक्रीमुळे एकूण प्राप्तीत पडलेली भर म्हणजे सीमांत प्राप्ती होय. एकूण प्राप्तीतून आधीच्या नगापासून मिळालेली प्राप्ती वजा केली असता सीमांत प्राप्ती समजते.

तक्त्यात दिलेल्या माहितीप्रमाणे पहिल्या नगापासून मिळणारी प्राप्ती २५ रुपये आहे. हाच पहिला व शेवटचा नग असल्याने सीमांत प्राप्ती २५ रुपये आहे. इतर नगांची सीमांत प्राप्ती पुढीलप्रमाणे :

२ रा नग : सीमांत प्राप्ती = ४८ ← − २५ = २३ रु.

३ रा नग : सीमांत प्राप्ती = ६९ ← − ४८ = २१ रु.

४ था नग : सीमांत प्राप्ती = ८८ ← – ६९ = १९ रु.

५ वा नग : सीमांत प्राप्ती = १०५ ← – ८८ = १७ रु.

अशा प्रकारे विकलेल्या वस्तूच्या एकूण नगसंख्येपासून मिळालेल्या एकूण प्राप्तीतून शेवटचा नग वगळता इतर नगांपासून मिळणारी प्राप्ती वजा केली असता सीमांत प्राप्ती म्हणजेच शेवटच्या नगाची प्राप्ती समजते. उदा. वस्तूचे ५ नग विकले असता १०५ रुपये मिळतात आणि ४ नग विकले असता ८८ रुपये मिळतात. साहाजिकच ५ व्या नगाने एकूण प्राप्तीत टाकलेली भर १०० – ८८ = १७ रुपये आहे.

तक्त्यात सरासरी व सीमांत प्राप्ती दर्शवून पूर्ण केलेला तक्ता पुढे दिला आहे.

उत्पादन नगसंख्या	एकूण प्राप्ती (रु.)	सरासरी प्राप्ती (रु.)	सीमांत प्राप्ती (रु.)
१	२५	२५	२५
२	४८	२४	२३
३	६९	२३	२१
४	८८	२२	१९
५	१०५	२१	१७

सरावासाठी प्रश्न :

१) खालील तक्ता पूर्ण करा.

उत्पादन नगसंख्या	एकूण प्राप्ती (रु.)	सरासरी प्राप्ती (रु.)	सीमांत प्राप्ती (रु.)
१	४४		
२	८६		
३	१२६		
४	१६४		
५	२००		

२) खालील तक्ता पूर्ण करा.

उत्पादन नगसंख्या	एकूण प्राप्ती (रु.)	सरासरी प्राप्ती (रु.)	सीमांत प्राप्ती (रु.)
१	५०		
२	९०		
३	१२०		
४	१४०		
५	१५०		

३) खालील तक्ता पूर्ण करा.

उत्पादन नगसंख्या	एकूण प्राप्ती (रु.)	सरासरी प्राप्ती (रु.)	सीमांत प्राप्ती (रु.)
१	७६		
२	१४८		
३	२१६		
४	२८०		
५	३४०		

४) खालील तक्ता पूर्ण करा.

उत्पादन नगसंख्या	एकूण प्राप्ती (रु.)	सरासरी प्राप्ती (रु.)	सीमांत प्राप्ती (रु.)
१	१४		
२	२६		
३	३६		
४	४४		
५	५०		

३.४ उत्पादन फलन – एक आदान : (Production Function – One Input)

३.४.१ उत्पादन फलनाची संकल्पना :

उत्पादन म्हणजे वास्तव आदानांचे वास्तव (Physical) उत्पादनात होणारे रूपांतरण होय. उत्पादन हे आदानांचे किंवा उत्पादन घटकांचे फलन होय. व्यवसायसंस्थेची वास्तव आदाने आणि वास्तव उत्पादन यांमधील कार्यात्मक संबंधास उत्पादन फलन म्हटले जाते. (The functional relationship between physical inputs and physical output of a firm is known as production function.) उत्पादन फलन पुढीलप्रमाणे मांडता येईल.

न = फ (श्र, भ, क),

येथे, न = उत्पादन नगसंख्या, फ = फलन, श्र = श्रमाचा घटकाचा नगसंख्या, भ = भांडवल या घटकांची नगसंख्या आणि क = कच्चा माल आहे.

वरील समीकरण असे स्पष्ट करते की, उत्पादन नगसंख्या ही वापरण्यात येणाऱ्या उत्पादन घटकांच्या नगसंख्येवर अवलंबून असते. उत्पादन फलन हे उत्पादन नगसंख्या आणि उत्पादन कार्यात वापरल्या जाणाऱ्या विविध आदानांची नगसंख्या यामधील संबंध स्पष्ट करते. थोडक्यात, दिलेल्या विविध आदानांच्या नगसंख्येच्या मदतीने करण्यात येणारे उत्पादनाचे अधिकतम उत्पादन म्हणजे उत्पादन फलन होय.

उत्पादन फलन संकल्पनेच्या बाबतीत पुढील दोन गोष्टी लक्षात घेणे आवश्यक आहे :

अ) मागणी फलनाप्रमाणेच उत्पादन फलनाचा विचार विशिष्ट कालावधीच्या संदर्भात केला जातो. उत्पादन फलन हे विशिष्ट कालखंडातील आदानांच्या प्रवाहामुळे निर्माण होणारा उत्पादनाचा प्रवाह दर्शविते.

ब) व्यवसायसंस्थेचे उत्पादन फलन तंत्रज्ञानविषयक स्थितीने निश्चित होते. म्हणजेच व्यवसायसंस्थेचे उत्पादन फलन तंत्रज्ञानाच्या स्थितीवर अवलंबून असते. तंत्रज्ञानात जेव्हा सुधारणा होते, तेव्हा दिलेल्या उत्पादन घटकांच्या साहायाने अधिक उत्पादन केले जाते. विशिष्ट उत्पादन पूर्वीपेक्षा कमी उत्पादन घटकांच्या आधारे केले जाते.

आर्थिक सिद्धांतात पुढील दोन प्रकारच्या उत्पादन फलनाचा विचार केला जातो.

१) अल्पकालीन उत्पादन फलन (Short-run Production Function) :

जेव्हा भांडवल, भूमी अशा काही घटकांची नगसंख्या कायम ठेवून श्रमासारख्या एखाद्या घटकाच्या किंवा काही घटकांच्या नगसंख्येत बदल केला जातो, तेव्हा ज्या उत्पादन फलनाचा अभ्यास केला जातो, त्या उत्पादन फलनास अल्पकालीन उत्पादन फलन म्हणतात.

२) दीर्घकालीन उत्पादन फलन (Long-run Production Function):

जेव्हा सर्व उत्पादन घटकात बदल करून उत्पादन फलनाचा अभ्यास केला जातो, तेव्हा त्यास दीर्घकालीन उत्पादन फलन असे म्हणतात.

३.४.२ एक आदान :

व्यवसायसंस्था एका आदानाच्या राशीत किंवा नगसंस्थेत बदल करून अधिक किंवा कमी उत्पादन करू शकते. समजा विशिष्ट दर्जाचे श्रम हे आदान आहे. व्यवसायसंस्थेस नफा महत्तम करण्याचा किंवा खर्च किमान करण्याची इच्छा असते. व्यवसायसंस्थेस श्रमाची पर्याप्त नगसंख्या कामावर घेताना तीन बाबी विचारात घ्याव्या लागतात व त्या म्हणजे श्रमाला देण्यात येणारी किंमत, श्रमाची उत्पादकता आणि व्यवसायसंस्थेने विकलेल्या वस्तूची किंमत होय. सोपेपणासाठी येथे असे गृहित धरू की, व्यवसायसंस्थेचे श्रमाला द्याव्या लागणाऱ्या किमतीवर आणि तिच्या वस्तूला मिळणाऱ्या किमतीवर नियंत्रण नाही. अशी गृहीते असताना बदलत्या घटकाची पर्याप्त राशि म्हणजे अशी राशि की जिच्या सीमांत वास्तव उत्पादनाचे मूल्य आदानाच्या किमतीबरोबर असते.

आकृती ३.६ ही बदलत्या आदानाच्या पर्याप्त नगसंस्थेची निश्चिती स्पष्ट करते.

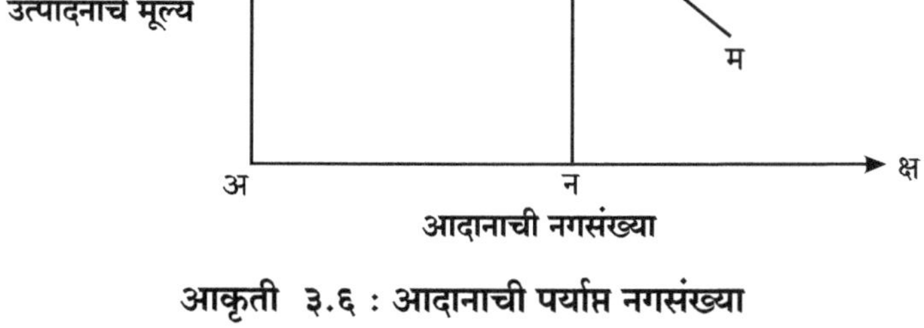

आकृती ३.६ : आदानाची पर्याप्त नगसंख्या

आकृती ३.६ मध्ये आडव्या 'अक्ष' अक्षावर बदलत्या आदानाच्या नगसंख्या मोजलेल्या आहेत. तर 'अय' अक्षावर आदानाची किंमत आणि सीमांत उत्पादनाचे मूल्य मोजलेले आहे. 'सम' हा सीमांत उत्पादनाच्या मूल्याचा वक्र आहे. समजा आदानाची किंमत 'अक' आहे आणि सीमांत उत्पादनाच मूल्य 'सम' या वक्राने दर्शविलेले आहे. सीमांत उत्पादनाचे मूल्य हे सीमांत वास्तव उत्पादनाला अंतीम वस्तूच्या किमतीने गुणले असता समजते. बदलत्या आदानाची पर्याप्त नगसंख्या 'अन' एवढी आहे कारण या नगसंख्येचे सीमांत प्राप्ती मूल्य तिच्या किमतीबरोबर आहे. 'अन' पेक्षा जास्त नगसंख्येला सीमांत उत्पादनाचे मूल्य किमतीपेक्षा कमी आहे आणि 'अन' पेक्षा कमी किमतीला सीमांत उत्पादनाचे मूल्य किंमतीपेक्षा जास्त आहे. 'अन' या नगसंख्येस समतोल नगसंख्या असेही म्हटले जाते.

येथे दोन किमती आणि वास्तव उत्पादकता अशी तीन चले विचारात घेतली आहेत. जर व्यवसायसंस्थेस तिच्या उत्पादनासाठी उच्च किंमत मिळाली तर सीमांत उत्पादन मूल्याचा वक्र उजवीकडे स्थानांतरित होईल. जर आदानाच्या किंमतीत बदल झाला तर आडवी आदान किंमत रेषा खाली किंवा वर स्थानांतरित होईल. यापैकी कोणताही बदल किंवा त्यांचे संयोग याचा परिणाम नवीन समतोल, आदानाची नवीन पर्याप्त नगसंख्या हा असेल. आदानाची पर्याप्त नगसंख्या म्हणजे अशी नगसंख्या की जिच्या सीमांत उत्पादनाचे मूल्य तिच्या किमतीबरोबर असते. हा नियम आर्थिक कार्यक्षमतेचा नियम आहे. सर्वसाधारणपणे जिला आपल्या प्रयत्नातून चांगले परिणाम किंवा निकाल साध्य करावयाचे आहेत अशी कोणतीही संघटना साधनासामग्रीचा अशाप्रकारे वापर करील जेथे साधनसामग्रीच्या एका जादा नगाचे (Unit) सहाय्य हे तो नग मिळविण्यासाठी करावायास लागणाऱ्या त्यागाबरोबर होईल.

वरील चर्चेतील प्रमुख मुद्दे तक्ता ३.३ मध्ये मांडले आहेत.

तक्ता ३.३ : एका बदलत्या आदानाची पर्याप्त नगसंख्या

		किंमती (रूपये)			
आदान कामगार	**सीमांत उत्पादन (टन)**	**आदानाची किंमत**	**उत्पादनाची किंमत**	**सीमांत उत्पादनाचे मूल्य (रु)**	**सीमांत खर्च (रु)**
११	५	१००	२५	१२५	२०.०
१२	४	१००	२५	१००	२५.०
१३	३	१००	२५	७५	३३.५

तक्ता ३.३ मध्ये शेवटचा कॉलममध्ये सीमांत खर्च म्हणजेच उत्पादनाच्या जादा नागासाठीचा खर्च दिला आहे. ११ ऐवजी १२ कामगारांना कामावर घेतले तर ज्यादा कामगारासाठीचा खर्च १०० रुपये आणि जादा उत्पादन ४ टन आहे. म्हणून या पातळीच्या उत्पादानाला एक टनाचा जादा खर्च २५ रुपये आहे. समतोल आदान नगसंख्येसाठीचा सीमांत खर्च उत्पादनाच्या किमतीबरोबर असला पाहिजे अशी स्थिती येथे आहे.

उत्पादन फलन – दोन आदान याविषयी माहिती भागात दिली आहे.

३.५ सम उत्पादन वक्र : संकल्पना आणि वैशिष्ट्ये : (Isoquants : Concept & Features)

समान उत्पादनाची क्षमता असलेले विविध घटक संयोग (Combination) दर्शविणारा वक्र म्हणजे 'सम उत्पादन वक्र' होय. सम उत्पादन वक्र म्हणजे असा वक्र की ज्यावर समान उत्पादन दर्शविणारे श्रम व भांडवल यांचे विविध संयोग दर्शविले जातात. सम उत्पादन वक्र उत्पादनाच्या समान नगसंख्येचे उत्पादन करण्याची क्षमता असलेले आदानाचे संयोग दर्शवित असल्याने उत्पादक त्यांच्या बाबतीत तटस्थ असतो. त्यामुळेच सम उत्पादन वक्रास उत्पादन समवृत्ती वक्र असेही म्हटले जाते.

सम उत्पादन वक्राची संकल्पना तक्ता ३.४ मध्ये दिलेल्या पत्रकाच्या आधारे स्पष्ट करता येईल.

तक्ता ३.४ : विशिष्ट उत्पादन करण्यासाठीचे घटक संयोग

उत्पादन घटक संयोग	श्रम	भांडवल
अ	१	१५
ब	२	१०
क	३	६
ड	४	३

दिलेल्या विशिष्ट उत्पादन पातळीचे उदा. ५० नगसंख्येचे उत्पादन करण्यासाठी श्रम व भांडवल हे दोन उत्पादन घटक वापरले असल्याचे मानले आहे. तक्त्यामध्ये विशिष्ट पातळीचे उत्पादन करण्यासाठीचे श्रम व भांडवल या दोन उत्पादन घटकांचे अ, ब, क, ड असे चार संयोग दिले आहेत. 'अ' घटक संयोगात ५० नगसंख्येचे उत्पादन करण्यासाठी श्रमाचे १ परिमाण आणि भांडवलाची १५ परिमाणे वापरली आहेत. तर ५० नगसंख्येचे उत्पादन करण्यासाठी 'ब' संयोगात श्रमाची २ परिमाणे आणि भांडवलाची १० परिमाणे वापरली जातात. तेवढेच उत्पादन करण्यासाठी 'क' संयोगात श्रमाची ३ परिमाणे आणि भांडवलाची ६ परिमाणे वापरली जातात. 'ड' संयोगात श्रमाची ४ परिमाणे आणि भांडवलाची ३ परिमाणे वापरून दिलेले उत्पादन केले जाते. आकृती ३.७ मध्ये हे सर्व संयोग दर्शविले आहेत.

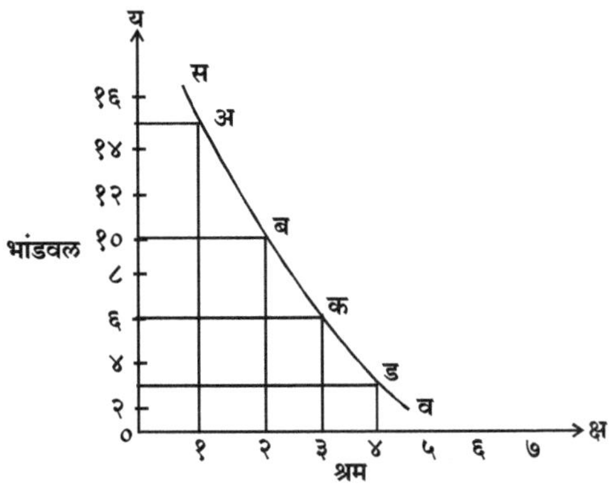

आकृती ३.७ : सम उत्पादन वक्र

तक्ता ३.४ मध्ये दिलेल्या पत्रकाच्या आधारे आकृती ३.७ मध्ये 'सव' हा सम उत्पादन वक्र काढला आहे. या वक्रावर विशिष्ट पातळीचे (५० नगसंख्येचे) उत्पादन करण्यासाठीचे श्रम व भांडवल या दोन उत्पादन घटकांचे अ, ब, क, ड असे वेगवेगळे संयोग दर्शविले आहेत.

वेगवेगळे सम उत्पादन वक्र उत्पादनाची वेगवेगळी पातळी दर्शवितात. पुढील आकृतीमध्ये सम उत्पादन नकाशा (Isoquant Map) दर्शविला आहे.

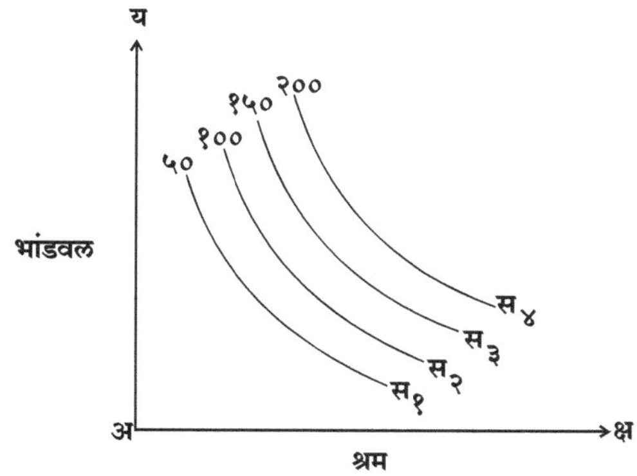

आकृती ३.८ : सम उत्पादन नकाशा

उत्पादनाची वेगवेगळी पातळी दर्शविणारे स१, स२, स३, स४ असे वेगवेगळे समवृत्ती वक्र आकृती मध्ये दर्शविले आहेत. हे समवृत्ती वक्र उत्पादनाची अनुक्रमे ५० नगसंख्या, १०० नगसंख्या, १५० नगसंख्या व २०० नगसंख्या दर्शवितात. एका सम उत्पादन वक्राच्या वरच्या पातळीवरील किंवा उजवीकडे असलेला सम उत्पादन वक्र उत्पादनाची अधिक नगसंख्या दर्शवितो.

सम उत्पादन वक्राचे गुणधर्म (Properties of Isoquants) :

सम उत्पादन वक्र आणि समवृत्ती वक्र यात मोठ्या प्रमाणात साम्य आहे. त्यामुळेच समवृत्ती वक्राप्रमाणेच सम उत्पादन वक्राचे गुणधर्म आहेत. सम उत्पादन वक्राचे गुणधर्म पुढीलप्रमाणे :

१) सम उत्पादन वक्र डावीकडून उजवीकडे उतरत जातात :

सम उत्पादन वक्र डावीकडून उजवीकडे (क्ष अक्षाकडे) उतरत जाणारे असतात. सम उत्पादन वक्राचा ऋण उतार असे स्पष्ट करतो की, विशिष्ट पातळीचे उत्पादन कायम राहण्यासाठी एका उत्पादन घटकात घट झाली असता दुसऱ्या उत्पादन घटकात वाढ करावी लागते.

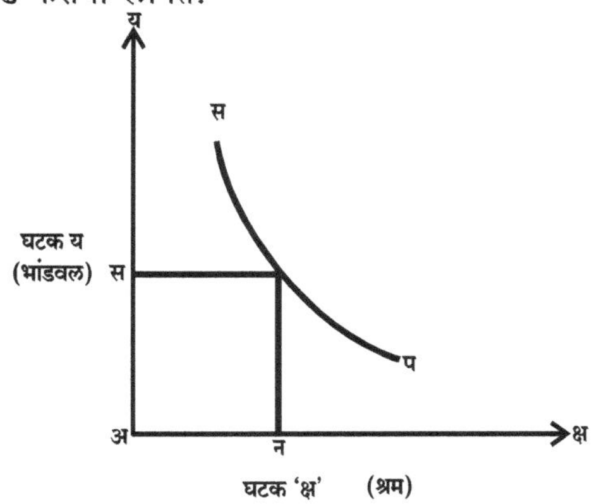

आकृती ३.९ : सम उत्पादन वक्राचा उतार ऋण

सम उत्पादन वक्र आकृती ३.९ मध्ये दर्शविल्याप्रमाणे डावीकडून उजवीकडे 'क्ष' अक्षाकडे उतरत जाणारे असतात. सम उत्पादन वक्र डावीकडून उजवीकडे वर चढत जाणारे किंवा 'क्ष' अक्षास समांतर किंवा 'य' अक्षास समांतर नसतात. समजा सम उत्पादन वक्र डावीकडून उजवीकडे वर चढत जाणारे असतात असे मानल्यास यातून असा निष्कर्ष निघतो कि, एकाच वेळी दोनही घटकात वाढ केली तरी उत्पादनाची पातळी न बदलता तीच राहते. अशाच प्रकारे समजा जर सम उत्पादन वक्र आडवा सरळ रेषा असेल तर तो वक्र असे स्पष्ट करतो की, एका घटकांची नगसंख्या कायम राहून दुसऱ्या घटकाच्या नगसंख्येने वाढ केली तरी उत्पादनाची पातळी कायम राहते. मात्र हे तर्कशुद्ध व सुसंगत नाही. त्यामुळे सम उत्पादन वक्र नेहमीच डावीकडे उतरत जाणारे असतात.

२) सम उत्पादन वक्र आरंभ बिंदूशी बहिर्वक्र असतात :

सम उत्पादन वक्र नेहमी आरंभ बिंदूशी (point of origin) बहिर्वक्र असतात. आकृती ३.१० मध्ये सम उत्पादन वक्र दर्शविला आहे.

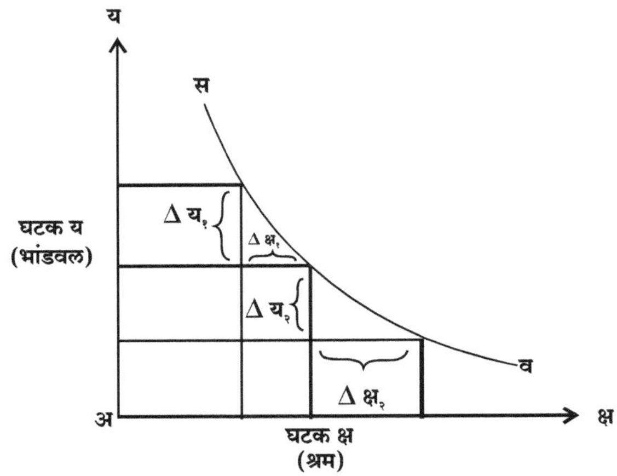

आकृती ३.१० : सम उत्पादन वक्र आरंभ बिंदुशी बहिर्वक्र

आकृती ३.१० मधील 'सव' हा सम उत्पादन वक्र 'अ' या आरंभ बिंदुशी बहिर्वक्र आहे. आकृतीत 'य' या घटकाचा वापर कमी करून 'क्ष' या घटकाचा अधिक वापर केल्यास 'य' चा वापर कमी केल्याने होणारा तोटा भरून काढण्यासाठी 'क्ष' चे अधिक परिमाण वापरावे लागते. 'क्ष' या घटकाच्या परिमाणात वाढ करीत गेल्यास घटत्या सीमांत उत्पादकतेच्या नियमाचा प्रत्यय येतो. घटक पूर्ण पर्यायी नसल्याने आणि एका आदानाचा अधिकाधिक वापर केला असता, तांत्रिक पर्यायतेचा सीमांत दर घटत असल्याने सम उत्पादन वक्र आरंभ बिंदुशी बहिर्वक्र असतात.

३) सम उत्पादन वक्र एकमेकांस छेदत नाहीत :

सम उत्पादन वक्र एकमेकांना छेदत नाहीत. एका सम उत्पादन वक्राच्या डावीकडे वरच्या बाजूस असलेला सम उत्पादन वक्र उत्पादनाची उच्च पातळी दर्शवितो आणि उजवीकडे खालच्या बाजूस असलेला सम उत्पादन वक्र उत्पादनाची खालची पातळी दर्शवितो.

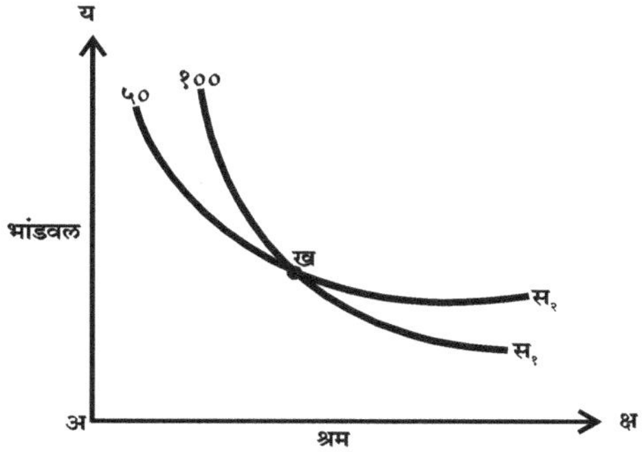

आकृती ३.११ : सम उत्पादन वक्र एकमेकांना छेदत नाहीत.

आकृती ३.११ मध्ये $स_१$ आणि $स_२$ हे दोन समवृत्ती वक्र एकमेकांना 'ख' बिंदुत छेदतात. जेव्हा दोन सम उत्पादन वक्र एकमेकांना छेदतात तेव्हा यातून असे स्पष्ट होते की, व्यवसायसंस्था उत्पादन घटकाच्या एकाच संयोगाच्या आधारे दोन वेगवेगळ्या पातळीचे उत्पादन करू शकते. मात्र, हे अशक्य असते. त्यामुळे दोन सम उत्पादन वक्र एकमेकास छेदत नाहीत.

३.६ उत्पादकाच्या वाढाव्याची (प्रतिरूप खंडाची) संकल्पना : (Concept of Producers' Surplus)

उत्पादकाचा वाढावा म्हणजे सरासरी खर्चापेक्षा जी अतिरिक्त किंवा ज्यादा किंमत उत्पादकाला मिळते त्यास उत्पादकाचा वाढावा असे म्हणतात. सर्वसाधारणपणे ज्या व्यवसायसंस्थांचा उत्पादन खर्च अधिक असतो त्यांना उत्पादन खर्च कमी असणाऱ्या व्यवसायसंस्थांपेक्षा कमी वाढावा मिळतो. स्पर्धात्मक बाजारात सर्व व्यवसायसंस्थांसाठी एकच किंमत असल्याने सीमांत व्यवसायसंस्थेपेक्षा जी अतिरिक्त प्राप्ती अल्प खर्च व्यवसायसंस्थेस मिळते त्यास 'उत्पादकाचा वाढावा' म्हणतात.

जर वस्तू बाजार स्पर्धात्मक स्वरूपाचा असेल तर उत्पादकाला मिळणारा वाढावा महत्तम असल्याचे स्पष्ट करता येईल.

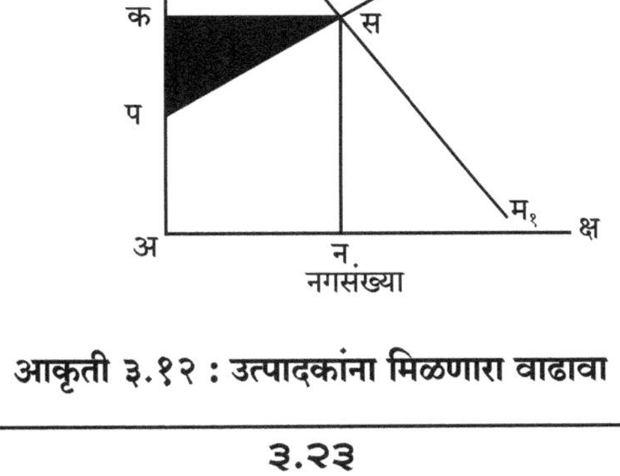

आकृती ३.१२ : उत्पादकांना मिळणारा वाढावा

आकृती ३.१२ च्या आधारे उत्पादकाचा वाढावा स्पष्ट करता येईल. आकृतीत स्पर्धात्मक बजारातील समतोल दर्शविला आहे. जेथे बाजारातील मागणी व पुरवठा समान आहे ती 'अक' ही समतोल किंमत आहे. येथे 'अन' एवढ्या नगसंख्येची खरेदी व विक्री केली जाते. बाजार पुरवठा वक्र हा विशिष्ट क्षेत्रातील स्पर्धात्मक व्यवसायसंस्थांच्या सीमांत खर्च वक्राचे आडवे एकीकरण होय (किमान सरासरी बदलत्या खर्चावरील). व्यवसायसंस्थांना 'अक' या किंमतीला 'अन' या नगरसंख्येची विक्री करून 'अकसन' एवढी एकूण प्राप्ती मिळते. एकूण खर्च 'अपसन' एवढा आहे. या स्थितीत उत्पादकाचा वाढावा हा अकसन – अपसन = पकस एवढा आहे.

आकृतीत दर्शविल्याप्रमाणे समाजाला मिळणारा एकूण वाढावा पकस + कमस = पमस एवढा आहे. यापैकी 'पकस' हा उत्पादकाचा वाढावा आहे तर 'कमस' हा उपभोक्त्याचा वाढावा (संतोषाधिक्य) आहे. उपभोक्त्याला 'अक' या किंमतीला 'अन' एवढ्या नगसंख्येची खरेदी केली असता 'अमसन' एवढी एकूण उपयोगिता मिळते. (कारण मागणी वक्र हा मिळालेल्या सीमांत उपयोगीतेचे आडवे एकीकरण आहे.) तर उपभोक्ता 'अन' एवढ्या नग संख्येसाठी 'अकसन' एवढी एकूण किंमत देतो.

येथे उपभोक्त्याचा वाढावा (संतोषाधिक्य) अमसन– अकसन= कमस एवढा आहे.

स्पर्धात्मक बाजारात समाजाला मिळणारा वाढावा हा महत्तम असतो.

सरकारच्या धोरणाचा उत्पादकाच्या वाढाव्यावर परिणाम होतो. सरकारकडून केली जाणारी करआकाराणी, किंमतीवरील नियंत्रणे वगैरेमुळे उत्पादकाच्या वाढाव्यात बदल होतो.

३.७ बदलत्या प्रमाणाचा नियम : (The Law of Variable Proportions)

आर्थिक सिद्धांतात बदलत्या प्रमाणाच्या नियमाचे स्थान महत्त्वाचे आहे. इतर काही घटकांची नगसंख्या स्थिर ठेवून एक घटक बदलता ठेवला असता त्यामुळे उत्पादनावर होणाऱ्या परिणामाचा यात अभ्यास केला जातो. बदलत्या घटकांच्या प्रमाणात वाढ करून उत्पादनात वाढ केली जाते, त्यावेळी असलेला आदान व उत्पादन यामधील संबंध या नियमात विचारात घेतला जातो. जेव्हा इतर उत्पादन घटकांची नगसंख्या कायम ठेवून एका बदलत्या घटकाच्या नगसंख्येत वाढ केली जाते, तेव्हा स्थिर घटक व बदलते घटक यांच्यातील प्रमाणात बदल होतो. बदलत्या घटकाच्या नगसंख्येत वाढ केली असता बदलत्या घटकाचे स्थिर घटकाशी असलेले प्रमाण वाढते. घटकांच्या प्रमाणातील बदलामुळे उत्पादनावर होणाऱ्या परिणामाचा अभ्यास बदलत्या प्रमाणाच्या नियमात केला जातो. सनातनवादी अर्थशास्त्रज्ञांनी मांडलेल्या घटत्या फलाच्या किंवा प्रतिफलाच्या नियमाचे (Law of Diminishing Returns) नवीन नाव बदलत्या प्रमाणाचा नियम हे आहे.

१) जॉर्ज स्टिगलर :

"अन्य उत्पादन घटक कायम ठेवून एका उत्पादन घटकाचे (आदानाचे) प्रमाण क्रमशः वाढवीत गेल्यास एका विशिष्ट मर्यादेनंतर उत्पादनात होणाऱ्या वाढीचे प्रमाण घटत जाते. म्हणजेच (त्या घटकाचे) सीमांत उत्पादन घटत जाते."

(An equal increments of one input are added; the inputs of other productive services being held constant, beyond a certain point the resulting increments of product will decrease. i.e. the marginal product diminish. - George Stigler)

२) **बेनहॅम :**

" उत्पादन घटक संयोगातील एका घटकाचे प्रमाण वाढवीत गेल्यास एका विशिष्ट बिंदूनंतर त्या घटकाचे प्रथम सीमांत उत्पादन आणि नंतर सरासरी उत्पादन घटत जाते."

(As the proportion of one factor in a combination of factors is increased, after a point, first the marginal and then the average product of that factor will diminish - F. Benham)

३) **पॉल सॅम्यूल्सन :**

" तांत्रिक स्थिती दिलेली असताना, काही स्थिर आदानांच्या (उत्पादन घटकांच्या) तुलनेत इतर काही बदलत्या आदानात (उत्पादन घटकात) वाढ केल्यास उत्पादन (प्रदान) वाढते; परंतु एका मर्यादेनंतर त्याच प्रमाणात बदलत्या आदानात वाढ करूनही उत्पादनात (प्रदानात) पडणारी भर कमी असण्याची शक्यता असते."

(An increase in some inputs relative to other fixed inputs will, in a given state of technology, cause output to increase, but after a point the extra output resulting from the same addition of extra inputs will become less. - Paul A. Samuelson.)

बदलत्या प्रमाणाच्या नियमाच्या वरील व्याख्यांवरून असे स्पष्ट होते की, अन्य उत्पादन घटक कायम ठेवून एका उत्पादन घटकात वाढ केली असता त्याचा उत्पादनावर होणारा परिणाम या नियमात स्पष्ट केला आहे.

अ) नियमाची गृहीते :

बदलत्या प्रमाणाचा किंवा घटत्या फलाचा नियम पुढील गृहीतांवर आधारलेला आहे.

१) तंत्रज्ञानविषयक स्थिती दिलेली असून त्यात बदल होत नाही. जर तंत्रज्ञानात सुधारणा झाली, तर सीमांत व सरासरी उत्पादनात घट होण्याऐवजी वाढ होऊ शकते.

२) उत्पादनासाठी वापरल्या जाणाऱ्या घटकांपैकी किंवा आदानापैकी काही स्थिर आहेत. असे असेल तरच घटकांच्या प्रमाणात बदल करता येऊ शकतो.

३) वस्तूचे उत्पादन करण्यासाठी आवश्यक असलेले घटक वेगवेगळ्या प्रमाणात एकत्र आणणे शक्य आहे म्हणजेच ज्या प्रमाणात हे घटक एकत्र आणले जातात ते प्रमाण बदलणे शक्य आहे, यावर हा नियम आधारलेला आहे. स्थूलमानाने असे आढळते की, उत्पादनासाठी आवश्यक असलेल्या घटकांच्या प्रमाणात बदल करणे बहुतांशी उत्पादनाच्या बाबतीत शक्य असते. त्यामुळे वास्तव जगातील अनेक उत्पादनाच्या बाबतीत हा नियम लागू पडतो.

उत्पादनाचे काही घटक स्थिर ठेवून बदलत्या घटकात वाढ करीत गेल्यास एकूण, सरासरी व सीमांत उत्पादन कशा प्रकारे बदलते याची माहिती, तक्ता ३.३ मध्ये दिली आहे. त्याच्या आधारे बदलत्या प्रमाणाचा नियम स्पष्ट करता येईल.

तक्ता ३.५ : बदलत्या घटकाच्या प्रमाणातील बदलाचा उत्पादनावरील परिणाम

भूमी	श्रमिकांची संख्या	भूमी श्रम प्रमाण	एकूण उत्पादन	सरासरी उत्पादन	सीमांत उत्पादन
१	१	१	४	४	४
१	२	१/२	१०	५	६
१	३	१/३	१८	६	८
१	४	१/४	२८	७	१०
१	५	१/५	४०	८	१२
१	६	१/६	४२	७	२
१	७	१/७	४२	६	०
१	८	१/८	४०	५	–२
१	९	१/९	३६	४	–४
१	१०	१/१०	३०	३	–६

तक्ता ३.५ मध्ये दिलेल्या माहितीवरून पुढील बाबी स्पष्ट होतात.

१) भूमी हा घटक स्थिर ठेवून श्रमिकांच्या संख्येत वाढ करीत गेल्यास सुरुवातीला एकूण, सरासरी व सीमांत उत्पादनात वाढ होते.

२) एका विशिष्ट मर्यादेनंतर एकूण उत्पादन, सरासरी उत्पादन व सीमांत उत्पादन महत्तम होते. श्रमिकांची संख्या ५ झाली असताना सरासरी व सीमांत उत्पादन महत्तम आहे.

३) एका विशिष्ट मर्यादेनंतर एकूण, सरासरी व सीमांत उत्पादनात घट होत जाते. श्रमिकांची संख्या ६ झाल्यानंतर सरासरी व सीमांत उत्पादन घटत गेलेले दिसते. तर एकूण उत्पादन घटण्यास श्रमिकांची संख्या ८ पर्यंत वाढविल्यावर सुरुवात होते.

४) सीमांत उत्पादन शून्य असते तेव्हा एकूण उत्पादन महत्तम असते. त्यानंतर एकूण उत्पादनात घट होते. श्रमिकांची संख्या ७ झाली असता सीमांत उत्पादन शून्य झालेले आहे व एकूण उत्पादन ४२ क्विंटल असून ते सर्वाधिक आहे.

५) एका मर्यादेपलीकडे बदलत्या घटकाचे प्रमाण वाढल्यास त्या घटकाकडून एकूण उत्पादनात पडणारी भर ऋण होते. श्रमिकांची संख्या ८ झाल्यानंतर तसेच त्यापुढे श्रमिकांची संख्या वाढल्यावर सीमांत उत्पादन ऋण झालेले आहे. बदलत्या प्रमाणाच्या नियमाच्या तीन अवस्थांची माहिती आकृती ३.१४ च्या आधारे घेता येईल.

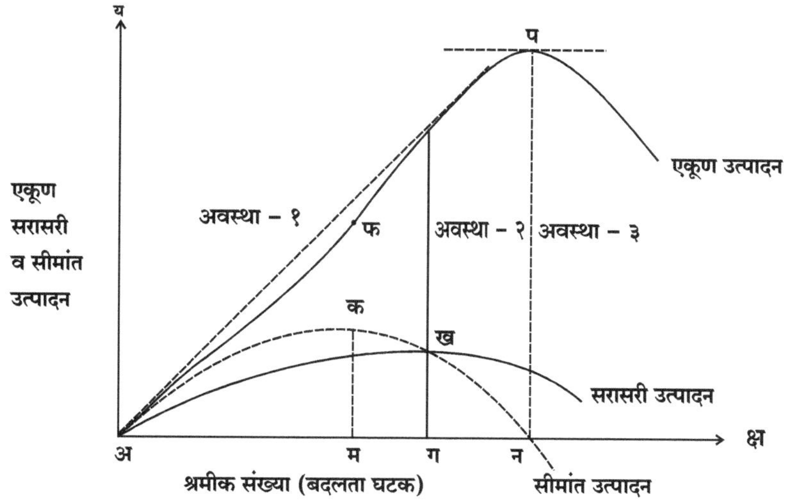

आकृती ३.१३ : बदलत्या प्रमाणाच्या नियमाच्या अवस्था

आकृती ३.१३ मध्ये बदलत्या प्रमाणाच्या नियमाच्या अवस्था दाखविल्या आहेत. या अवस्थांचे स्पष्टीकरण पुढे दिले आहे.

ब) नियमाच्या तीन अवस्था :

काही स्थिर घटकांबरोबर बदलते घटक वेगवेगळ्या प्रमाणात एकत्र केल्यास उत्पादनात होणारा बदल तीन वेगवेगळ्या अवस्थात विभागता येतो. आकृती ३.१३ च्या आधारे बदलत्या प्रमाणाच्या नियमाच्या तीन अवस्था स्पष्ट करता येतील. आकृतीत 'क्ष' अक्षावर बदलत्या घटकाची संख्या मोजलेली आहे, तर 'य' अक्षावर एकूण उत्पादन, सरासरी उत्पादन व सीमांत उत्पादन मोजलेले आहे. काही स्थिर घटकाबरोबर बदलत्या घटकाचे प्रमाण बदलत गेल्यास त्याचा एकूण उत्पादन, सरासरी उत्पादन व सीमांत उत्पादन यावर होणारा परिणाम या आकृतीच्या आधारे स्पष्ट करता येईल. नियमाच्या तीन अवस्था पुढीलप्रमाणे :

१) अवस्था १ : वाढते फल (Stage 1 : Increasing Returns) :

बदलत्या प्रमाणाच्या नियमाच्या या पहिल्या अवस्थेत एका मर्यादेपर्यंत एकूण उत्पादन वाढत्या दराने वाढते. आकृतीत 'अ' या आरंभ बिंदूपासून 'फ' या बिंदूपर्यंत एकूण उत्पादन वाढत्या वेगाने वाढते. याचा अर्थ बदलत्या घटकाचे सीमांत उत्पादन वाढत आहे. याच पहिल्या अवस्थेत 'फ' बिंदूपासून पुढे एकूण उत्पादन वाढत असले तरी ते घटत्या वेगाने वाढत आहे. पहिल्या अवस्थेत सीमांत उत्पादन वक्र काही भागात वाढतो व पुढे तो खाली येतो. मात्र, सरासरी उत्पादन वक्र सातत्याने वाढत गेलेला दिसतो. या अवस्थेत स्थिर घटकाची नगसंख्या ही बदलत्या घटकाच्या नगसंख्येच्या तुलनेत जास्त आहे. त्यामुळे जर काही स्थिर घटक काढून घेतले, तर एकूण उत्पादनात वाढ होऊ शकेल. या पहिल्या अवस्थेत स्थिर घटकाचे सीमांत उत्पादन ऋण आहे. ही पहिली अवस्था ज्या ठिकाणी सरासरी उत्पादन वक्र त्याच्या उच्च बिंदूला पोहोचतो म्हणजेच ज्या ठिकाणी सरासरी उत्पादन सर्वांत जास्त असते तेथे संपते. आकृतीत श्रमिकांच्या संख्येत 'अग' पर्यंत वाढ करीत असताना सरासरी उत्पादन वाढत गेले आहे. 'ख' बिंदूत जेथे सरासरी उत्पादन सर्वात जास्त आहे तेथे ही पहिली अवस्था संपते.

२) अवस्था २ : घटत्या फलाची अवस्था (Stage 2 : Stage of Diminishing Returns) :

बदलत्या प्रमाणाच्या नियमाच्या दुसऱ्या अवस्थेत एकूण उत्पादनात सातत्याने परंतु घटत्या वेगाने वाढ होते. जेथे सरासरी उत्पादन घटण्यास सुरुवात होते तेथे ही दुसरी अवस्था सुरु होते आणि जेथे सीमांत उत्पादन शून्य होते तेथे ही अवस्था संपते. या अवस्थेत बदलत्या घटकांचे सीमांत व सरासरी उत्पादन घटत जाते. आकृतीत 'ख' बिंदूत सरासरी उत्पादन सर्वात जास्त आहे. तेथे दुसरी अवस्था सुरू होते व 'न' बिंदूत जेथे सीमांत उत्पादन शून्य आहे तेथे ही अवस्था संपते. सीमांत उत्पादन शून्य असते तेथे एकूण उत्पादन महत्तम असते. आकृतीत 'अन' ही बदलत्या घटकात वाढ करण्याची मर्यादा आहे कारण तेथून पुढे सीमांत उत्पादन ऋण होते. या दुसऱ्या अवस्थेत एकूण उत्पादन वाढत असले तरी ते घटत्या वेगाने वाढते. ही अवस्था घटत्या प्रतिफलाची अवस्था म्हणून ओळखली जाते. एकूण उत्पादन वाढण्याचे थांबते तेथे ही अवस्था संपते. आकृतीत 'प' बिंदूत एकूण उत्पादन महत्तम आहे. तेथून पुढे ते घटत गेलेले आहे.

३) अवस्था ३ : ऋण फलाची अवस्था (Stage 3 : Stage of Negative Returns) :

बदलत्या प्रमाणाच्या नियमाच्या या तिसऱ्या अवस्थेत बदलत्या घटकात केलेल्या वाढीबरोबर एकूण उत्पादन घटत जाते. त्यामुळे एकूण उत्पादन वक्र 'क्ष' अक्षाच्या खाली उतरत जातो. बदलत्या उत्पादन घटकाचे सीमांत उत्पादन ऋण होते आणि सीमांत उत्पादन वक्र 'क्ष' अक्षाच्या खाली जातो. या अवस्थेत स्थिर घटकांच्या तुलनेत बदलत्या घटकाचे प्रमाण खूपच मोठे असते. ही अवस्था ऋण फलाची अवस्था म्हणून ओळखली जाते.

अशा प्रकारे आदान व प्रदान (उत्पादन) तीन अवस्थात विभागता येतो. सुज्ञ उत्पादक (Rational Producer) कोणत्या अवस्थेत उत्पादन करील हा प्रश्न येथे निर्माण होतो. सुज्ञ उत्पादक तिसऱ्या अवस्थेची निवड करणार नाही कारण या अवस्थेत सीमांत उत्पादन ऋण आहे. तसेच उत्पादक पहिल्या अवस्थेचीही निवड करणार नाही कारण या अवस्थेत स्थिर घटकाचे सीमांत उत्पादन ऋण आहे. साहजिकच सुज्ञ उत्पादक बदलत्या घटकाचे सीमांत उत्पादन व सरासरी उत्पादन जेथे घटते आहे त्या दुसऱ्या अवस्थेत उत्पादन करणे पसंत करतो. कोणत्या विशिष्ट बिंदूपाशी उत्पादक उत्पादन करण्याचा निर्णय घेईल हे घटकांच्या किमतीवर अवलंबून असते.

क) नियमाच्या अवस्थांचे स्पष्टीकरण (Explanation of Stages of Law):

बदलत्या प्रमाणाच्या नियमाच्या तीन अवस्थांचे स्पष्टीकरण म्हणजेच या वेगवेगळ्या अवस्थांमध्ये वेगवेगळ्या उत्पादन फलाचा अनुभव का येतो याची माहिती पुढीलप्रमाणे देता येईल.

१) पहिली अवस्था :

पहिल्या अवस्थेत सुरुवातीस बदलत्या घटकाच्या तुलनेत स्थिर घटक अधिक असतात. त्यामुळे स्थिर घटकाची नगसंख्या कायम असताना जेव्हा अधिकाधिक बदलत्या घटकाची भर पडत जाते, तेव्हा स्थिर घटक अधिक प्रकर्षाने व परिणामकारकपणे वापरले जातात. बदलत्या घटकात वाढ झाल्याने स्थिर घटकाची कार्यक्षमता वाढते. त्यामुळे उत्पादनात वेगाने वाढ होते.

सुरुवातीस जेव्हा बदलत्या घटकाची नगसंख्या कमी असते, तेव्हा काही स्थिर घटक न वापरलेल्या स्थितीत राहतात. जेव्हा बदलत्या घटकात वाढ होते तेव्हा स्थिर घटकांचा पूर्णपणे वापर करणे शक्य होते. त्यामुळे वाढते उत्पादन फल अनुभवास येते. स्थिर घटक अविभाज्य असतात. त्यामुळे बदलते घटक अधिक प्रमाणात वापरल्याने स्थिर घटकाचा अधिक प्रभावीपणे वापर करता येऊन उत्पादनात वाढ होते.

वाढत्या उत्पादन फलास जबाबदार असलेले दुसरे कारण असे की, बदलत्या घटकाचा अधिकाधिक वापर केल्यास बदलत्या घटकाच्या कार्यक्षमतेतही वाढ होते. याचे कारण बदलत्या घटकांची संख्या पुरेशी असेल, तर या घटकांच्या बाबतीत श्रमविभागणी व विशेषीकरण शक्य होऊन बदलत्या घटकाची उत्पादकता वाढते.

२) दुसरी अवस्था :

दुसऱ्या अवस्थेत घटत्या फलाचा अनुभव येतो. या अवस्थेत सीमांत व सरासरी उत्पादन घटत जाते. याची कारणे पुढीलप्रमाणे आहेत.

काही घटकांची संख्या स्थिर असताना बदलत्या घटकात वाढ करीत गेल्यास सुरुवातीस वाढत्या प्रतिफलाचा अनुभव येतो. बदलत्या घटकांची संख्या स्थिर घटकांचा कार्यक्षम वापर होण्याच्या दृष्टीने पुरेशा प्रमाणात वाढते तोपर्यंत उत्पादन वेगाने वाढते. मात्र, त्यापुढेही बदलत्या घटकात वाढ केल्यास बदलत्या घटकाचे सरासरी उत्पादन घटते कारण स्थिर घटक बदलत्या घटकाच्या तुलनेत अपुरे पडतात. उत्पादन हे विविध घटकांच्या सहकार्याचे फळ असते. या दुसऱ्या अवस्थेत स्थिर घटक बदलत्या घटकाच्या मानाने कमी पडल्याने बदलत्या घटकाचे सीमांत व सरासरी उत्पादन घटत जाते.

जेव्हा बदलते व स्थिर घटक योग्य किंवा पर्याप्त प्रमाणात एकत्र येतात, तेव्हा सरासरी उत्पादन महत्तम असते. मात्र, हे पर्याप्त प्रमाण गाठले गेल्यानंतरही बदलत्या घटकात वाढ केल्यास हे प्रमाण बिघडते. स्थिर घटकाच्या तुलनेत बदलते घटक वाढल्याने बदलत्या घटकाचे सरासरी उत्पादन घटत जाते.

३) तिसरी अवस्था :

तिसऱ्या अवस्थेत ऋण फलाचा अनुभव येतो. या अवस्थेत सीमांत उत्पादन ऋण होते. त्यामुळे एकूण उत्पादन घटते. याची कारणमीमांसा पुढीलप्रमाणे देता येईल. बदलत्या घटकात स्थिर घटकाच्या तुलनेत प्रमाणापेक्षा जास्त वाढ केल्यास स्थिर घटकाच्या तुलनेत बदलते घटक अतिरिक्त ठरतात. त्यामुळे एकूण उत्पादन वाढण्याऐवजी घटते. तसेच बदलत्या घटकाच्या खूप मोठ्या संख्येमुळे स्थिर घटकाची कार्यक्षमता कमी होते. या स्थितीत बदलत्या घटकाच्या नगसंख्येत घट केली असता एकूण उत्पादनात वाढ होऊ शकते. बदलत्या घटकात अतिरिक्त प्रमाणात वाढ झाल्याने बदलत्या घटकाचे सीमांत उत्पादन घटते.

अशा प्रकारे बदलत्या प्रमाणाच्या नियमाच्या तीन अवस्था व या तीन अवस्थामध्ये काही घटक स्थिर ठेवून बदलत्या घटकात वाढ केल्याने आढळून येणारे उत्पादनाचे वर्तन याचे स्पष्टीकरण देता येते. एकूण सरासरी व सीमांत उत्पादन यात कशा प्रकारे बदल होतो व तो का होतो याची माहिती वरील विवेचनावरून मिळते.

घटत्या प्रतिफलाचा नियम का अनुभवास येतो याचे स्पष्टीकरण यातून मिळते. बदलत्या प्रमाणाचा नियम व्यवहारात आढळून येतो. उत्पादनाचे विविध घटक एकमेकांना पूर्ण पर्यायी नसतात. त्यामुळे एक घटक मोठ्या प्रमाणात उपलब्ध असेल तर त्याचा वापर अधिकाधिक करून उत्पादन काही प्रमाणात वाढविता येत असले तरी त्याला एक मर्यादा असते. या नियमाच्या आधारे ही मर्यादा स्पष्ट होते. हा नियम उद्योगधंदे, शेती यांच्या बाबतीत लागू पडतो. उदा. घटत्या प्रतिफलाचा अनुभव आला नसता, तर जमिनीच्या एका छोट्याशा तुकड्यात भांडवल व श्रम यांचा अधिकाधिक वापर करून देशातील सर्व लोकांना पुरेल एवढे अन्नधान्य उत्पादन करता आले असते. परंतु तसे होत नाही. याचे कारण घटत्या प्रतिफलाचा अनुभव हेच आहे. स्थिर घटकाच्या तुलनेत बदलत्या घटकात अतिरिक्त प्रमाणात वाढ झाल्यास घटत्या प्रतिफलाचा अनुभव येतो.

३.८ प्रमाण फल नियम : (The Law of Returns to Scale)

उत्पादन घटकांच्या प्रमाणात बदल केल्यामुळे उत्पादनात होणाऱ्या बदलाचा अभ्यास बदलत्या प्रमाणाच्या नियमात केला जातो. याची चर्चा यापूर्वीच्या भागात केली आहे. उत्पादनाच्या सर्व घटकात किंवा आदानात समान प्रमाणात वाढ केली असता त्याचा उत्पादनावर होणारा परिणाम प्रमाण–फल नियमात अभ्यासला जातो. बदलत्या प्रमाणाचा नियम अल्पकाळाच्या संदर्भात स्पष्ट केला जातो. मात्र, सर्वच घटकात एकाच वेळी वाढ करण्यासाठी अधिक कालावधी लागतो. त्यामुळे प्रमाण–फल नियमात दीर्घकाळाचा विचार केला जातो.

प्रमाण–फल नियम असे स्पष्ट करतो की, जेव्हा उत्पादनाच्या सर्व घटकात किंवा आदानात एकाच वेळी व समान प्रमाणात वाढ केली जाते तेव्हा सुरुवातीस वाढते प्रमाण–फल, नंतर काही काळ स्थिर प्रमाण–फल व शेवटी घटते प्रमाण–फल अनुभवास येते.

प्रमाण–फल नियमाच्या बाबतीत वाढते, स्थिर व घटते प्रमाण–फल अशा तीन अवस्था आढळून येतात. प्रमाण–फल नियमाचे स्पष्टीकरण उदाहरणाच्या आधारे देता येईल. उदा. उत्पादन घटकात किंवा आदानात समान प्रमाणात वाढ केली असता शेतीतील उत्पादनावर होणारा परिणाम तक्ता ३.६ च्या आधारे स्पष्ट करता येईल. १ श्रमिक, १ एकर जमीन व शेतीसाठी आवश्यक असणाऱ्या अवजारांचा संच मिळून घटकांचा एक पर्याप्त संयोग तयार होतो असे येथे गृहीत धरले आहे. या संयोगात समान प्रमाणात वाढ केली असता त्याचा उत्पादनावर झालेला परिणाम तक्ता ३.६ मध्ये दिला आहे.

तक्ता ३.६ : प्रमाण–फल नियमाच्या अवस्था

घटकांचे संयोग	एकणू उत्पादन (क्विंटल)	सीमांत उत्पादन (क्विंटल)	अवस्था व प्रमाण–फल
१	३	३	अवस्था – १
२	७	४	वाढते प्रमाण–फल
३	१२	५	
४	१८	६	अवस्था – २
५	२४	६	स्थिर प्रमाण–फल
६	३०	६	
७	३५	५	अवस्था – ३
८	३९	४	घटते प्रमाण–फल
९	४२	३	

तक्ता ३.६ मध्ये दिलेल्या माहितीवरून असे दिसते की, उत्पादन घटकांच्या संयोगात समान प्रमाणात वाढ केली असता सातत्याने सारख्या प्रमाणात उत्पादनात वाढ होत नाही. प्रमाण–फलात होणाऱ्या बदलाच्या बाबतीत तीन अवस्था आढळून येतात.

१) सुरुवातीस घटकाच्या संयोगात वाढ केली असता उत्पादन वाढत्या वेगाने वाढते. घटकांच्या संयोगात १ पासून ४ पर्यंत वाढ होत असताना प्रमाण - फल वाढत गेलेले आहे. ही पहिली अवस्था असून ती वाढते प्रमाण-फल दर्शविते.

२) घटकांच्या संयोगात ४ वरून ६ पर्यंत वाढ केल्यास एकूण उत्पादनात होणारी वाढ समान आहे. येथे सीमांत उत्पादन ६ क्विंटलने वाढले आहे. ही दुसरी अवस्था स्थिर प्रमाण-फल दर्शविते.

३) त्यापुढे घटकांच्या संयोगात वाढ केली असता उत्पादन वाढीचा वेग कमी होतो. घटकांच्या संयोगात ७ व त्यापुढे वाढ केली असता उत्तरोत्तर सीमांत उत्पादन घटत गेलेले आहे. ही प्रमाण-फलाची तिसरी अवस्था असून ती घटते प्रमाण-फल स्पष्ट करते.

प्रमाण-फलाच्या या तीन अवस्था आकृतीच्या आधारे स्पष्ट करता येतात. आकृती ३.१५ मध्ये प्रमाण-फलाच्या तीन अवस्था दर्शविल्या आहेत.

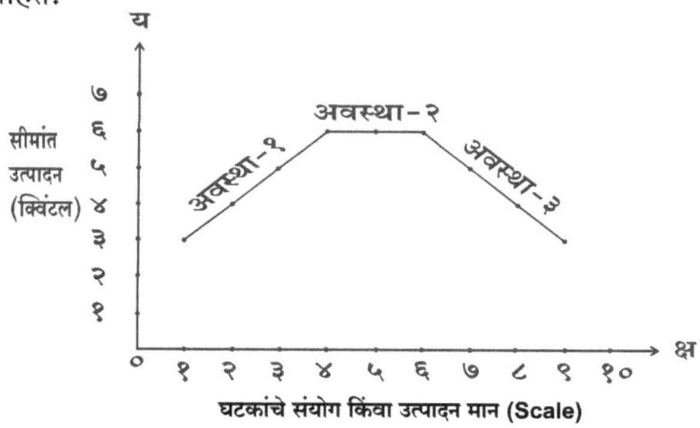

आकृती ३.१४ : प्रमाण-फल

वाढते प्रमाण-फल, स्थिर प्रमाण-फल आणि घटते प्रमाण-फल आकृती ३.१४ वरून स्पष्ट होते. घटकांच्या संयोगात समान प्रमाणात वाढ करीत गेल्यास सुरुवातीस सीमांत उत्पादन वाढत जाते. त्यानंतर स्थिर प्रमाण-फल अनुभवास येऊन पुढे सीमांत उत्पादन घटत जाते. वाढत्या, स्थिर व घटत्या प्रमाण-फलाचे सविस्तर स्पष्टीकरण पुढीलप्रमाणे देता येईल.

अ) वाढते प्रमाण-फल (Increasing Returns to Scale) :

वाढते प्रमाण-फल म्हणजे आदानात किंवा घटकात झालेल्या वाढीच्या प्रमाणापेक्षा उत्पादनात अधिक प्रमाणात वाढ होते. समजा, जर उत्पादन घटकात २० टक्क्यांनी वाढ केली असता उत्पादनात ३० टक्क्यांनी वाढ होत असेल, तर वाढते प्रमाण-फल अनुभवास येते. जेव्हा व्यवसायसंस्थेचा विस्तार होतो, तेव्हा सुरुवातीस वाढते प्रमाण-फल अनुभवास येते. सुरुवातीच्या काळात असे वाढते प्रमाण-फल अनुभवास येण्यास पुढील घटक जबाबदार ठरतात.

१) घटकांची अविभाज्यता :

जॉन रॉबिन्सन, लर्नर, नाईट अशा अनेक अर्थशास्त्रज्ञांनी घटकांची अविभाज्यता हे वाढत्या प्रमाण-फलाचे कारण दिले आहे. काही घटक मोठ्या आकारात उपलब्ध असतात व ते मोठ्या प्रमाणावरील उत्पादनात पूर्णपणे

वापरले जातात. जेव्हा उत्पादनात वाढ करून ते मोठ्या प्रमाणात केले जाते, तेव्हा अविभाज्य घटकाचा अधिक चांगल्या प्रकारे वापर केला जातो. त्यामुळे वाढते प्रमाण–फल अनुभवास येते.

२) श्रम व यंत्रसामग्रीचे विशेषीकरण :

उत्पादनात वाढ होते तेव्हा अधिकाधिक प्रमाणात घटक वापरले जातात. श्रम व यंत्रसामग्रीच्या बाबतीत विशेषीकरण करणे शक्य होते. अशा प्रकारच्या विशेषीकरणामुळे वाढते प्रमाण–फल अनुभवास येत असल्याचे मत प्रा.चेंबरलीन यांनी मांडले आहे. त्यांच्या मते, जरी घटक पूर्णपणे विभाज्य असले तरी घटकांच्या प्रमाणात वाढ केली असता व्यवसायसंस्थेस श्रम व यंत्रसामग्रीच्या बाबतीत अधिक प्रमाणात विशेषीकरण शक्य होऊन प्रमाण–फल वाढते.

३) विस्तारासंबंधी बचती :

प्रा. बाऊमोल (Baumol) यांनी वाढत्या प्रमाण–फलाचे कारण विस्तारासंबंधीच्या बचती हे दिले आहे. उदाहरणाच्या आधारे ते स्पष्ट करता येईल. समजा, साठवणुकीसाठी एक गोदाम बांधले आहे. त्यासाठी वापरण्यात येणाऱ्या घटकात वीटा व त्या प्रमाणात इतर साहित्याचा वापर करण्यात आला आहे. समजा, वीटा व इतर साहित्याचा वापर दुप्पट करून गोदाम बांधले, तर त्या गोदामांची साठवण क्षमता ही दुप्पटीपेक्षा जास्त असेल.

अशा वेगवेगळ्या कारणामुळे वाढते प्रमाण-फल अनुभवास येते. वाढते प्रमाण फल आकृतीच्या आधारे स्पष्ट करता येईल.

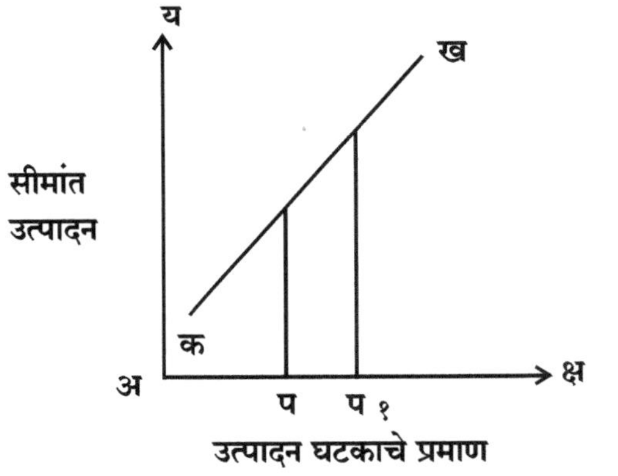

आकृती ३.१५ : वाढते प्रमाण-फल

आकृती ३.१५ वरून असे दिसते की, उत्पादन घटकांच्या प्रमाणात वाढ केली असता त्यापेक्षा जास्त प्रमाणात उत्पादनात वाढ होते आणि सीमांत उत्पादन वाढत जाताना दिसते.

ब) स्थिर प्रमाण–फल (Constant Returns to Scale) :

सर्व घटकांत दिलेल्या प्रमाणात वाढ केली असता उत्पादनात त्याच प्रमाणात वाढ होते, तेव्हा त्यास उत्पादनमानाचे स्थिर प्रमाण–फल म्हणतात. जर सर्व घटकांत दुप्पट किंवा तिप्पट वाढ केली असता उत्पादनात दुप्पट किंवा तिप्पट वाढ होत असेल तर प्रमाण–फल स्थिर असते. घटकांच्या प्रमाणात जेवढी शेकडा वाढ होते तेवढीच वाढ उत्पादनात होते. घटक दुप्पट केले की, उत्पादन दुप्पट होते.

काही अर्थशास्त्रज्ञांच्या मते जर उत्पादनाचे घटक पूर्णपणे विभाज्य (divisible) असतील, तर उत्पादन फलन हे निश्चितपणे उत्पादनमानाचे स्थिर प्रमाण-फल दर्शविते. जोन रॉबिन्सन, ए.पी. लर्नर, एफ. एच. नाईट यांसारख्या अर्थशास्त्रज्ञांच्या मते, जर सर्व घटकांत किंवा आदानात सारख्याच प्रमाणात वाढ किंवा घट करणे शक्य असेल, तर उत्पादनमानाचे स्थिर प्रमाण-फल दिसून येते. त्यांच्या मते, काही उद्योगात उत्पादनमानाचे स्थिर प्रमाण-फल दिसून येत नाही. याचे कारण त्या उद्योगात सारख्याच प्रमाणात घटकात वाढ करणे शक्य होत नाही हे होय. सारख्याच प्रमाणात घटकात बदल करणे शक्य न होण्यास त्यांनी पुढील दोन कारणे दिली आहेत.

१) घटकांची मर्यादितता किंवा दुर्मिळता :

काही उत्पादन घटक दुर्मिळ असतात. त्यांचा पुरवठा वाढविण्यास मर्यादा असते. त्यामुळे या घटकात दिलेल्या प्रमाणात वाढ करणे शक्य होत नाही.

२) घटकांची अविभाज्यता :

काही घटक हे अविभाज्य असतात. जेव्हा उत्पादन फार मोठ्या प्रमाणात केले जाते, तेव्हाच अशा घटकांचा पूर्णपणे वापर करणे शक्य होते. मात्र, अशा घटकांच्या अविभाज्यपणामुळे अल्प प्रमाणातील उत्पादनात त्यांचा वापर केला जातो. अशावेळी जेव्हा उत्पादनात वाढ केली जाते तेव्हा अशा अविभाज्य घटकात वाढ केली जात नाही. अस्तित्वातील घटकांचाच पूर्णपणे वापर केला जात नसल्याने या घटकात वाढ केली जात नाही.

वरील कारणामुळे सर्व उत्पादन घटकात समान प्रमाणात वाढ करण्यास मर्यादा पडतात. आकृतीच्या आधारे स्थिर प्रमाण-फल स्पष्ट करता येईल.

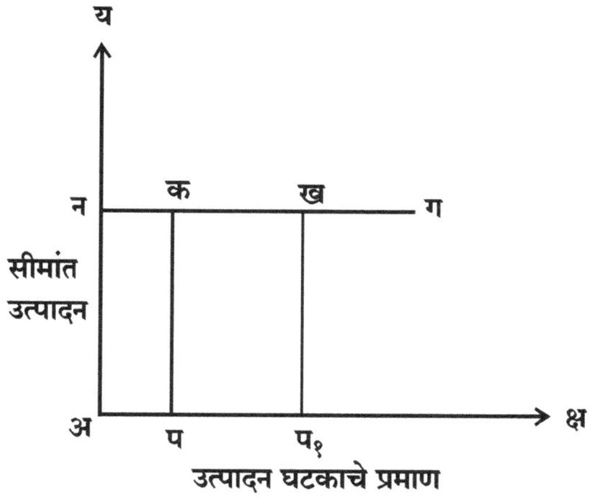

आकृती ३.१६ : स्थिर प्रमाण-फल

आकृती ३.१६ वरून असे स्पष्ट होते की, उत्पादन घटकांचे प्रमाण 'अप' वरून 'अप१' पर्यंत वाढविले असता सीमांत उत्पादन 'अन' एवढेच आहे. याचाच अर्थ उत्पादनात स्थिर दराने वाढ होत आहे.

क) घटते प्रमाण-फल (Decreasing Return to Scale) :

आदानात किंवा घटकात करण्यात आलेल्या वाढीच्या प्रमाणापेक्षा उत्पादनात कमी प्रमाणात वाढ होते, तेव्हा त्यास घटते प्रमाण-फल म्हणतात. जेव्हा व्यवसायसंस्थेचा विस्तार होतो व ती आपल्या घटकात वाढ करते

तेव्हा सरतेशेवटी घटते प्रमाण–फल अनुभवास येते. घटते प्रमाण–फल अनुभवास येण्याच्या कारणाबाबत अर्थशास्त्रज्ञांमध्ये एकमत आढळत नाही. काही अर्थशास्त्रज्ञांच्या मते, संयोजक हा उत्पादनाचा स्थिर घटक आहे. जेव्हा इतर घटकात वाढ केली जाते, तेव्हा ती त्याच्या बाबतीत होत नाही. या दृष्टिकोनानुसार घटते प्रमाण–फल ही बदलत्या प्रमाणाच्या नियमाचीच एक विशेष बाब किंवा उदाहरण होय.

आकृतीच्या आधारे घटते प्रमाण फल स्पष्ट करता येईल.

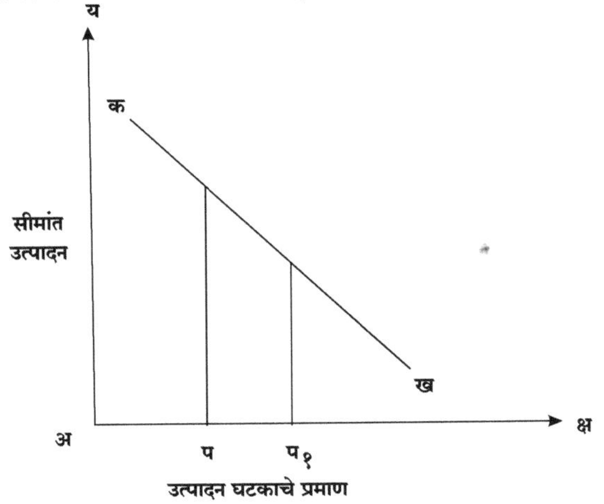

आकृती ३.१७ : घटते प्रमाण–फल

आकृती ३.१७ वरून असे स्पष्ट होते की, उत्पादन घटकात ज्या प्रमाणात वाढ करण्यात आली त्या प्रमाणात उत्पादनात वाढ होत नाही. घटकांच्या प्रमाणात 'अप 'वरून 'अप$_१$' एवढी वाढ केली असता सीमांत उत्पादनात घट झालेली दिसते.

●●●

प्रश्न

प्र. १. खालील प्रश्नांची वीस शब्दात उत्तरे लिहा.

१) एकूण खर्च म्हणजे काय ?

२) सरासरी खर्च म्हणजे काय ?

३) सीमांत खर्च म्हणजे काय ?

४) एकूण प्राप्ती म्हणजे काय ?

५) सरासरी प्राप्ती म्हणजे काय ?

६) सीमांत प्राप्ती म्हणजे काय ?

७) उत्पादन फलन म्हणजे काय ?

८) सम उत्पादन वक्र म्हणजे काय ?

९) उत्पादकाचा वाढावा (प्रतिरूप खंड) म्हणजे काय ?

१०) बदलत्या प्रमाणाचा नियम लिहा.

११) प्रमाण-फल नियम लिहा.

प्र. २. खालील प्रश्नांची सविस्तर उत्तरे लिहा.

१) एकूण खर्च, सरासरी खर्च आणि सीमांत खर्च आणि त्यातील संबंध स्पष्ट करा.

२) व्यवसायसंस्था आणि उद्योगाचा अल्पकालीन आणि दीर्घकालीन पुरवठा वक्र कशाप्रकारे काढला जातो हे स्पष्ट करा.

३) एकूण प्राप्ती, सरासरी प्राप्ती आणि सीमांत प्राप्ती आणि त्यातील संबंध स्पष्ट करा.

४) सम उत्पादन वक्र म्हणजे काय ? सम उत्पादन वक्राची वैशिष्टे स्पष्ट

५) उत्पादकाच्या वाढाव्याची (प्रतिरूप खंडाची) संकल्पना सविस्तर स्पष्ट करा.

६) बदलत्या प्रमाणाचा नियम सविस्तर स्पष्ट करा.

७) प्रमाण-फल नियम सविस्तर स्पष्ट करा.

●●●

प्रकरण ४

कल्याणविषयक अर्थशास्त्राचा परिचय

(Introduction to Welfare Economics)

४.१ आर्थिक आणि सामाजिक कल्याणाची संकल्पना

४.२ सामाजिक कल्याण फलन, भरपाई निकष

४.३ कल्याणविषयक अर्थशास्त्रात पिगुचे योगदान

४.४ पॅरेटो पर्याप्तता

४.५ नि:शेष विभाजनाचा सिद्धांत (युलरचे प्रमेय)

४.६ कल्याणविषयक अर्थशास्त्र आणि सामाजिक निवडीवर अमर्त्य सेन यांचे विचार

४.० प्रास्ताविक (Introduction) :

अलीकडील काळात कल्याणाविषयक अर्थशास्त्रासंबंधी मोठ्या प्रमाणात विचार मांडण्यात आले आहेत. विलफ्रेड पॅरेटो यांनी सर्वसाधारण पर्याप्ततेच्या अटीच्या आधारावर सामाजिक कल्याण महत्तम करण्याचा विचार केला. नवसनातनवादी अर्थशास्त्रज्ञ मार्शल व पिगु यांनी आर्थिक व्यवस्थेतील विशिष्ट क्षेत्रावर लक्ष केंद्रीत केले. कॅल्डॉर, हिक्स, आणि सिटोव्हस्की यांनी नवीन कल्याणविषयक अर्थशास्त्राचा पाया घातला तर दुसऱ्या बाजूला बर्गसन, सॅम्युएल्सन व इतर अर्थशास्त्रज्ञानी सामाजिक कल्याण फलनाची संकल्पना मांडली. याविषयीचे विवेचन प्रस्तुत प्रकरणात दिले आहे.

४.१ आर्थिक आणि सामाजिक कल्याणाची संकल्पना : (Concept of Economics & Social Welfare)

व्यापकपणे, आर्थिक कल्याण म्हणजे एखाद्या व्यक्तीच्या किंवा व्यक्तींच्या समूहाच्या समृद्धी आणि जीवनमानाची पातळी होय. अर्थशास्त्राच्या क्षेत्रात, आर्थिक कल्याण म्हणजे भौतिक वस्तू आणि सेवांच्या उपलब्धतेद्वारे प्राप्त केलेली उपयोगिता होय.

आर्थिक कल्याणाचा संबंध उत्पन्नाच्या पातळी बरोबरच इतर बाबींशीही आहे. उदाहरणार्थ, लोकांच्या राहणीमानावर आरोग्य सेवेची पातळी आणि गर्दी व प्रदूषण यासारख्या पर्यावरणीय घटकांचाही प्रभाव पडतो. आर्थिक कल्याण ठरविण्यासाठी जीवनाच्या गुणवत्तेचे हे घटक महत्त्वाचे आहेत. आर्थिक कल्याण हे सहसा वास्तविक उत्पन्न/वास्तविक स्थूल देशांतर्गत उत्पादनाच्या संदर्भात मोजले जाते.

प्रा. ग्रॅफ यांनी सामाजिक कल्याणाच्या तीन संकल्पना दिल्या आहेत. सामाजिक किंवा गट कल्याणची पहिली संकल्पना म्हणजे पितृत्ववादी (paternalist), जी समाजातील व्यक्तींच्या नव्हे तर पितृसत्तावादी अधिकारी व्यक्ती किंवा राज्य यांच्या मतांचे वर्णन करते. (The first concept of social or group welfare is the paternalist one which describes the views of a paternalist authority or state and not of the individuals in the society.)

या संकल्पनेनुसार, समाजातील स्वतंत्र सदस्यांच्या पसंतीकडे दुर्लक्ष केले जाऊ शकते आणि राज्य किंवा पितृसत्तावादी अधिकारी व्यक्ती किंवा हुकूमशहा समाज कल्याणाबद्दल स्वतःच्या कल्पनांचा वापर करतात; जेव्हा पितृसत्तावादी अधिकारी व्यक्ती किंवा हुकूमशहा असे विचार करतात तेव्हा सामाजिक कल्याण वाढते.

सामाजिक कल्याणची दुसरी संकल्पना ही विल्फ्रेड पॅरेटो आणि त्याच्या अनुयायांनी वापरली आहे. या पॅरेटीयन संकल्पनेनुसार समाजाचे कल्याण हे त्यात समाविष्ट असलेल्या वेगवेगळ्या व्यक्तींच्या कल्याणाची एकूण बेरीज आहे. असा कोणताही बदल की जो कोणत्याही व्यक्तीची स्थिती खराब न करता एका व्यक्तीच्या स्थितीत सुधारणा करीत असेल तर ती सामाजिक कल्याणातील सुधारणा होय. याउलट कोणताही बदल कोणाच्याही स्थितीत सुधारणा न करता कमीतकमी एकाची स्थिती खराब करीत असेल तर ती सामाजिक कल्याणातील घट होय.

सामाजिक कल्याणची पॅरेटीयन संकल्पना उपयोगिता किंवा कल्याणाची परस्पर तुलना नाकारने आणि केवळ कुणालाही वाईट बनवण्यापेक्षा एखाद्याला बरे बनविणे चांगले आहे या सर्वसाधारणपणे स्वीकारल्या गेलेल्या नैतिक दृष्टिकोनावर अवलंबून आहे; परंतु आर्थिक संस्था आणि धोरणातील बदलांच्या बहुतेक बाबींमध्ये, कमीतकमी काही लोकांची स्थिती खराब होते, वास्तविक जगातील बहुतेक आर्थिक समस्यांच्या बाबतीत सामाजिक कल्याणाच्या पॅरेटीयन संकल्पनेची उपयुक्तता मर्यादित आहे.

सामाजिक कल्याणच्या तिसऱ्या संकल्पनेमध्ये स्पष्ट मूल्य विधानाच्या समावेशातून व्यक्ती–व्यक्तींमधील उपयोगितेची परस्पर तुलना विचारात घेतली आहे. प्रा. बर्गसन आणि सॅम्युएल्सन यांनी त्यांच्या सामाजिक कल्याण फलन सिद्धांतात ही सामाजिक कल्याणाची संकल्पना मांडली आहे. त्यांनी सामाजिक कल्याण फलनाच्या आधारे विविध व्यक्तींची उपयोगिता फलने स्पष्ट केली.

४.२ सामाजिक कल्याण फलन, भरपाई निकष : (Social Welfare Function, Compensation Criteria)

सामाजिक कल्याण फलन आणि भरपाई निकष याविषयी माहिती पुढे दिली आहे.

४.२.१ सामाजिक कल्याण फलन :

सामाजिक कल्याण फलन ही संकल्पना प्रथम प्रा. बर्गसन (Bergson) यांनी मांडली आणि त्यानंतर सॅम्यूएल्सन, टिंटनर (Tintner) आणि ॲरो (Arrow) यांनी या संकल्पनेचा विकास केला. त्यांच्या मतानुसार मूल्य विधानाच्या विषय प्रवेशाशिवाय कल्याणविषयक अर्थशास्त्रात अर्थपूर्ण विधाने मांडता येत नाहीत.

समाजाचे कल्याण कोणत्या घटकांवर अवलंबून असते हे सामाजिक कल्याण फलन दर्शविते. बर्गसन यांनी त्याची व्याख्या पुढीलप्रमाणे दिली आहे.

''सामाजिक कल्याण फलन म्हणजे समाजाच्या प्रत्येक सदस्याचे कल्याण किंवा उपभोग घेतलेल्या वस्तूंच्या नगसंख्या आणि समाजाच्या प्रत्येक सदस्याने दिलेल्या सेवा यांचे फलन होय.''

(Bergson defines social welfare function "as a function either of the welfare of each member of community or the quantities of the products consumed and services rendered by each member of the community.")

'सामाजिक कल्याण फलन' हे सामाजिक कल्याण आणि प्रत्येक व्यक्तीच्या कल्याणावर परिणाम करणाऱ्या प्रत्येक व्यक्तीचा उपभोग यासारख्या सर्व शक्य चलांमधील संबंध प्रस्थापित करते. सामाजिक कल्याण फलन हे समाजाच्या कल्याणाचा सर्वसाधारण निर्देशक आहे आणि ते वैयक्तिक उपयोगितांचे फलन आहे. ते पुढीलप्रमाणे मांडले आहे.

$W = F(U_1, U_2, \ldots\ldots U_n)$

यात, W = सामाजिक आर्थिक कल्याण

F = फलन आणि

U_1, U_2, U_n ही 1, 2,..... n व्यक्तींच्या उपयोगितांची पातळी आहे. कल्याण हे या उपयोगितांचे वाढते फलन आहे. सामाजिक कल्याण फलनाचे सर्वसाधारण गुणधर्म हे वैयक्तिक उपयोगिता फलनाच्या गुणधर्मासारखेच आहेत. इतर व्यक्तीच्या उपयोगितेत घट न करता जेव्हा जेव्हा एका व्यक्तीची उपयोगिता पातळी वाढते तेव्हा कल्याण निर्देशकाचे मूल्य वाढते. सामाजिक कल्याण फलनाचे अस्तित्व हे समाजाच्या सदस्य व्यक्तीच्या कल्याण स्थितीची तुलना ध्वनित करते.

सामाजिक कल्याण फलन हे आकृती ४.१ च्या आधारे स्पष्ट केले आहे.

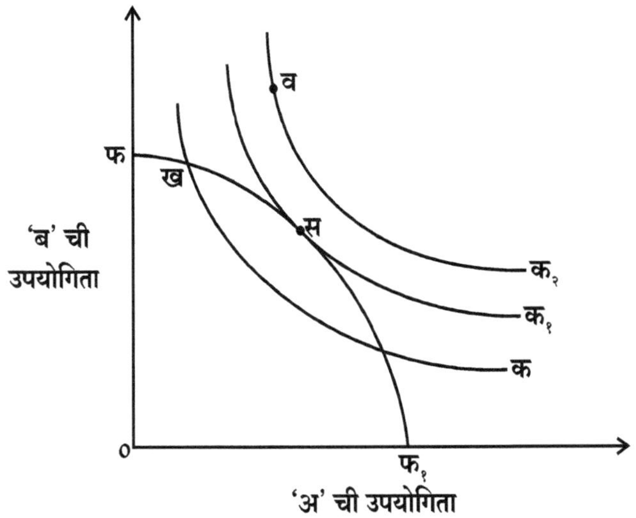

आकृती ४.१ : सामाजिक कल्याण फलन

आकृती ४.१ मध्ये 'फफ१' हा उपयोगिता सीमा वक्र असून तो अर्थव्यवस्थेची साधनसामग्री दिलेली असताना सर्व शक्य उपयोगिता संयोगाची सीमारेषा दर्शवितो. क, क१, क२ हे सामाजिक समवृत्ती वक्र असून ते सामाजिक कल्याण फलन दर्शवितात. प्रत्येक समवृत्ती वक्र समान सामाजिक कल्याणाची पातळी असलेल्या व्यक्तींमधील उपयोगितांची विविध प्रकारची विभागणी दर्शवितो. वरच्या पातळीवर असलेला समवृत्ती वक्र कल्याणाची वरची पातळी दर्शवितो. प्रत्येक सामाजिक कल्याण वक्र 'अ' आणि 'ब' या दोन व्यक्तीच्या उपयोगितांच्या कल्याण संयोगाचे निबद्ध बिंदू

सट (locus) दर्शविते. प्रत्येक कल्याण वक्र सामाजिक कल्याणाची पातळी दर्शविते. $क_१$ वक्र क पेक्षा आणि $क_२$ वक्र $क_१$ पेक्षा उच्च सामाजिक कल्याणाची पातळी दर्शविते.

जेथे उपयोगिता सीमा वक्र '$फफ_१$'हा कल्याण वक्रास स्पर्श करतो तो महत्तम सामाजिक कल्याणाचा किंवा पर्याप्त स्थितीचा बिंदू होय. आकृती ४.२ मध्ये 'स' हा बिंदू महत्तम सामाजिक कल्याणाची स्थिती दर्शविते.

तंत्रज्ञान आणि आदानांची स्थिर संख्या दिलेली असताना समाजाला उपलब्ध असलेल्या सर्व कल्याण संयोगापैकी 'स' या संयोगास उच्च सामाजिक मूल्य आहे. 'ख' हा बिंदू 'क' या खालच्या बाजूस असलेल्या कल्याण वक्रावरील बिंदू असून तो सामाजिक कल्याणाची खालची पातळी दर्शविते. 'व' हा बिंदू '$क_२$' या वक्रावर असून तो समाजाच्या '$फफ_१$' या उपयोगिता सीमा बाहेर आहे. अशा प्रकारे 'स' बिंदू महत्तम सामाजिक कल्याण दर्शविते.

गृहीते (Assumptions) :

बर्गसन यांचे सामाजिक कल्याण फलन हे पुढील गृहीतांवर आधारित आहे.

१) सामाजिक कल्याण प्रत्येक व्यक्तीच्या संपत्ती व उत्पन्नावर अवलंबून असते आणि प्रत्येक व्यक्तीचे कल्याण हे तिची संपत्ती व उत्पन्न आणि समाजातील सदस्यांमधील कल्याणाची वाटणी यावर अवलंबून असते.

२) व्यक्तीगत कल्याणावर प्रभाव पाडणाऱ्या चलांच्या संयोगांच्या क्रमदर्शक स्थितीवर सामाजिक कल्याण फलन आधारित आहे.

३) सामाजिक कल्याण फलन स्पष्ट मूल्य विधानावर आधारित आहे.

टीका (Criticism) :

कल्याणविषयक अर्थशास्त्राचे प्रमुख ध्येय हे आर्थिक आणि आर्थिकेतर चलातील बदलामुळे झालेल्या सामाजिक कल्याणाचे मापन करू शकेल असे मान्य सामाजिक कल्याण फलन शोधून काढणे हे आहे. सामाजिक कल्याण फलन मांडून ही समस्या सोडविण्याचा प्रयत्न यात करण्यात आला आहे. मात्र, याबाबतीत काही मर्यादा आहेत.

१) लिटल, स्ट्रिटन व बाऊमोल यांच्या मते, सामाजिक कल्याण फलनास व्यवहारिक महत्त्व मर्यादित आहे.

२) पॉल स्ट्रिटन यांच्या मते, सामाजिक कल्याण फलन ही औपचारिक संकल्पना असून तिचा सामाजिक जीवन व निवडीच्या महत्त्वाच्या वस्तुस्थितीशी काहीही संबंध नाही.

३) प्रा. बाऊमोल यांच्या मते, सामाजिक कल्याण संकल्पनेस मर्यादित व्यवहारिक मूल्य आहे कारण याच्या निर्मितीसाठी आवश्यक असलेली मूल्य विधाने कशी मिळवावीत याविषयी ती काहीच सांगत नाही.

४) प्रा. ॲरो यांच्या मते, केवळ क्रमदर्शी पसंतीवर आधारलेले सामाजिक कल्याण फलन समाजातील सर्व व्यक्तींच्या पसंतीपासून तयार करता येत नाही.

५) समीकरण किंवा सामाजिक समवृत्ती वक्र या रूपात मांडलेले सामाजिक कल्याण फलन समस्या सोडविण्यास मदत करीत नाही कारण वैयक्तिक कल्याण फलने माहीत नसतात. त्यामुळे ही समीकरणे व वक्र काल्पनिक आहेत.

४.२.२ भरपाई निकष :

हिक्स, कॅल्डॉर व सिटोव्हस्की यांनी मांडलेले भरपाई निकष हे नवीन कल्याणविषयक अर्थशास्त्र म्हणून ओळखले जाते. त्यांनी मांडलेले निकष 'भरपाई तत्त्व' म्हणून ओळखले जाते. ज्यामुळे काहींना त्रास होतो व काहींना लाभ होतो अशा कोणत्याही आर्थिक पुनर्संघटनामुळे होणाऱ्या सामाजिक कल्याणातील बदलाचे मूल्यमापन करण्यासाठीचा प्रयत्न या अर्थशास्त्रज्ञांनी केला.

गृहिते (Assumptions) :

भरपाई तत्त्व पुढील गृहितांवर आधारित आहे.

१) प्रत्येक व्यक्तीचे समाधान हे दुसऱ्यापासून स्वतंत्र असते व त्यामुळे ती व्यक्ती तिच्या कल्याणाचा चांगला अंदाज बांधते.

२) उत्पादन आणि उपभोगातील बाह्य परिणामाचा अभाव आहे.

३) प्रत्येक व्यक्तीच्या आवडीनिवडी स्थिर आहेत.

४) उत्पादन व विनिमयाच्या समस्या विभाजनाच्या समस्येपासून वेगळ्या करणे शक्य आहे.

५) उपयोगितेचे क्रमदर्शक मोजमाप करता येते आणि उपयोगितांची व्यक्ती–व्यक्तींमधील तुलना शक्य नाही.

वर दिलेल्या गृहितांचा विचार करून भरपाई तत्त्वाच्या निकषाची चर्चा करता येईल. भरपाईकारी भरणा (Compensating Payment) यावर आधारित कल्याणविषयक निकष मांडणारे निकोलस कॅल्डॉर हे पहिले अर्थशास्त्रज्ञ होते. प्रा. जे. आर. हिक्स यांनी कॅल्डॉर यांचे समर्थन केले. या दोन अर्थशास्त्रज्ञांनी वेगवेगळ्या शब्दात निकषाची मांडणी केली असली तरी ते वास्तवात समान आहेत. त्यामुळेच त्यांना 'कॅल्डॉर–हिक्स निकष' म्हटले जाते.

कॅल्डॉर यांच्या कल्याणविषयक निकषानुसार जर आर्थिक संघटनामधील किंवा धोरणातील काही बदलामुळे काही लोकांची स्थिती चांगली (better off) आणि काहींची वाईट (worse-off) झाली आणि ज्यांना बदलामुळे लाभ मिळेल ते जर नुकसान भरपाई करू शकले आणि पूर्वीपेक्षा चांगल्या स्थितीत राहिले तर बदलामुळे सामाजिक कल्याणात वाढ होईल. हिक्स यांनी वेगळ्या शब्दात अशाच प्रकारे निकष मांडला आहे. त्यांच्या मते, ''जर बदलामुळे 'अ' ची स्थिती अतिशय चांगली झाली की ज्यामुळे तो 'ब'ला त्या नुकसानीसाठी भरपाई करू शकेल आणि तरीही त्याच्याकडे काही शिल्लक राहिले तर पुनर्संघटन स्पष्ट सुधारणा होय.''

कॅल्डॉर–हिक्स निकष उपयोगिता शक्यता वक्राच्या आधारे स्पष्ट करता येईल.

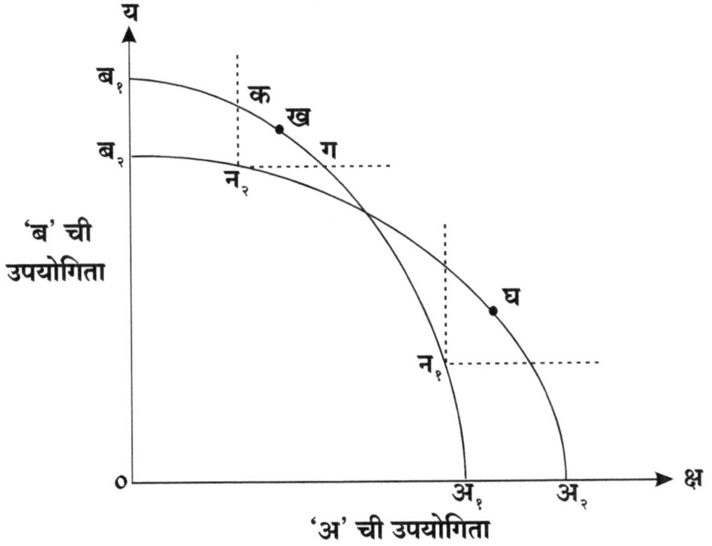

आकृती ४.२ : उपयोगिता शक्यता वक्राच्या आधारे कॅल्डॉर–हिक्स निकषाचे स्पष्टीकरण

जर 'अ' आणि 'ब' या दोन व्यक्ती असतील तर प्रत्येक उपयोगिता शक्यता वक्र त्यांच्या उपयोगिता पातळीचे सर्व निबद्ध बिंदू सट संयोग दर्शवितो. समजा 'क्ष' आणि 'य' या वस्तूचे दोन गट्ठे आकृतीत अनुक्रमे 'ब$_१$अ$_१$' आणि 'ब$_२$अ$_२$' उपयोगिता शक्यता वक्राने दर्शविले आहेत. 'न$_२$' ने दर्शविलेल्या वस्तूच्या गठ्ठ्यापासून सुरुवात करता पॅरेटियन निकषाच्या संदर्भात 'क', 'ख', 'ग' कडे जाण्यास भाग पाडणारा बदल हा 'ब$_१$अ$_१$' वक्रावरील पॅरोटो सुधारणा होय. कारण तो दोन्ही व्यक्तीच्या स्थितीत सुधारणा करतो किंवा कमीतकमी दुसऱ्याच्या स्थितीत घसरण न करता एकाच्या स्थितीत सुधारणा करतो. परंतु 'कख' च्या बाहेरील 'न$_१$' कडे होणाऱ्या हालचालीचे पॅरेटो निकषाच्या आधारे मूल्यमापन करता येत नाही कारण येथे 'ब' च्या बदल्यात 'अ' च्या कल्याणात सुधारणा होते. परंतु 'न$_२$' पासून 'न$_१$' कडे होणाऱ्या हालचालीचे मूल्यमापन कॅल्डॉर-हिक्स निकषाच्या संदर्भात करता येते. हे **(१)** ही हालचाल थांबविण्यासाठी 'अ' ला किती पैसे देण्याची 'ब' ची इच्छा आहे हे विचारून आणि **(२)** हे आधीच होऊन जाण्यासाठी 'ब' ला किती पैसे देण्याची 'अ' ची इच्छा आहे हे 'अ' ला विचारून करता येते. जर **(२) > (१)** असेल तर बदल कल्याण वाढवितो कारण 'अ' 'ब' च्या नुकसानीची भरपाई करतो आणि तरीही 'न$_२$' पेक्षा 'न$_१$' या ठिकाणी चांगल्या स्थितीत रहातो.

कॅल्डॉर-हिक्स निकषानुसार कल्याणातील सुधारणेची साधी चाचणी म्हणजे नवीन गठ्ठा दर्शविणाऱ्या उपयोगिता शक्यता वक्राच्या खालील बाजूस आधीचा गठ्ठा असला पाहिजे. 'न$_२$' वरून 'न$_१$' कडे होणारी हालचाल कॅल्डॉर-हिक्स निकषाची पूर्तता करते. कारण 'न$_१$' या अंतिम गठ्ठ्याच्या उपयोगिता शक्यता वक्राच्या खालील बाजूस 'न$_२$' आहे.

टीका (Criticism) :

भरपाई निकषावर पुढीलप्रमाणे टीका करण्यात आली आहे.

१) डॉ. लिटल यांच्या मते, कॅल्डॉर-हिक्स तत्त्व हे कल्याणातील वाढीची चाचणी नाही तर केवळ व्याख्या आहे, कारण ते उत्पन्न विभाजनाकडे दूर्लक्ष करते.

२) उत्पादनापासून वाटणी वेगळी करताना हा निकष उपलभ्य कल्याण व प्रत्यक्ष कल्याण यात गोंधळ करतो. तो केवळ उपलभ्य कल्याणाचे मोजमाप करतो. प्रत्यक्ष कल्याण हे वस्तू व सेवांच्या उत्पादनावरच अवलंबून नसते तर ते त्यांच्या वाटणीवरही अवलंबून असते.

३) प्रा. बाऊमोल यांच्या मते, जेव्हा वस्तूंची संख्या दोनपेक्षा जास्त असते तेव्हा जर विविध वस्तूंचे मापन करण्यासाठी समाईक मूल्यमानक (Standard of Value) नसेल तर पर्याप्त उत्पादन शक्य नसते.

४) कॅल्डॉर-हिक्स आणि त्यांचे अनुयायी मूल्यरहित निकष शोधण्याच्या प्रयत्नात अयशस्वी ठरले आहेत.

५) हा निकष प्रत्यक्ष-भरपाई रक्कम देण्याची बाब विचारात घेत नाही. तो केवळ उपलभ्य भरपाई विचारात घेतो व त्याच्या आधारे प्रत्यक्ष कल्याणातील वाढ मोजता येत नाही.

६) डॉ. लिटल यांच्या मते, कॅल्डॉर-हिक्स निकष हा कल्याणाचा समाधानकारक निकष नाही. ते कल्याणातील उपलभ्य बदलांपेक्षा प्रत्यक्ष बदलाची पाठराखण करतात.

४.३ कल्याणविषयक अर्थशास्त्रात पिगुचे योगदान : (Pigou's Contribution to Welfare Economics)

प्रा. ए. सी. पिगु यांचे कल्याणविषयक अर्थशास्त्र हे कल्याणविषयक अर्थशास्त्रावरील पहिलेच महत्त्वाचे कार्य होय. प्रा. पिगु यांना कल्याणविषयक अर्थशास्त्राचा जनक म्हटले जाते कारण डॉ. लिटल यांनी म्हटल्याप्रमाणे कल्याणविषयक अर्थशास्त्राची सुरुवात पिगुपासून झालेली आहे.

प्रा. पिगु यांच्या मते, कल्याण हे माणसाच्या मनाच्या अवस्थेत असून ते समाधानातून निर्माण होते. व्यक्तीच्या इच्छा किती प्रमाणात पूर्ण होतात हा कल्याणाचा आधार आहे. सामाजिक कल्याण म्हणजे समाजातील सर्व व्यक्तींच्या कल्याणाची बेरीज होय.

प्रा. पिगु यांच्या मते,

''आर्थिक कल्याण म्हणजे सामाजिक (सर्वसाधारण) कल्याणाचा असा भाग की, ज्याचा प्रत्यक्ष किंवा अप्रत्यक्षपणे पैशाच्या मापदंडाबरोबर संबंध जोडला जाऊ शकतो.''

(Prof. Pigou defines economic welfare as "that part of social (general) welfare that can be brought directly or indirectly into relation with measuring rod of money.")

पिगु यांच्या कल्याणाच्या अटी :

आर्थिक कल्याण व राष्ट्रीय उत्पन्न यात समन्वय साधला जातो असे पिगु समजतात. या आधारावर पिगु यांनी कल्याण महत्तम करण्यासाठीच्या दोन अटी मांडल्या आहेत.

१) पहिली अट असे स्पष्ट करते की, जेव्हा राष्ट्रीय उत्पन्नात वाढ होते तेव्हा कल्याणात वाढ झाली असे समजले जाते. अभिरूची व उत्पन्नाची वाटणी दिलेली असताना राष्ट्रीय उत्पन्नातील वाढ कल्याणातील वाढ दर्शविते.

२) महत्तम कल्याणासाठी राष्ट्रीय उत्पन्नाची वाटणीही तेवढीच महत्त्वाची आहे. जर राष्ट्रीय उत्पन्न स्थिर राहिले तर श्रीमंतांकडून गरीबांकडे उत्पन्नाचे होणारे स्थानांतर कल्याणात सुधारणा करील. पिगु यांच्या मते, असे स्थानांतर म्हणजे गरीबांपेक्षा धनवानांना कमी मिळणे असून त्यामुळे गरीबांच्या आर्थिक स्थितीत सुधारणा होते.

उत्पन्नाच्या बाबतीत घटत्या सीमांत उपयोगितेचा प्रत्यय येत असल्याने श्रीमंताकडून गरीबांकडे होणारे उत्पन्नाचे स्थानांतर गरीबांच्या अधिक तीव्रतेच्या गरजा श्रीमंताच्या कमी तीव्रतेच्या गरजांच्या बदल्यात पूर्ण करून सामाजिक कल्याणात वाढ करील.

द्वैत निकष (Dual Criterion) :

सामाजिक कल्याणातील सुधारणा शोधण्यासाठी पिगु यांनी द्वैत निकष स्विकारले.

१) इतर वस्तूत घट न करता काही वस्तूत वाढ झाल्याने राष्ट्रीय उत्पन्नात झालेली वाढ ही गरीबांच्या वाट्यात घट न होता कल्याणातील सुधारणा समजली जाते.

२) राष्ट्रीय उत्पन्नात घट न करता गरीबांच्या वाट्यात वाढ करते असे अर्थव्यवस्थेचे कोणतेही पुनर्संघटन सामाजिक कल्याणातील सुधारणा समजले जाते.

गृहिते :

पिगु यांनी मांडलेल्या कल्याणाच्या अटी आणि द्विदल निकष पुढील गृहीतांवर आधारित आहेत.

१) प्रत्येक व्यक्ती आपल्या विविध वस्तू व सेवांवरील खर्चापासून समाधान महत्तम करण्याचा प्रयत्न करते.

२) उत्पन्नाच्या घटत्या सीमांत उपयोगितेचा नियम लागू होत असल्याचे येथे गृहीत धरले आहे. याचाच अर्थ उत्पन्नात वाढ झाली असता उत्पन्नाची सीमांत उपयोगिता घटते.

३) समाधानासाठीची समान क्षमता हे आणखी एक गृहित आहे. हे गृहीत असे ध्वनित करते की, समान वास्तव उत्पन्नापासून वेगवेगळ्या व्यक्तींना समान समाधान मिळते.

वरील गृहीते दिलेली असताना पिगु यांच्या द्विदल निकषाच्या आधारावर महत्तम सामाजिक कल्याणाच्या अटी पूर्ण करणे शक्य आहे.

टीका (Criticism) :

प्रा. पिगु यांचे कल्याणविषयक अर्थशास्त्र हे पहिलेच असे कल्याणविषयक अर्थशास्त्राचे विश्लेषण असले तरी पिगु यांच्या कल्याणाच्या अटींवर पुढीलप्रमाणे टीका करण्यात आली आहे.

१) महत्तमनाची कल्पना अस्पष्ट :

प्रा. पिगु यांनी कल्याणाच्या महत्तमीकरणावर भर दिला; परंतु महत्तमनाची कल्पना त्यांनी स्पष्ट केली नाही.

२) कल्याणाचे अंकदर्शक मोजमाप :

प्रा. पिगु यांच्या मते, कल्याणाचे उपयोगिता किंवा समाधानाच्या संदर्भात मोजमाप केले जाते. उपयोगितेचे संख्यात्मक मोजमाप शक्य नसल्याने अर्थशास्त्रज्ञांना पिगु यांचे विचार मान्य नाहीत. त्यामुळेच आधुनिक अर्थशास्त्रज्ञ उपयोगितेचे क्रमदर्शक मोजमाप विचारात घेतात.

३) राष्ट्रीय उत्पन्न हे कल्याणाचे अचूक मापन नाही :

प्रा. पिगु यांच्या कल्याणाच्या अटी राष्ट्रीय उत्पन्नाशी निगडित आहेत. परंतु राष्ट्रीय उत्पन्नाचे मोजमाप करणे सोपे नाही. केवळ राष्ट्रीय उत्पन्नात वाढ झाली म्हणजे सामाजिक कल्याणात वाढ होत नाही. किमतीतील चलनवाढकारक वाढीमुळे राष्ट्रीय उत्पन्नात वाढ होऊ शकते आणि गरीबांची स्थिती पूर्वीपेक्षा वाईट होऊ शकते.

४) पिगु कल्याणाचे नैतिक संबंध स्पष्ट करीत नाही :

कल्याणविषयक अर्थशास्त्र हे नितीमत्तेशी संबंधित आहे. परंतु प्रा. पिगु हे स्पष्ट करीत नाहीत. पिगु यांचे कल्याणविषयक अर्थशास्त्र हा कल्याणाच्या कारणांचा वस्तुनिष्ठ अभ्यास समजला जात नाही.

पिगु यांच्या विश्लेषणातील उणिवांमुळे आधुनिक अर्थशास्त्रज्ञांनी भरपाई तत्त्व (compensation principle) आणि 'सामाजिक कल्याण फलन' (social welfare function) मांडले आहे.

४.४ पॅरेटो पर्याप्तता : (Pareto Optimality)

सामाजिक कल्याणातील वाढ किंवा घट स्पष्ट करण्यासाठी सकारात्मक निकष मांडणारा विल्फ्रेड पॅरेटो हा पहिला अर्थशास्त्रज्ञ होय. या निकषानुसार असा कोणताही बदल जो कोणत्याही व्यक्तीची स्थिती खराब न करता एका व्यक्तीच्या स्थितीत सुधारणा करीत असेल तर ती सामाजिक कल्याणातील सुधारणा होय. याउलट कोणताही बदल कोणाच्याच स्थितीत सुधारणा न करता कमीत कमी एकाची स्थिती खराब करीत असेल तर ती सामाजिक कल्याणातील घट होय.

अशी स्थिती की ज्यात इतर कोणाची स्थिती खराब न करता कोणाची स्थिती सुधारता येत नसेल तर त्यास पॅरेटो पर्याप्तता किंवा पॅरोटो कार्यक्षम म्हटले जाते.

(A situation in which it is impossible to make anyone better off without making someone worseoff is said to be Pareto optimal or Parato efficient.)

याचाच अर्थ कोणा एकाच्या कल्याणात घट न करता दुसऱ्याच्या कल्याणात वाढ करणे शक्य नसते तेव्हा त्यास पॅरेटो पर्याप्तता म्हटले जाते.

अर्थव्यवस्थेत पॅरेटो पर्याप्तता किंवा पॅरेटो कार्यक्षम स्थिती साध्य करण्यासाठी तीन सीमांत अटी पूर्ण करणे आवश्यक असते. या अटींचे स्पष्टीकरण पुढीलप्रमाणे देता येईल.

१) उपभोक्त्यांमधील वस्तूच्या वाटणीची कार्यक्षमता (विनिमयातील कार्यक्षमता) :

पॅरेटो पर्याप्तता निकष दोन उपभोक्त्यांमधील 'क्ष' व 'य' वस्तूच्या वाटणीच्या बाबतीत लागु करून आपणास असे म्हणता येते की जर वस्तूची पुर्नवाटणी करून एका उपभोक्त्याच्या उपयोगितेत घट न करता दुसऱ्या उपभोक्त्याच्या उपयोगितेत वाढ करणे शक्य नसते तेव्हा 'क्ष' व 'य' वस्तूची वाटणी कार्यक्षम आहे.

दिलेल्या वस्तूच्या पॅरेटो कार्यक्षम वाटणीसाठीची सीमांत अट पुढीलप्रमाणे मांडता येते.

उपभोक्त्यामधील वस्तूची पॅरेटो कार्यक्षम वाटणी किंवा पॅरेटो पर्याप्ततेसाठीची सीमांत अट पूर्ण होण्यासाठी दोन वस्तूंमधील पर्यायतेचा सीमांत दर सर्व उपभोक्त्यांच्या बाबतीत सारखा असला पाहिजे.

२) व्यवसायसंस्थामधील आदानांच्या वाटणीतील कार्यक्षमता :

व्यवसायसंस्थामधील अदानांची पॅरेटो कार्यक्षम वाटणी किंवा पॅरेटो पर्याप्ततेची सीमांत अट पुढीलप्रमाणे आहे.

पॅरेटो कार्यक्षम आदानांची वाटणी किंवा पॅरेटो पर्याप्ततेसाठीची सीमांत अट अशी आहे की, भांडवल व श्रम यांमधील तांत्रिक पर्याप्ततेचा सीमांत दर विविध व्यवसायसंस्थांनी उत्पादित केलेल्या सर्व वस्तूंच्या बाबतीत सारखा असला पाहिजे.

३) उत्पादित मिश्रणातील (Product-mix) कार्यक्षमता किंवा उत्पादनाची रचना :

अर्थव्यवस्थेत जेव्हा इतर व्यक्तींची स्थिती खराब न करता कमीत कमी एका व्यक्तीच्या स्थितीत सुधारणा करणे उत्पादनासह विनिमयातील बदलाने शक्य नसेल तेव्हा पॅरेटो कार्यक्षमता आढळून येते. जेव्हा दोन उपभोक्त्यासाठीचा दोन वस्तूच्या पर्यायतेचा सीमांत दर हा दोन वस्तूच्या रुपांतरणाच्या सीमांत दराबरोबर असतो तेव्हा ही अट पूर्ण होते.

४.५ नि:शेष विभाजनाचा सिद्धांत (युलरचे प्रमेय) : (Product Exhaustion Theorem (Euler's Theorem)

उत्पादन घटकांना त्यांच्या सीमांत उत्पादनाइतका मोबदला दिला जातो असे मांडण्यात आल्यानंतर त्यातून एक अवघड समस्या निर्माण झाली. जर सर्व उत्पादन घटकांना त्यांच्या सीमांत उत्पादनाइतका मोबदला देण्यात आला तर एकूण उत्पादनाचे पूर्णपणे वाटप होईल का ? ही ती अवघड समस्या आहे. दुसऱ्या शब्दात सांगावयाचे झाल्यास, जर घटकांना त्यांच्या सीमांत उत्पादनाइतका मोबदला दिला तर सर्व उत्पादन तूट किंवा वाढावा न राहता वाटले जाईल का ही ती समस्या आहे.

जर सर्व घटकांना त्यांच्या सीमांत उत्पादनाइतका मोबदला देण्यात आला तर सर्व उत्पादनाचे वाटप होईल हे सिद्ध करण्याच्या समस्येस वाट्याच्या बेरजेचा प्रश्न (Adding up Problem) किंवा नि:शेष विभाजनाची समस्या (Product Exhausion Problem) म्हणतात.

प्रत्येक उत्पादन घटकाला त्याच्या सीमांत उत्पादनाइतका मोबदला मिळत असल्याने एकूण उत्पादन घटकांच्या नगसंख्येला त्यांच्या सीमांत उत्पादनाने गुणून येणाऱ्या बेरजेइतके असते. पूर्ण स्पर्धा व स्थिर प्रमाण-फल असताना सर्व उत्पादन घटकांना त्यांच्या सीमांत उत्पादनाला अनुसरून मोबदला दिला तर व्यवसायसंस्थेच्या सर्व उत्पादनाचे वाटप होईल.

एकूण उत्पादन म्हणजे प, विविध उत्पादन घटकांच्या नगसंख्या 'क्ष', 'य' आणि 'ग' आणि '$स_१$', '$स_२$' आणि '$स_३$' हे अनुक्रमे या घटकांचे सीमांत उत्पादन असेल तर,

$$प = {}^{क्ष}स_१ + {}^{य}स_२ + {}^{ग}स_३ + -------$$

वरील समीकरण असे स्पष्ट करते की, संयोजकाने सर्व उत्पादन घटकांना त्यांच्या सीमांत उत्पादकतेइतकी रक्कम दिली असता त्याच्याजवळ त्याच्या सीमांत उत्पादकतेइतकीच रक्कम शिल्लक रहाते. पूर्ण स्पर्धेच्या स्थितीत जर सर्व उत्पादन घटकांना त्यांच्या सीमांत उत्पादकतेइतका मोबदला दिल्यास संपूर्ण उत्पादनाचे वाटप घडून येते किंवा सर्व उत्पादन संपुष्टात येते.

उत्पादन घटकांची मागणी त्याच्या सीमांत उत्पादकतेवर अवलंबून असते. उत्पादन कार्यात एकाच वेळी विविध उत्पादन घटकांचा वापर केला जातो. त्यांची सीमांत उत्पादकता माहिती असेल तरच त्यांचे मोबदले (Rewards) ठरविता येतील. इतर उत्पादन घटक कायम असताना एका उत्पादन घटकाच्या शेवटच्या किंवा एका जादा परिमाणामुळे एकूण उत्पादनात पडणारी भर म्हणजे त्या घटकाची सीमांत उत्पादकता होय. घटकाची सीमांत उत्पादकता निश्चित केल्यानंतर संयोजक त्या घटकाची सीमांत उत्पादकता किमतीबरोबर होईपर्यंत त्या घटकाच्या अधिकाधिक परिमाणाचा वापर करील.

'क्ष' आणि 'य' हे दोन उत्पादन घटक असतील तर संयोजकाने 'य' ची नगसंख्या कायम ठेवून 'क्ष' ची नगसंख्या एकाने वाढविली असता 'क्ष' चे सीमांत उत्पादन मोजता येते. 'क्ष' आणि 'य' च्या सीमांत उत्पादनाची बेरीज केली असता एकत्रित सीमांत उत्पादन समजते. मात्र 'क्ष' आणि 'य' घटकात फार मोठ्या प्रमाणात वाढ केली तर त्यांच्या सीमांत उत्पादनाची बेरीज त्या दोन्हींच्या एकत्रित सीमांत उत्पादनाइतकी नसण्याची शक्यता असते. याचे कारण 'क्ष' आणि 'य' च्या नगसंख्येत मोठ्या प्रमाणात वाढ केल्यास घटकांचे प्रमाण आणि परिचलन प्रमाण (Scale of Operation) यात बदल होतो हे आहे.

उत्पादन क्षेत्रात स्थिर फलाचा नियम अनुभवास येत असताना सीमांत उत्पादन आणि एकूण उत्पादन यामधील संबंधाची आता चर्चा करू. स्थिर फलाचा नियम हा एकजिनशी उत्पादन फलन (Homogeneous Production Function) म्हणूनही ओळखला जातो. या नियमानुसार संयोजकाने दोन घटकात त्यांचे प्रमाण कायम ठेवून वाढ केली तर घटकाचे फल स्थिर रहाते. आकृती ४.३ मध्ये स्थिर प्रमाण फल दर्शविले आहे.

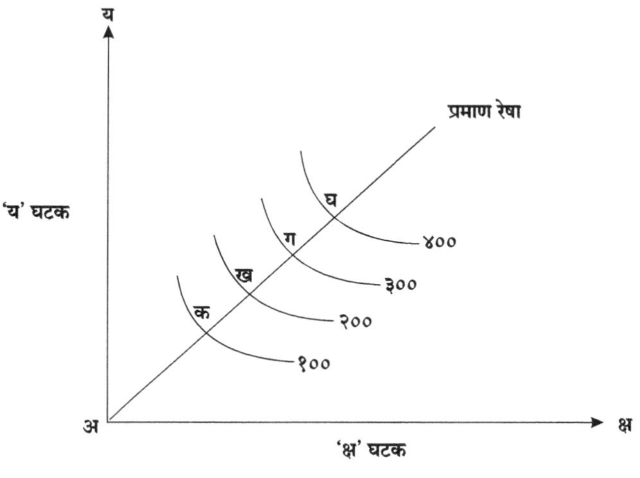

आकृती ४.३ : स्थिर प्रमाण फल

आकृती ४.३ मध्ये संयोजकाने 'क्ष' आणि 'य' घटकाचे प्रमाण कायम ठेवून या घटकांच्या नगसंख्येत वाढ केली असता उत्पादनातील वाढ स्थिर आहे. आकृतीत दाखविल्याप्रमाणे उत्पादन १०० वरून २०० नगसंख्या, २०० वरून ३०० नगसंख्या आणि अशाच प्रकारे स्थिर दराने वाढते. जोपर्यंत दोन घटकातील प्रमाण स्थिर रहाते, तोपर्यंत स्थिर फल अनुभवास येते. या विश्लेषणाच्या आधारे एक विधान पुढीलप्रमाणे मांडता येईल. विविध बदलत्या घटकाच्या वैयक्तिक सीमांत उत्पादनाची बेरीज त्यांच्या एकत्रित सीमांत उत्पादनाबरोबर असते. घटकांच्या नगसंख्येत फार अल्प प्रमाणात बदल केला तरच हे विधान खरे ठरते.

आता आपण बेरजेच्या प्रश्नाचा विचार करू. बेरजेच्या प्रश्नासंबंधीचे आपले विधान पुढीलप्रमाणे मांडता येईल.

व्यवसायसंस्थेत स्थिर प्रमाण-फल अनुभवास येत असताना आणि व्यवसायसंस्थेत उपयोगात आणलेल्या घटकांना त्यांच्या सीमांत उत्पादनाइतका मोबदला दिला जात असताना सर्व घटकांच्या मोबदल्याची बेरीज ही व्यवसायसंस्थेच्या एकूण उत्पादनाइतकी असते.

या विधानाची (बेरजेच्या प्रश्नाशी संबंधित) योग्यता सिद्ध करण्यासाठी सुरुवातीस आपण एकच उत्पादन घटक असल्याचे आणि स्थिर प्रमाण-फल असल्याचे मानू. सरासरी उत्पादनाला वापरलेल्या घटकाच्या नगसंख्येने गुणले असता एकूण उत्पादन समजते. स्थिर उत्पादन फल असताना सरासरी उत्पादन सीमांत उत्पादनाबरोबर असते. एकूण उत्पादनसुद्धा घटकांची नगसंख्या व त्यांचे सीमांत उत्पादन यांच्या गुणाकाराइतके असते. अशा प्रकारे विधान सिद्ध करता येते.

आता संयोजक व श्रम या घटकांचा विचार करू. व्यवसायसंस्थेत एकच संयोजक असल्याने संयोजकाची सीमांत उत्पादकता मोजता येत नाही. मात्र, श्रम या घटकाचे सीमांत उत्पादन मोजता येते. स्पर्धात्मक समतोलातील व्यवसायसंस्थेचे एकूण उत्पादन हे सरासरी उत्पादन व वापरण्यात आलेल्या बदलत्या घटकाच्या नगसंख्येच्या गुणाकाराइतके असते. व्यवसायसंस्था स्पर्धात्मक समतोलात असल्याने घटकाचे सरासरी उत्पादन हे त्याच्या सीमांत उत्पादनाइतके असते. अशा प्रकारे जर घटकाच्या प्रत्येक एककास त्याच्या सीमांत उत्पादकतेइतका मोबदला दिल्यास व्यवसायसंस्थेचे एकूण उत्पादन संपून जाईल. अशा प्रकारे बेरजेचे विधान सिद्ध होते.

'क्ष' आणि 'य' असे दोन घटक वापरले जातात असे आता मानू. तसेच स्थिर उत्पादन फलाचे अस्तित्व गृहित धरू. एकत्रित सीमांत उत्पादन हे 'क्ष' चे जादा उत्पादन व 'क्ष'ची सीमांत उत्पादकता यांचा गुणाकार आणि 'य' चे जादा उत्पादन व 'य' ची सीमांत उत्पादकता यांचा गुणाकार या दोहोंच्या बेरजेबरोबर असते. व्यवसायसंस्थेचे एकूण उत्पादन 'क्ष' ची नगसंख्या व 'क्ष' ची सीमांत उत्पादकता यांचा गुणाकार आणि 'य' ची नगसंख्या व 'य' ची सीमांत उत्पादकता यांचा गुणाकार या दोहोंच्या बेरजेबरोबर असते. स्थिर प्रमाण-फल गृहित धरून बेरजेचे विधान सिद्ध होते.

आता वाढते प्रमाण - फल गृहित धरू. या स्थितीत व्यवसायसंस्थेत सरासरी उत्पादन वाढते असते. सरासरी उत्पादन वाढते असेल तर सीमांत उत्पादन अधिक वेगाने वाढते. सीमांत उत्पादन वक्र सरासरी उत्पादन वक्राच्या वरच्या बाजूस राहिल. व्यवसायसंस्थेचे एकूण उत्पादन हे सरासरी उत्पादन व व्यवसायसंस्थेने वापरलेल्या घटकांच्या एककांची नगसंख्या यांच्या गुणाकाराइतके असते. आता जर विविध घटकांच्या परिमाणास त्यांच्या सीमांत उत्पादकतेइतका मोबदला देण्यात येत असेल तर घटकाचा एकूण मोबदला हा घटकाचे सीमांत उत्पादन व घटकांचे एकक यांच्या गुणाकाराइतका असेल, सीमांत उत्पादन सरासरी उत्पादनापेक्षा जास्त असल्याने घटकांचा एकूण मोबदला (reward) एकूण उत्पादनापेक्षा जास्त राहिल. त्यामुळे जर उत्पादन फल वाढते असेल आणि जर घटकांना त्यांच्या सीमांत उत्पादनानुसार मोबदला मिळत असेल तर घटकांचा एकूण मोबदला एकूण उत्पादनापेक्षा जास्त राहिल.

आता घटते प्रमाण–फल गृहित धरू. या स्थितीत व्यवसायसंस्थेचे सरासरी उत्पादन घटते असते. सरासरी उत्पादन घटते असेल तर सीमांत उत्पादन अधिक वेगाने घटत असते. सीमांत उत्पादन वक्र हा सरासरी उत्पादन वक्राच्या खालच्या बाजूस असतो. व्यवसायसंस्थेचे एकूण उत्पादन हे सरासरी उत्पादन व व्यवसायसंस्थेने वापरलेल्या घटकांच्या एककाची नगसंख्या यांच्या गुणाकाराइतके असते. उत्पादन घटकांना जर त्यांच्या सीमांत उत्पादकते इतका मोबदला दिला जात असेल तर एकूण मोबदला हा घटकांचे सीमांत उत्पादन आणि घटकांचे एकक यांच्या गुणाकाराइतका असेल. सीमांत उत्पादन हे सरासरी उत्पादनापेक्षा कमी असल्याने घटकांचा मोबदला एकूण उत्पादनापेक्षा कमी राहिल. त्यामुळे उत्पादन फल घटते असेल आणि घटकांना त्यांच्या सीमांत उत्पादना इतका मोबदला मिळत असेल तर घटकांना दिला जाणारा एकूण मोबदला एकूण उत्पादनापेक्षा कमी राहिल.

४.६ कल्याणविषयक अर्थशास्त्र आणि सामाजिक निवडीवर अमर्त्य सेन यांचे विचार : (Thoughts of Amartya Sen on Welfare Economics & Social Choice)

अमर्त्य सेन यांचा जन्म कोलकाता येथे ३ नोव्हेंबर १९३३ रोजी झाला. कोलकत्याच्या प्रेसिडेन्सी कॉलेजमधून ते अर्थशास्त्र विषय घेऊन बी.ए. झाले. त्यांनी उच्च शिक्षण इंग्लंडमध्ये घेतले. अमर्त्य सेन हे जागतिक किर्तीचे भारतीय अर्थशास्त्रज्ञ आहेत. त्यांना १९८८ मध्ये अर्थशास्त्रातील नोबेल प्राईझ मिळाले. आधुनिक अर्थशास्त्रज्ञात अमर्त्य सेन यांचे स्थान मोठे आहे. कल्याणविषयक अर्थशास्त्रात त्यांनी महत्त्वपूर्ण योगदान दिलेले आहे. सामाजिक निवड आणि कल्याणविषयक अर्थशास्त्रात त्यांना जागतिक पातळीवरील तज्ज्ञ मानले जाते.

अमर्त्य सेन यांनी सातत्याने अर्थव्यवस्थेतील व्यक्तींच्या व विशेषत: गरीबांच्या कल्याणाचा विचार केला. त्यांच्या स्थितीत सुधारणा होण्याच्या दृष्टीने त्यांनी आपले विचार मांडले. अलिकडील काळात त्यांनी दारिद्र्य, दुष्काळ आणि विकास प्रक्रियेतील स्त्रियांची भूमिका, यासारख्या सामाजिक प्रश्नांवर लक्ष केंद्रित केलेले आहे. सामाजिक निवडीचा सिद्धांत, कल्याणाची व्याख्या, दारिद्र्य निर्देशांक, दुष्काळाचे अनुभवनिष्ठ अभ्यास यात अमर्त्य सेन यांचे महत्त्वपूर्ण योगदान आहे. सामाजिक निवड आणि कल्याणविषयक अर्थशास्त्राचा पाया या क्षेत्रातील प्रभुत्व निर्विवाद असल्याचे ॲरो यांचे मत आहे. अमर्त्य सेन यांनी कल्याणविषयक अर्थशास्त्राला महत्त्व मिळवून दिले आणि इतरांना या क्षेत्रात अधिक रस घेण्याच्या दृष्टिने प्रोत्साहन देण्यास मदत केली.

सेन यांनी समाजातील दारिद्र्याचे व कल्याणाचे निर्देशांक निश्चित केले. देशातील वेगवेगळ्या समाज गटातील दारिद्र्याचे प्रमाण, त्याचे विभाजन आणि त्यात होणाऱ्या बदलाच्या अभ्यासासाठी हे निर्देशांक उपयोगी आहेत. तसेच दारिद्र्याचे प्रमाण व कल्याणाचे प्रमाण यातील तुलनेसाठीही हे निर्देशांक उपयुक्त आहेत. दुष्काळाच्या कारणाबाबतचे त्यांचे विचार महत्त्वाचे आहेत. वयाच्या नवव्या वर्षी त्यांनी दुष्काळ प्रत्यक्ष पाहिला. त्यात लाखो लोक उपासमारीने मरण पावले. सेन यांनी 'पॉव्हर्टी अँड फेमिन्स : ॲन एसे ऑन एन्टायटलमेंट अँड डीप्राईव्हेशन' हा ग्रंथ १९८१ मध्ये प्रसिद्ध झाला. त्यांच्या मते दुष्काळ हा केवळ अन्नधान्याच्या तुटवड्यामुळेच होत नसून अन्नवाटपाच्या यंत्रणेतील त्रुटीमुळे तो होऊ शकतो. शहरात आर्थिक तेजी निर्माण होऊन अन्नधान्याच्या किंमती वाढतात व त्यामुळे दुष्काळ परिस्थिती निर्माण होणे शक्य असते. बंगालमध्ये पडलेल्या दुष्काळात तेथे पुरेसा धान्यसाठा असूनही साठेबाजीमुळे धान्य महाग झाले. त्यामुळे सामान्य लोकांना ते खरेदी करणे अशक्य होऊन त्यांची उपासमार झाली. माहितीच्या आधारे सेन यांनी हे स्पष्टपणे दाखवून दिले.

विकासाच्या संदर्भात क्षमतेची संकल्पना सेन यांनी विकसित केली. 'इक्वॉलिटी ऑफ व्हॉट;' या लेखात ती मांडली आहे. त्यांच्या मते लोकांच्या क्षमता वाढवायच्या असतील तर त्यांचे हक्क अबाधित राहिले पाहिजेत आणि ते बजावण्याचे स्वातंत्र्य व योग्य त्या सोयी सुविधा त्यांना दिल्या गेल्या पाहिजेत. लोकांना मतदानाचा हक्क देणे पुरेसे नाही तर तो बजावण्यासाठी चांगले शिक्षण त्यांना दिले पाहिजे. राजकीय इच्छाशक्ती आणि समज हे लोकशाही प्रक्रियेत लोकांचे कल्याण वाढविण्यासाठी महत्त्वाचे आहेत.

'मोअर दॅन १०० मिल्यन विमेन आर मिलिंग' या न्यूयॉर्क रिव्ह्यू ऑफ बुक्स मधील १९९० मध्ये प्रसिद्ध झालेल्या लेखात अमर्त्य सेन यांनी विकसनशील देशातील लिंगभेद, दुष्काळ, दारिद्र्य आणि विषमता यावर विश्लेषणात्मक चर्चा केली आहे. त्यांच्या मते आर्थिक वृद्धी साध्य करण्यासाठी आर्थिक सुधारणापूर्वी शिक्षण, सार्वजनिक आरोग्य या क्षेत्रात मूलभूत सुधारणा केल्या पाहिजेत.

अमर्त्य सेन यांनी कल्याणविषयक अर्थशास्त्रावर केलेली टिका ही त्यांच्या विकासाच्या अर्थशास्त्राच्या क्षेत्रातील योगदानाच्या मोठ्या भागाचा आधार आहे.

●●●

प्रश्न

प्र. १. खालील प्रश्नांची वीस शब्दात उत्तरे लिहा.

१) सामाजिक कल्याण म्हणजे काय ?

२) आर्थिक कल्याण म्हणजे काय ?

३) पॅरेटो पर्याप्तता म्हणजे काय ?

४) सामाजिक कल्याण फलन म्हणजे काय ?

प्र. २. खालील प्रश्नांची सविस्तर उत्तरे लिहा.

१) आर्थिक आणि सामाजिक कल्याणाची संकल्पना स्पष्ट करा.

२) सामाजिक कल्याण फलन स्पष्ट करा.

३) भरपाई निकष स्पष्ट करा.

४) प्रा. पिगु यांचे कल्याणविषयक अर्थशास्त्रातील योगदान स्पष्ट करा.

५) पॅरेटो पर्याप्तता किंवा इष्टतमता स्पष्ट करा.

६) नि:शेष विभाजनाचा सिद्धांत (युलरचे प्रमेय) स्पष्ट करा.

७) कल्याणविषयक अर्थशास्त्र आणि सामाजिक निवडीवरील अमर्त्य सेन यांचे विचार स्पष्ट करा.

●●●

संदर्भसूची

- Ahuja H.L. - (2004) : Modern Economics : S. Chand & Company Ltd., New Delhi.
- Barla C. S. (1998) : Advanced Micro Economics : National Publishing House, Jaipur.
- Frank A. Cowell (1991) : Microeconomic Principles : Heritage Publishers : New Delhi
- Henderson James and Quandt Richard : (2003) Microeconomic Theory A Mathematical Approach : Tata Mc Graw - Hill Publishing Company Limited : New Delhi
- Jhingan M. L. (1995) : Advanced Economic Theory : Konark Publication Pvt. Ltd., New Delhi.
- Lipsey and Chrystal (2004) : Economics : Oxford Universitgy Press, New York.
- Misra S. K. and Puri V. K. (1996) : Micro Economics : Theory and Application - I, Himalaya Publishing House, Mumbai.
- Mukherjee Sampat, Mukherjee Mallinath and Ghose Amitava (2003) : Micro Economics : Prentice Hall of India Private Limited, New Delhi.
- Samuelson Paul A. and William D. Nordhaus - (1995) : Economics : Mc Graw-Hill, Inc. New York.
- Sen Anindya (1999) : Micro Economics : Theory and Applications : Oxford University Press, New Delhi.
- Srivastava Alok - (2004) : Advanced Business Economic : Kitab Mahal, Allahabad
- Sundharan K.P.M. (1975) : Text Book of Economic Theory : Ratan Prakashan Mandir : Agra
- Varshney R. L. and K. L. - Maheshwari (2005) : Managerial Economics : Sultan Chand and Sons, New Delhi.
- Watson and Getz (2000) : Price Theory and Its uses : A. I. T. B. S. Publishers and distributors : Delhi.
- Barthwal R. R (2006) : Industrial Economics, New Age International (P) Ltd. Publishers, New Delhi.
- Mote V. L., Samuel Paul and G. S. Gupta (1977) : Managerial Economics - concepts and cases, Tata McGraw Hill Publishing Company Limited, New Delhi.
- Stigler George J. (2005) : The Theory of Price, Prentice Hall of India Pvt. Ltd. New Delhi.
- Mankar V. G. (1999) : Business Economics, Macmillan India Limited, New Delhi.
- Joshi J. M. And Joshi Rajendra (1994) : Micro Economic Theory An Analytical Approach, Wishwa Prakashan, New Delhi.
- Baumol william J. (2005) : Economic Theory and Operations Analysis, Prentice Hall of India Pvt. Ltd., New Delhi.
- Chaudhary C. M. (2000), Business Economics, RBSA Publishers, Jaipur.
- Chaturvedi and Gupta (2010), Business Economics - Theory and Applications, International Book House, New Delhi.

www.ingramcontent.com/pod-product-compliance
Lightning Source LLC
LaVergne TN
LVHW082040051026
849532LV00011B/3423